இந்துத்துவ அம்பேத்கர்

**ம.வெங்கடேசன்**
20.11.1980-ல் சென்னையில் பிறந்தவர். விவேகானந்தா கல்லூரியில் எம்.ஏ. தத்துவவியல் படித்து முடித்தார். தமிழ் இந்து டாட் காம் ஆசிரியர் குழு உறுப்பினராக இருக்கும் ம.வெங்கடேசன் பல்வேறு இதழ்களில் கட்டுரைகள் எழுதிவருகிறார். தொலைக்காட்சி ஊடகங்களில் வலதுசாரி சிந்தனைகளை முன்வைத்து வருகிறார்.

**ஆசிரியரின் பிற நூல்கள்**

புரட்சியாளர் அம்பேத்கர் புத்தமதம் மாறியது ஏன்?
தலித்களுக்காகப் பாடுபட்டதா நீதிக்கட்சி?

# இந்துத்துவ அம்பேத்கர்

ம.வெங்கடேசன்

கிழக்கு

இந்துத்துவ அம்பேத்கர்
Hindutva Ambedkar
Ma.Venkatesan ©

First Edition: March 2016
208 Pages
Printed in India.

ISBN: 978-93-84149-67-3
Title No. 887

Kizhakku Pathippagam
177/103, First Floor,
Ambal's Building, Lloyds Road,
Royapettah, Chennai 600 014.
Ph: +91-44-4200-9603

Email : support@nhm.in
Website : www.nhm.in

Kizhakku Pathippagam is an imprint of New Horizon Media Private Limited

This book is sold subject to the condition that it shall not, by way of trade or otherwise, be lent, resold, hired out, or otherwise circulated without the publisher's prior written consent in any form of binding or cover other than that in which it is published and without a similar condition including this the rights under copyright reserved above, no part of this publication may be reproduced, stored in or introduced into a retrieval system, or transmitted in any form or by any means (electronic, mechanical, photocopying, recording or otherwise), without the prior written permission of both the copyright owner and the above-mentioned publisher of this book.

உண்மையான அம்பேத்கரை
அறிந்துகொள்ள விரும்புபவர்களுக்கு.

## உள்ளே

|  | | |
|---|---|---|
| முன்னுரை | .... | 09 |
| பாபா சாகேப் அம்பேத்கரை முழுமையாக அறிதல் | .... | 17 |
| 1. ஜாதி ஒழிப்பில் ஆரிய சமாஜம் | .... | 21 |
| 2. சுவாமி சிரத்தானந்தர் | .... | 27 |
| 3. ஜாதி ஒழிப்பா... மத ஒழிப்பா..? | .... | 31 |
| 4. தேசிய மொழிகள்: சமஸ்கிருதம், இந்தி | .... | 37 |
| 5. 'ஆரிய' இனவாதம் எனும் பொய்யுரை | .... | 48 |
| 6. இந்து சட்ட மசோதா | .... | 58 |
| 7. காந்தி படுகொலையும் ஆர்.எஸ்.எஸ்ஸும் | .... | 70 |
| 8. ஜாதி எதிர்ப்புப் போராளி- வீர சாவர்க்கர் | .... | 75 |
| 9. எஸ்.கே.போலே | .... | 87 |
| 10. திலகரின் மகன் ஸ்ரீதர் பந்த் | .... | 92 |
| 11. எல்.பி.போபட்கர் | .... | 94 |

| | | |
|---|---|---|
| 12. ஆர்.எஸ்.எஸ்.சிந்தனையும் அம்பேத்கர் சிந்தனையும் | .... | 96 |
| 13. ஸ்ரீ தத்தோபந்த தெங்கடி | .... | 118 |
| 14. அண்ணலுக்கு எதிரியா ஆர்.எஸ்.எஸ்? | .... | 128 |
| 15. இட ஒதுக்கீடு அண்ணல் அம்பேத்கர் - ஆர்.எஸ்.எஸ் | .... | 164 |
| 16. கம்யூனிசம் பற்றி | .... | 169 |
| 17. பொது சிவில் சட்டம் | .... | 177 |
| 18. மதமாற்றம் | .... | 179 |
| 19. 370வது பிரிவு பிரச்னை | .... | 191 |
| 20. மலைவாழ் பழங்குடிமக்கள் | .... | 195 |
| 21. பாகிஸ்தான் பிரிவினை | .... | 202 |
| 22. பயன்பட்ட நூல்கள் | .... | 208 |

# முன்னுரை

இந்துத்துவ அம்பேத்கர் - இந்தப் பெயரே பலரைத் திரும்பிப் பார்க்க வைத்துள்ளது. பலரைத் திடுக்கிட வைத்துள்ளது. பலரை அதிர்ச்சிக்குள்ளாக்கியிருக்கிறது. பலரைக் கோபப்பட வைத்திருக்கிறது.

அண்ணல் அம்பேத்கரை எப்படி இந்துத்துவ அம்பேத்கர் என்று சொல்லலாம்?

நான் இந்துவாகப் பிறந்தேன்; ஆனால், இந்துவாக இறக்கமாட்டேன் என்று சூளுரைத்தாரே – இந்துமதப் புதிர்கள் என்று புத்தகம் எழுதினாரே – இந்து மதம் ஒழிய வேண்டும் என்று கூறித்தான் பௌத்தத்துக்கு மாறினார். மாறும்போது சிவன், விஷ்ணு, பிரம்மா போன்ற கடவுளர்களை இனி வணங்கமாட்டேன், வணங்கவும் கூடாது என்று உறுதிமொழி எடுத்துக்கொள்ளச் செய்தாரே – தன் வாழ்நாள் முழுவதும் இந்து மதத்தைக் கடுமையாக எதிர்த்துக் களமாடினாரே – அப்படிப்பட்ட அண்ணல் அம்பேத்கரை இந்துத்துவ அம்பேத்கர் என்று சொல்லலாமா, எழுதலாமா, பரப்பலாமா... இது குழப்பத்தை ஏற்படுத்தும் செயல் அல்லவா?

இப்படிப் பலரைக் கேள்வி கேட்கச் செய்துள்ளது. மேலே சொன்ன அத்தனை விமர்சனங்களும் ஓரளவுக்குச் சரி. ஆனால், அம்பேத்கரியத்தின் ஒரு பகுதியை மட்டுமே உள்வாங்கிக் கொண்டு வெறுப்புப் பிரசாரம் செய்கிறவர்களின் விமர்சனம் மட்டுமே அது. அம்பேத்கரியத்தை முழுவதுமாக உள்வாங்கிக் கொண்டவர்களுக்கும் இந்து, இந்துத்துவம் பற்றித் தெளிவாகப் புரிந்துகொண்டவர்களுக்கும் 'இந்துத்துவ அம்பேத்கர்' என்பதில் வியப்பேதும் வராது.

இந்து என்பதற்கும் இந்துத்துவம் என்பதற்கும் பெரிய வித்தியாசம் எதுவும் கிடையாது. இந்து என்பதற்கு இந்துக்கள் பின்பற்ற வேண்டிய மத சம்பிரதாயங்கள் என்று பொருள் கொள்ளலாம்.

வைதிகம், சனாதன தர்மம், சமண மதம், புத்த மதம், லிங்காயத மதம், சீக்கிய மதம், ஆரிய சமாஜம், பிரம்ம சமாஜம், தேவசமாஜம், பிரார்த்தன சமாஜம் போன்ற இந்தியாவைப் பிறப்பட மாகக் கொண்ட வழிமுறை களைப் பின்பற்றுபவர்கள் இந்துக்கள் என்று கூறலாம். அதேபோல இயற்கை வழிபாட்டு வடிவங்களைப் பின்பற்றும் இந்திய மலைவாழ் பழங்குடியினர்கூட இந்துக்களே.

மத சம்பரதாயங்கள் அடிப்படையில் பார்த்தால் 1956 அக்டோபர் 14க்குப் பிறகு அண்ணல் அம்பேத்கரை இந்துவாகப் பார்க்கமுடியாது. பௌத்தராகவே பார்க்கமுடியும். ஆனால், இந்து என்பதில் பௌத்தர்கள், சீக்கியர்கள், ஜைனர்கள் ஆகியோர்களை அம்பேத்கரே உள்ளடக்கி யிருக்கிறார் என்பதால் அந்த வகையில் அவர் இந்துவாகவே இருந்திருக்கிறார் என்றும் நாம் புரிந்துகொள்ளலாம்.

அதாவது, அரசியல் அமைப்புச் சட்டத்தில் இந்துக்கள் என்பதை வரையறுக்கும்போது பௌத்தர்களையும், சீக்கியர்களையும், ஜைனர் களையும் உள்ளடக்கித்தான் வரையறை செய்துள்ளார். அரசியல் அமைப்புச் சட்டத்தில் மட்டுமல்ல, அண்ணல் அம்பேத்கர் கொண்டுவரத் துடித்த சட்டம் இந்து சட்ட தொகுப்பு மசோதா. இது முழுக்க முழுக்க அண்ணல் அம்பேத்கரின் அறிவால், முயற்சியால் கொண்டுவரப்பட்ட (ஆனால் நிறைவேற்றப்படாமல் போன) சட்ட மசோதாவாகும். இதிலும் பௌத்தர்கள், சீக்கியர்கள், ஜைனர்கள் ஆகியோர்களை இந்துக்கள் என்றுதான் வரையறை செய்துள்ளார். இவர்கள் எல்லோரையும் உள்ளடக்கி இருக்கிற இந்த மசோதாவுக்கு அம்பேத்கர் இட்ட பெயர் இந்து சட்ட மசோதாதான். இவர்கள் அனைவருக்கும் ஒரு பொதுப்பெயரை கொடுத்திருக்கலாம். ஆனால், அம்பேத்கர் அப்படி பொதுப்பெயரை கொடுக்கவில்லை. இவர்கள் அனைவரையும் இந்து என்ற பெயரில் அடையாளமாக்குகிறார். மாறுபட்ட மதங்களாகக் கருதியிருந்தால் ஒவ்வொருவருக்கும் தனித்தனியாக ஒரு மசோதாவை உருவாக்கியிருக்கலாம்; கிறிஸ்தவர் களுக்கும் இஸ்லாமியர்களுக்கும் இருப்பதுபோல்.

இந்துத்துவம் என்பதை இந்துத்தன்மை என்று ஒற்றை வரியாக, மதம் சம்பந்தப்பட்ட வரியாக மட்டும் சுருக்கிவிட முடியாது. சுருக்கி விடவும் கூடாது. இந்தச் சொல் மிக விரிந்த பொருள் பொதிந்த சொல்லாகும். இந்துத்துவம் என்ற சொல் மதம், தேசம், கலாசாரம், பண்பாடு, மொழி, சமூகம், வரலாறு, அரசியல் போன்ற பல்வேறு அம்சங்களை உள்ளடக்கிய ஒரு பெரும் சொல்லாகும். அதாவது, இந்து

என்பது மத, வழிபாட்டு சம்பிரதாயங்களை மட்டுமே உள்ளடக்கியது. இந்துத்துவம் என்பது மதம் மட்டும் அல்லாமல் இந்த தேசத்துடன் தொடர்புடைய, தோன்றிய எல்லாவற்றையும் உள்ளடக்கியது.

இந்துத்துவம் தேச ஒருமைப்பாட்டை வலியுறுத்துகிறது. இந்த தேசம் ஆன்மிகப் பண்பாட்டு அடிப்படையில் ஒரே தேசம் என்று வரையறுக்கிறது. பிராந்திய மொழிகள் முக்கியமானது என்றாலும் எல்லோரும் தொடர்புகொள்கின்ற வகையில் ஒரு பொதுமொழியை வலியுறுத்துகிறது. இத்தேசத்துக்குக் கேடு விளைவிக்கிற எந்த இஸத்தையும் ஏற்க மறுக்கிறது. சாதி ஒழிப்பை முன்னெடுக்கிறது. தேசப் பிரிவினையை ஏற்க மறுக்கிறது. பிராந்தியக் கலாசாரங்களை, பண்பாடுகளை ஏற்று வேற்றுமையில் ஒற்றுமையை வலியுறுத்துகிறது.

இந்த அடிப்படையில் அண்ணல் அம்பேத்கரை இந்துத்துவ அம்பேத்கர் என்று நிச்சயமாகச் சொல்லிவிடலாம்.

இந்துத்துவத்தை ஏற்றுக்கொண்ட அனைவரும் சொல்லிய கருத்து களைப் பல்வேறு சமயங்களில் அண்ணல் அம்பேத்கரும் சொல்லி யிருக்கிறார். இந்துத்துவத்தில் தேசமும் பண்பாடும் முக்கியமான இடத்தைப் பெறுகின்றன. தேசமும் பண்பாடும் எந்த வகையிலும் சீரழிந்து போய்விடக்கூடாது என்பதில் இந்துத்துவம் கறாரான நிலைப்பாடு உடையது. அதை அப்படியே பின்பற்றி வந்திருக்கிறார் அண்ணல் அம்பேத்கர். அவற்றை இப்புத்தகத்தில் நீங்கள் படிப்பீர்கள்.

•

இந்து மதத்தை அண்ணல் அம்பேத்கர் ஒழிக்க அல்லது அழிக்க நினைத்தாரா சீர்திருத்த நினைத்தாரா என்பதில் கருத்து மோதல்கள் நிகழ்ந்திருக்கின்றன. அவருடைய கடுமையான விமர்சனங்கள் இந்து மதத்தை அழிக்க நினைப்பது அல்ல; சீர்திருத்த நினைப்பதுதான். இதை அண்ணல் அம்பேத்கரே தெளிவாக ‘சாதி ஒழிப்பு’ நூலில் ‘இப்போது நாம் பரிசீலிக்க வேண்டிய பிரச்னை இதுதான். இந்து சமூக அமைப்பை சீர்திருத்தம் செய்வது எப்படி? சாதியை ஒழிப்பது எப்படி? இது மிக முக்கியான பிரச்னையாகும்’ என்றுதான் கூறியிருக்கிறார்.

மேலும் அதே நூலில் அண்ணல் அம்பேத்கர் எழுதுகிறார் :

> மதத்தை அழிப்பது என்று நான் கூறுவதன் பொருள் என்ன என்பதைச் சிலர் புரிந்துகொள்ளாமலிருக்கலாம். சிலருக்கு இந்தக் கருத்து வெறுப்பாயிருக்கலாம். சிலருக்கு அது புரட்சிகரமாகத் தோன்றலாம். எனவே, நான் என்னுடைய நிலையை விளக்கிவிடுகிறேன். தத்துவங்களுக்கும் விதிகளுக்கும் இடையே நீங்கள் வேறுபாடு கருதுகிறீர்களா என்று எனக்குத் தெரியாது. ஆனால் நான் வேறுபாடு

கருதுகிறேன். இந்த வேறுபாடு உண்மையானது. மிக முக்கியமானது என்றும் கருதுகிறேன். விதிகள் யதார்த்தமான நடைமுறை பற்றியவை. காரியங்களைக் குறிப்பட்ட முறைப்படி செய்வதற்கு வழக்கமான வழிகள் அவை. ஆனால் தத்துதவங்கள் அறிவு சம்பந்தப்பட்டவை. விஷயங்களை மதிப்பிட்டு நிர்ணயம் செய்வதற்கு உபயோகமான வழிகள் அவை.

விதிகள் ஒரு காரியத்தை ஒருவர் செய்யும்போது என்ன வழியில் செயல்படவேண்டும் என்று கூறுகின்றன. விதிகள், சமையல் குறிப்புகள்போல என்ன செய்ய வேண்டும், எப்படிச் செய்ய வேண்டும் என்று கூறுகின்றன. தத்துவம் என்பது - உதாரணமாக நீதித் தத்துவம் ஒருவன் தன்னுடைய ஆசைகளும் நோக்கங்களும் எப்படி அமைய வேண்டும் என்பதைத் தீர்மானிப்பதில் கவனிக்க வேண்டிய அளவை ஆகும். அது ஒரு விஷயத்தைப் பற்றிச் சிந்திக்கும்போது என்னென்ன அம்சங்களைக் கருத்தில் கொள்ளவேண்டும் என்று சுட்டிக்காட்டி சிந்தனைக்கு வழிகாட்டுகிறது. இவ்வாறு தத்துவங்களுக்கும் விதிகளுக்கும் இடையே உள்ள வேறுபாடு காரணமாக அவற்றின் அடிப்படையில் செய்யப்படும் செயல்களின் தரமும் தன்மையும் வேறுபடுகின்றன. நல்லது என்று சொல்லப்படுவதை ஒரு விதியின் காரணமாகச் செய்வதற்கும், தத்துவத்தின் அடிப்படையில் செய்வதற்கும் வித்தியாசம் இருக்கிறது. தத்துவம் தவறாக இருக்கலாம். ஆனால் அதன் அடிப்படையில் செய்யப்படும் செயல் உணர்வுடனும், பொறுப்புடனும் செய்யப்படுகிறது.

விதி சரியானதாக இருக்கலாம். ஆனால் அதைப் பின்பற்றும் செயல் யந்திரத்தனமானது. ஒரு மதச் செயல் சரியானதாக இல்லாவிட்டால் குறைந்தபட்சம், பொறுப்புடன் செய்யப்படுவதாகவேனும் இருக்க வேண்டும். இவ்வாறு பொறுப்புடன் செயல்பட வேண்டுமானால் மதம் முக்கியமாக தத்துவங்கள் சம்பந்தப்பட்டதாக இருக்கவேண்டும். அது விதிகள் மட்டுமே சம்பந்தப்பட்டதாக இருக்கக்கூடாது. மதம் வெறும் விதிகள் மட்டும் சம்பந்தப்பட்டதாகும்போது அது மதம் என்ற நிலையை இழந்துவிடுகிறது. ஏனென்றால் அது மதச் செயலில் பொறுப்பைக் கொன்றுவிடுகிறது. பொறுப்புடன் செய்யப்படுவதுதான் மதச் செயலின் சாரமான பண்பு.

இந்துமதம் என்பது என்ன? அது தத்துவங்களின் தொகுப்பா அல்லது விதிகளின் தொகுப்பா? இந்து மதம், வேதங்களிலும் ஸ்மிருதிகளிலும் கூறப்பட்டுள்ளபடி பார்த்தால் யாகம், சமூகம், அரசியல், சுகாதாரம் சம்பந்தப்பட்ட விதிகள், ஒழுங்கு முறைகள் ஆகிய எல்லாம் கலந்த ஒரு தொகுப்பாகவே இருக்கிறது. இந்துமதம் என்று கூறுவது உண்மையில் சட்டமே அல்லது அதிகமாகப் போனால் சட்டப்படியான வகுப்பு ஒழுக்கமுறையே. இப்படி கட்டளைகளின் தொகுப்பாக அமைந்துள்ள ஒன்றை நான் மதம் என்று மதிக்கமாட்டேன்.

...விதிகளின் தொகுப்பாக அமைந்த மதத்தை நான் கண்டனம் செய்வதனால் மதமே தேவையில்லை என்று நான் கூறுவதாகக் கருதக்கூடாது. மாறாக மதத்தைப் பற்றி பர்க் (Burke) கூறியுள்ள கருத்து எனக்குச் சம்மதமானதே. அவர் கூறினார்: உண்மையான மதம் சமூகத்துக்கு அஸ்திவாரமாயிருக்கிறது. அதை அடிப்படையாகக்கொண்டுதான் எல்லா அரசாங்கங்களும் அவற்றின் அதிகாரங்களும் அமைந்துள்ளன.

எனவே, இந்தப் பழங்கால விதிகளாலான மதத்தை ஒழிக்கவேண்டும் என்று நான் கூறும்போது அதற்கு பதிலாக தத்துவங்களால் ஆன மதம் ஒன்று வரவேண்டும் என்று விரும்புகிறேன். அப்படிப்பட்ட மதம்தான் உண்மையில் மதம் என்று கூறத் தகுந்தது. மதம் மிகவும் அவசியம் என்று நான் உறுதியாக நம்புவதால், மதச் சீர்திருத்தத்தில் அவசியமாக இடம்பெற வேண்டிய அம்சங்கள் என்ன என்பதைக் குறிப்பிட விரும்புகிறேன்.

அவை வருமாறு : 1) இந்து மதத்துக்கு ஒரே ஒரு பிரமாணமான புத்தகம் இருக்கவேண்டும். இது எல்லா இந்துக்களும் ஏற்கத்தக்கதாக, எல்லா இந்துக்களாலும் ஒப்புக்கொள்ளப்பட்டதாக இருக்கவேண்டும்.

2) இந்துக்களிடையே புரோகிதர்கள் இல்லாமல் ஒழித்துவிடுவது நல்லது. ஆனால் இது இயலாது என்று தோன்றுவதால் புரோகித தொழில் பரம்பரையாக வருவதை நிறுத்தவேண்டும். இந்து என்று கூறிக்கொள்ளும் ஒவ்வொருவரும் புரோகிதராக வர அனுமதிக்கவேண்டும். இதற்கென அரசு நிர்ணயிக்கும் தேர்வில் தேர்ச்சி பெற்று புரோகிதராக இருப்பதற்கு அரசின் அனுமதிப் பத்திரம் பெறாத எந்த இந்துவும் புரோகிதராக இருக்கக்கூடாது....

எல்லோரும் புரோகிதராக வர வழி செய்வதன் மூலம் அதில் ஒரு ஜனநாயகத் தன்மை ஏற்படும்..... இந்தச் சீர்திருத்தத்தை எந்தத் தரப்பினரும் எதிர்க்கக்கூடாது. ஆரிய சமாஜிகள்கூட இதை வரவேற்க வேண்டும்..... எளிமையாகச் சொன்னால் புதியது உயிர்பெற்று துடிப்புப் பெறத் தொடங்குவதற்கு முன் பழையது மறைந்துபோக வேண்டும்.

சாஸ்திரங்களின் அதிகாரத்தை நீங்கள் விட்டொழிக்கவேண்டும் என்றும் சாஸ்திரங்கள் கூறும் மதத்தை அழிக்கவேண்டும் என்றும் நான் கூறியதன் பொருள் இதுதான்.

இதுதான் அம்பேத்கரின் பதில். இதில் நேரடியாகவே இந்து மதம் தன்னை நிலைநிறுத்திக்கொள்வதற்கு சீர்திருத்திக்கொள்வதற்கு அவர் காத்திரமான கருத்துகளைக் கொடுக்கிறார். அழிக்க, ஒழிக்க வேண்டும் என்று நினைப்பவர்கள் காத்திரமான கருத்துகளைத் தரமாட்டார்கள்.

இதுமட்டுமல்ல அம்பேத்கர் எழுதிய சாதி ஒழிப்பு நூலுக்கு காந்தியடிகள் மறுப்பு வெளியிட்டார். காந்தியடிகளின் மறுப்புக்கு மறுப்பாக அண்ணல் அம்பேத்கர் ஒரு கடிதம் எழுதினார். அதில் இந்து

சமுதாயத்துக்கு ஒழுக்கரீதியிலான புத்துணர்வு தேவைப்படுகிறது. இதைத் தள்ளிப்போடுவது ஆபத்தானது என்று குறிப்படுகிறார். அழிக்கவேண்டும் என்பவர்கள் இதுபோன்ற கருத்துகளைச் சொல்ல மாட்டார்கள். ஆகவே, அம்பேத்கர் இந்து மதத்தைச் சீர்த்திருத்த நினைத்தார் என்பதே உண்மையாகும்.

இந்து மதத்தை ஒழிக்கவேண்டும் என்று நினைத்திருந்தால் 1935லேயே அவர் வேறு மதம் தழுவியிருக்கலாம். 20 வருடங்களுக்கும் மேலாக அவர் காத்திருக்க வேண்டிய அவசியம் இல்லை. ஆனாலும் காத்திருந்தார். ஏன்? இந்து மதம் சீர்பட வேண்டும் என்பதற்காகவே. மேலும் அப்படி மதம் மாறியபோதும் கிளை மதமான பௌத்தத்துக்குத் தான் சென்றார். அண்ணல் அம்பேத்கருக்கு பௌத்த சடங்கைச் செய்வித்து பௌத்த தீட்சை கொடுத்தவர் மகாஸ்தவீர் சந்திராமணி ஆவார். அண்ணல் அம்பேத்கர் பௌத்தத்தைத் தழுவியதையொட்டி மகாஸ்தவீர் சந்திராமணியும் மற்ற பிக்குகளும் வெளியிட்டிருந்த துண்டறிக்கையில், 'இந்து மதமும் பௌத்தமும் ஒரே மரத்தின் கிளைகள் போன்றவை' என்றே குறிப்பட்டிருந்தனர். அம்பேத்கரும் இந்து மதத்திலிருந்து பௌத்தத்துக்கு மாறுவதென்பது ஒரு வீட்டின் ஒரு அறையில் இருந்து இன்னொரு அறைக்கு மாறுவது போன்ற நிகழ்வுதான் என்றே கூறியிருக்கிறார்.

மேலும் மதம் மாறும்போது சிவன், விஷ்ணு, பிரம்மாவை வணங்கவேண்டாம் என்று மட்டுமே சொன்னார். இந்துத்துவத்தில் பல்வேறு மதங்கள் கடவுளர்களை ஏற்றுக்கொண்டதேயில்லை. ஆரிய சமாஜிகள் எந்த இந்துக் கடவுளர்களையும் ஏற்றுக்கொண்டதில்லை. இது ஒரு பெரிய விஷயமே அல்ல என்பது அம்பேத்கருக்குத் தெரியும். ஆனால், உபநிஷத்துகளை யாரும் பின்பற்றவேண்டாம், ஏற்றுக் கொள்ளவேண்டாம் என்று உறுதிமொழி எடுக்கச் சொல்லவில்லை. ஏன்? அதில்தான் விஷயம் அடங்கியிருக்கிறது.

இந்து மதத்தின் புதிர்கள் நூலில் அண்ணல் அம்பேத்கர் சொல்கிறார்:

பிரம்ம தத்துவமானது பிரம்மமே இந்த உலகின் அனைத்திற்கும் அடிப்படை என்று சொல்கிறது. இந்தத் தத்துவத்தின் மீது பல விமர்சனங்கள் முன்வைக்கப்படுகின்றன. அஹம் பிரம்மாஸ்மி அதாவது நான் கடவுள் என்ற வாக்கியம் திமிரான வாக்கியமாகச் சொல்லப்படுகிறது. உண்மையில் பலவீனமாக இருக்கும் ஒரு மனிதருக்கு இந்த வாக்கியம் மிகுந்த தன்னம்பிக்கையையே தரும். அந்த வகையில் இது வரவேற்கத் தகுத்த வாக்கியமே. மேலும் இந்த மஹா வாக்கியத்தின் இன்னொரு வரி தத்வமஸி. அதாவது நீயும் கடவுளே. இதையும் சேர்த்துப் பார்த்தால் நான் கடவுள் என்பது திமிரான

வாக்கியம் என்று நிச்சயமாகச் சொல்லமுடியாது. ஒவ்வொருவருமே கடவுள் என்று சொல்வது ஒவ்வொருவருடைய முக்கியத்துவத்தையும் அடிக்கோடிடுகிறது. அதுவே ஜனநாயகத்தின் அடிப்படையும்கூட. ஜனநாயகக் கோட்பாடு மேற்கத்தியர்களுடைய கண்டுபிடிப்பு; கிறிஸ்தவம், பிளேட்டோ என்று அதற்கான வேர்களைத் தேடிச் சொல்வதுண்டு. ஆனால், அவர்கள் இந்து மதத்தின் பிரம்ம தத்துவத்தைப் படித்திருந்தார்கள் என்றால் நிச்சயம் அப்படிச் சொல்ல மாட்டார்கள். உண்மையில் ஜனநாயகம் என்ற கோட்பாட்டுக்கு இந்தியாவும் தனது தத்துவார்த்தப் பங்களிப்பை பிரம்ம தத்துவத்தின் மூலம் வழங்கியிருக்கிறது.

அப்படி உபநிஷத் மீது நல்லெண்ணம் இருந்ததால்தான் இந்துக் கடவுள்களை நிராகரித்த அம்பேத்கர் உபநிடதங்களை நிராகரிக்கும்படி ஒரு விதியைச் சேர்த்திருக்கவில்லை.

●

அம்பேத்கர் ஏராளமான இந்துத்துவர்களுடன் நெருங்கிய தொடர்பில் இருந்தார். பல இந்துத்துவர்களும் அம்பேத்கரை மாபெரும் தலைவராக மதித்திருக்கின்றனர். காஷ்மீரம் முதல் கன்யாகுமரி வரையிலுமான ஆர்.எஸ்.எஸ் அலுவலகங்களில் சொல்லப்படும் அன்றாட அதிகாலைப் பிரார்த்தனையான ஏகாத்மதா ஸ்தோத்திரத்தில்

சுபாஷ: ப்ரணவானந்த: க்ராந்தி வீரோ விநாயக:
டக்கரோ பீமராவஸ்ச ஃபுலே நாராயணோ குரு: (30)

நேதாஜி சுபாஷ் சந்திரபோஸ், வங்காளத்தில் தோன்றிய சுவாமி பிரணவானந்தர், புரட்சி வீரர் விநாயக தாமோதர சாவர்க்கர், தக்கர்பாபா, டாக்டர் பீமராவ் அம்பேத்கர், மகாத்மா ஜோதிபா ஃபுலே, நாராயண குரு என இந்து மதத்துக்குப் புத்துயிரும் எழுச்சியும் அளித்த மகான்களில் ஒருவராக அம்பேத்கரையும் துதித்துப் போற்றுகிறது.

தான் மதம் மாற முடிவெடுத்தபோது, அது தொடர்பான அறிக்கையை இந்து மகாசபையைச் சேர்ந்த மூஞ்சே, ஜெயகர் (ஈ.வெ.ராமசாமி 1930-ல் பெண்ணுரிமை தொடர்பாக நடத்திய ஈரோடு கூட்டத்தின் தலைவராக இருந்தவர்) ஆகியோரிடம்தான் கொடுக்கிறார். அவர்களுடைய ஆலோசனையின் பேரிலேயே இந்துப் பாரம்பரியத்துக்கும் தேச நலனுக்கும் எதிரான மதங்களுக்கு நிச்சயம் மாறமாட்டேன் என்ற முடிவை எடுத்தார்.

ஜெயகர் அவர்கள்தான் காவல்துறையில் தலித்களுக்கும் பிரதிநிதித்துவம் தரவேண்டும் என்று முதன் முதலில் குரல் கொடுத்தவர். பள்ளிகளில்

தலித்களைச் சேர்ப்பதற்குத் தடை இருந்த காலத்தில் அவர்களைச் சேர்க்கச் சொல்லிப் போராடியிருக்கிறார். அம்பேத்கரின் அம்பதாவது பிறந்தநாள் கொண்டாடத்துக்கு ஒரு விழா ஏற்பாடானது. அப்போது அம்பேத்கரின் நண்பர்கள் இந்து மகா சபாவின் தலைவராக இருந்த ஜெயகரையே பிறந்தநாள் கமிட்டியின் தலைவராக நியமித்தார்கள்.

காந்தி கொலைக்குப் பின்னர் கணிசமான இந்துத்துவர்கள் செயலிழக்கச் செய்யப்பட்டார்கள். உதாரணமாக, நாராயண் கரேயைச் சொல்லலாம். அக்னி போஜ் என்கிற பட்டியல் சமுதாயத் தலைவரை தம் மந்திரி சபையில் சேர்த்ததால் காங்கிரஸால் எதிர்க்கப்பட்டார். இதை அம்பேத்கர் தமது நூலில் குறிப்பிடுகிறார். நாராயண் கரே தீவிர இந்துத்துவர். இந்து மகாசபைக்காரர். 'நேரு பண்பாட்டால் முஸ்லீம்; படிப்பால் பிரிட்டிஷ்; பிறப்பின் விபத்தால் மட்டுமே இந்து' என்கிற மேற்கோளை கேள்விப் பட்டிருப்பீர்கள். அதைச் சொன்னவர் அவரே. காந்தி கொலையுடன் இவரைத் தொடர்புபடுத்தி கரேயின் ஆட்சி (ராஜஸ்தான் சமஸ்தானத்தின் ஆல்வார் பிராந்தியத்தின் பிரதமராக இருந்தார்) கலைக்கப்பட்டது. அப்போது அவருக்கு ஆதரவுடனும் தோழமையுடனும் நடந்து கொண்டவர் அம்பேத்கர் மட்டும்தான். நாராயண கரேவின் ஆட்சி கலைக்கப்பட்டதை எதிர்த்து நடைபெற்ற போராட்டத்தில் அண்ணல் அம்பேத்கரும் மூஞ்சேவும் கலந்துகொண்டு பேசினர்.

ராமகிருஷ்ண மிஷனுடைய சமூக சேவைகள் மீது மிகுந்த மதிப்பு வைத்திருந்தார் அம்பேத்கர். புத்த சங்கங்கள் சோம்பேறிகளின் கூடாரமாக மாறியதைக் கண்டிக்கும்போது 'சமூக சேவை என்றதுமே ராம கிருஷ்ண மிஷனின் நினைவுதான் அனைவருக்கும் வருகிறது. அதுபோல் புத்த சங்கங்களும் சமூக சேவையில் ஈடுபடவேண்டும்' என்று கூறுகிறார். இந்துத்துவ அமைப்பாக இருக்கும் ராம கிருஷ்ண மிஷன் அமைப்புக்கு இந்து அமைப்புகள் மட்டுமல்லாமல் அண்ணல் அம்பேத்கரும் நன்கொடை அளித்திருக்கிறார். கிறிஸ்தவ இஸ்லாமிய அமைப்புகளுக்கு அவர் நன்கொடை அளித்ததாக எந்த ஆதாரமும் இல்லை. கிறிஸ்தவ மதமாற்ற சேவைகளைக் கடுமையாக விமர்சிக்கவும் செய்கிறார்.

இப்படி அண்ணல் அம்பேத்கர் இந்துத்துவத்தன்மையில் செயல் பட்டிருக்கிறார். இந்துத்துவவாதிகளுடன் நெருக்கமாக இருந்திருக்கிறார். அவர்களுடன் காத்திரமான செயல்பாடுகளை இணைந்து செய்திருக்கிறார். இவையெல்லாமே புதைக்கப்பட்ட உண்மைகள். திட்டமிட்டு புதைக்கப்பட்ட அந்த இந்துத்துவ அம்சத்தை உயிர்ப்பிக்கும் சிறு முயற்சி மட்டுமே இந்த நூல்.

**ம.வெங்கடேசன்**

*29.02.2016*

# பாபா சாகேப் அம்பேத்கரை முழுமையாக அறிதல்

'இந்துத்துவ அம்பேத்கர்' என்கிற தலைப்பில் சகோதரர் ம.வெங்கடேசன் ஒரு புத்தகம் எழுதப்போகிறார் என்ற உடனேயே விமர்சனங்கள் எழ ஆரம்பித்துவிட்டன. புத்தகம் வருவதற்கு முன்னரே ஒரு கட்டுரை அளவில் விமர்சனம் பெற்றது என்கிற பெருமை இந்தப் புத்தகத்துக்குத்தான் உண்டு. அந்த அளவு அச்சம். தாங்கமுடியாத அச்சம். பின்னர் ஊகங்கள்:

'இந்த நூல் தனஞ்ஜெய் கீரின் நூலின் அடிப்படையில்தான் எழுதப்பட்டிருக்கவேண்டும்.' 'அம்பேத்கரின் காந்தி எதிர்ப்புதான் இந்துத்துவர்களை அம்பேத்கருடன் இணைக்கிறது.' 'அம்பேத்கர் 'பாகிஸ்தான் குறித்த சிந்தனைகள்' என்கிற நூலில் வெளிப்படுத்திய இஸ்லாமிய எதிர்ப்பு கருத்துகளால்தான் அவரை இந்துத்துவர்கள் சிலாகிக்கிறார்கள்.'

இந்த நூல் இவை அனைத்துக்கும் சரியான பதிலாக இருக்கும். ம.வெங்கடேசன் நடுநிலைதவறாத ஆராய்ச்சியாளர். அவர் நீதிக்கட்சி குறித்து எழுதிய தொடர் கட்டுரை தமிழ்ஹிந்து.காம் இணையதளத்தில் வெளிவந்தபோது அவர் பலரின் எதிர்ப்பையும் விமர்சனத்தையும் புன்னகையுடன் நேர்கொண்டார். பாபா சாகேப் அம்பேத்கரின் கருத்துகளில் ஆழமான வேர்கொண்டவர் அவர். அவர் இந்த நூலை எழுதுவதற்கு மிகமுக்கியமான காரணம் ஒன்று உண்டு. அது அவர் வளர்ந்த இயக்கம். அதில் அவர் பெற்ற அனுபவங்கள். இளம் வயதிலேயே ஆர்.எஸ்.எஸ் ஷாகா போனவர் அவர்.

அங்கே காலை பிரார்த்தனையில் பாபா சாகேப் அம்பேத்கர் பெயரைச் சொல்லி வணங்குவார்கள். ஆனால் அவரைச் சுற்றி 1990களில் இருந்து பாபா சாகேப் அம்பேத்கர் பெயரைச் சொல்பவர்களை அவர் காண்கிறார். அவர்கள் சொல்லும் அம்பேத்கர் தீவிர ஹிந்து விரோதி.

சங்க வட்டாரங்களில் அறிவுஜீவி எனப் புகழப்பட்ட அருண் ஷோரி அம்பேத்கரை எதிர்த்து ஒரு புத்தகம் எழுதுகிறார். அப்போது ஆர்.எஸ்.எஸ் அருண் ஷோரியை மறுதலிக்கிறது. அருண் ஷோரி காட்டும் அம்பேத்கர் உண்மை அம்பேத்கர் அல்ல. உண்மையான அம்பேத்கர் தேசபக்த அம்பேத்கர் என ஒரு தொடர் கட்டுரை ஆர்.எஸ்.எஸ்ஸின் அதிகாரபூர்வ இதழில் வெளிவருகிறது. இவை எல்லாம் ம.வெங்கடேசனை 'உண்மை என்ன?' என்பதைத் தேடவைத்தது.

பாபா சாகேப் அம்பேத்கரின் ஐம்பதாவது ஆண்டுவிழா கமிட்டியின் தலைவராக இருந்தவர் இந்துத்துவரான ஜெயகர் என்பதை ம.வெங்கடேசன் சுட்டிக்காட்டுகிறார். பாபா சாகேபின் இந்து மத விரோதம் என்பது ஒரு கண்டிப்பான விமர்சனம் மட்டுமே என்பதை அவர் கண்டடைகிறார்.

இந்து மதம் என்பது ஸ்மிருதிகளின் அடிப்படையிலான ஒன்று மட்டும்தான் என்றால் அந்த இந்து மதத்தை டாக்டர்.அம்பேத்கர் நிராகரிக்கிறார். கடுமையாக விமர்சிக்கிறார். ஆனால் 'இந்து' என்பது அதன் பரந்து விரிந்தபொருளில் விராட ஹிந்துத்துவ பெயராகப் பயன்படுத்தப்படுவதை ஏற்கிறார். ஏற்பது மட்டுமல்ல அதையே அவர் முன்வைக்கிறார். இவை பாபா சாகேப் அம்பேத்கரின் அடிப்படை நிலைப்பாடுகள்.

இனவாதக் கோட்பாட்டின் அடிப்படையில் இந்திய சமுதாயத்தை அணுகுவதை பாபா சாகேப் முழுமையாக நிராகரித்தார். பண்டைய இலக்கியங்களை அணுகி ஆராய்ந்து இதற்கான பதிலை விரிவாக முன்வைத்தார் டாக்டர் அம்பேத்கர். ஆரியர்கள் என்பது இன அடிப்படையிலான பாகுபாடு என்பதையும் அவர்கள் வெளியிலிருந்து வந்தவர்கள் என்பதையும் அவர் மறுத்தார். ஒரு பண்பாட்டு குழுமமாக அவர்களுக்கும் நாகர்களுக்கும் மோதல் இருந்திருக்கலாம் என அவர் கருதுகிறார்.

இங்கும் ஒரு விஷயத்தை பாபா சாகேப் கூறுகிறார். நாகர்-ஆரியர் என்கிற அடிப்படையில்கூட சாதி அமைப்பு ஏற்படவில்லை. ஆரியர் பிராமணரென்றால் தீண்டப்படத்தகாதவர் என அழைக்கப் பட்டவர்களும் ஆரியரே. பிராமணர் நாகரென்றால் தீண்டப்படத் தகாதவர் என அழைக்கப்பட்டவர்களும் நாகரே. எனவே சாதியை இன

கோட்பாட்டுடன் இணைக்கமுடியாது என்பது அவரது நிலைப்பாடு. அண்மைக்கால மரபணு ஆராய்ச்சிகள் பாபா சாகேப் அம்பேத்கரின் கருத்து உண்மை என்பதைக் காட்டுகின்றன.

பாஸ்கர் நாராயண் கரே, ஜெயகர், மூஞ்சே, சாவர்க்கர் என அன்றைய முக்கிய இந்துத்துவத் தலைவர்களுடன் அவருக்கு நல்லிணக்கம் இருந்தது. உபநிடதங்கள் மீது அவருக்கு பெரும் மதிப்பு இருந்தது.

அத்வைத மகாவாக்கியங்களே ஜனநாயகத்தின் ஆன்மிக அடிப் படையை அளிக்கமுடியும் எனக் கருதியவர் அவர். இந்தியாவின் எல்லைகள் குறித்து அவருக்குக் கவலை இருந்தது. வலுமையான ராணுவம் தேவை என்பதை முழுக்க உணர்ந்தவர் பாபா சாகேப். இஸ்லாமிய பாகிஸ்தான், மாவோயிச சீனா ஆகியவை இந்தியாவின்மீது ஆக்கிரமிப்பு எண்ணத்துடன் கண் வைப்பதை அவர் உணர்ந்திருந்தார். ஹிந்து ஒற்றுமைக்கு (இந்துசங்கதான்) சாதியம் அழியவேண்டுமென்பதை சமரசமற்ற தீர்வாக முன்வைத்தார்.

இந்து மதத்தின் சாதியத்தை விமர்சித்த பாபா சாகேப் எந்த ஒரு கட்டத்திலும் இந்து மக்களின் பாதுகாப்பு என வரும்போது சிறிதளவு சமரசம்கூடச் செய்தது இல்லை. பாகிஸ்தானில் அகப்பட்டுகொண்ட இந்துக்களின் நிலையாகட்டும், காஷ்மீரத்து ஹிந்து-பௌத்த-சீக்கியர்களின் வருங்காலம் ஆகட்டும் அவர் விராட இந்து சமுதாயத்தின் பாதுகாப்பு என்பதை எப்போதும் வலியுறுத்திவந்தார்.

பெற்ற சுதந்திரத்தை பேணிக் காப்பதென்பது இந்துக்களின் பாதுகாப்பு தான் என்பதை எப்போதும் வலியுறுத்தி வந்தவர் பாபா சாகேப். ''ஸ்வராஜ்ஜியத்தைக் காப்பாற்றுவதைவிடப் பெற்ற ஸ்வராஜ்ஜியத்தில் ஹிந்துக்களைப் பாதுகாப்பதென்பது முக்கியமானது. தங்களை காப்பாற்றும் வலு இல்லாமல் ஹிந்துக்கள் பெறும் சுதந்திரம் இறுதியில் அடிமைத்தளையாக மாறிவிடும்'' என்பதைத் தொடர்ந்து வலியுறுத்தி வந்தார் பாபா சாகேப் அம்பேத்கர்.

சரி எந்த அம்பேத்கர் உண்மையான அம்பேத்கர்? ஹிந்துமதத்தைக் கடுமையாக எதிர்க்கும் அம்பேத்கரா? அல்லது ஹிந்துத்துவர்கள் போற்றும் அம்பேத்கரா? எது முழுமையான அம்பேத்கரைக் காட்டுகிறது?

பாபா சாகேப் அம்பேத்கரை இந்துத்துவப் பார்வையில் பார்க்கையில் அவரது இந்து மத விமர்சனத்தைக் கணக்கில் எடுத்துக்கொண்டே அவரது இந்துத்துவ ஆதார நிலைபாடுகளை ம.வெங்கடேசன் முன்வைக்கிறார். ஆனால், பாபா சாகேப் அம்பேத்கரை இந்து

விரோதியாகக் காட்டுகிறவர்கள் அவரது ஆதார இந்துத்துவ நிலைப் பாடுகளை மறைத்தே அவரை இந்து விரோதியாகக் காட்ட வேண்டியதுள்ளது. இதிலிருந்தே உண்மையான பாபா சாகேப் அம்பேத்கர் யார் என்பதும் அவரது முழுமையான பரிமாணங்கள் என்னென்ன என்பதும் விளங்கும்.

அரவிந்தன் நீலகண்டன்
கன்யாகுமரி

# ஜாதி ஒழிப்பில் ஆரிய சமாஜம்

ஆரிய சமாஜம் சுவாமி தயானந்த சரஸ்வதி அவர்களால் 1875ல் ஆரம்பிக்கப்பட்டது. வேத காலத்துக்குத் திரும்பு வோம் என்பதே இவர்களின் அடிப்படைக் கொள்கையாக இருந்தது. சதுர் வர்ணத்தை ஏற்றுக்கொண்டிருக்கிற ஆரிய சமாஜம் ஜாதியை ஏற்றுக்கொள்வதில்லை. பிறப்பினால் ஜாதி அமைவதில்லை என்பது ஆரிய சமாஜத்தின் முக்கிய மான கோட்பாடு. ஜாதி ஒழியவேண்டும் என்பதில் அக்கறை கொண்டவர்கள். அதற்காகப் பல்வேறு பணி களைச் செய்தவர்கள். ஜாதி ஒழிப்புக்குக் கலப்புத் திருமணங்கள், சமபந்தி போஜனங்கள் போன்றவற்றைக் கடைபிடித்து வந்தது இந்த அமைப்பு. இந்த அமைப்பில் இருந்த பலர் ஜாதியை ஒழிக்க அரும்பாடுபட்டனர். இன்றும் கலப்புத் திருமணங்களை ஊக்குவித்து வரும் அமைப்பு இது. எல்லா வர்ணத்தாருக்கும் வேதம் படிக்க உரிமை உண்டு, பூணூல் அணிய உரிமை உண்டு, சடங்குகள் செய்ய உரிமை உண்டு என்பதை வேத சுலோகத்தில் இருந்து நிரூபித்து அதைச் செயலில் கடைப்பிடித்து வரும் அமைப்பு இது ஒன்றுமட்டுமே.

1888ல் பஞ்சாபில் முஸாஃபர் கட் ஜில்லாவில் பண்டித கங்காராம் எனும் ஆரிய சமாஜ பிரசாரகர் ஓட் எனும் தீண்டாதார் சமுதாயத்தினருக்கு பூணூல் அணிவித்துப் புரட்சி செய்தார். தீண்டாமை ஒழிப்பைத் தாம் கடை பிடித்ததோடு இல்லாமல் பிரசாரம் செய்த பண்டிதர் சோமநாதர் எனும் ஆரிய சமாஜப் பிரசாரகரும்

அவருடைய அன்னையும் ஜாதி இந்துக்களால் சமூகக் கட்டுப்பாடு செய்யப்பட்டிருந்தனர். கிணற்றிலிருந்து நீர் எடுக்க முடியாமல் வாய்க்கால் நீர் அருந்தி நோய்வாய்ப்பட்டார். மருத்துவர் கிணற்று நீர்தான் அருந்தவேண்டும் என்று கூறியதால் பண்டித சோமநாதர் அன்னையின் உயிரைக் காக்க ஜாதி இந்துக்களுடன் சமரசமாகப் போகவும் தயாராக இருந்தார். ஆனால் அவரின் அன்னை பிடிவாதமாக மறுத்துவிட்டார். அவர் உயிர் பிரிந்தது.

ஜம்மு (காஷ்மீர்)வில் தீண்டாமை எதிர்ப்பு - ஒழிப்புப் பிரசாரம் செய்து தாழ்த்தப்பட்ட மக்களுக்காகப் போராடிய பண்டித ராமச்சந்திரர் எனும் ஆரிய சமாஜப் பிரசாரகரை ஜாதி இந்துக்கள் தடிகளால் அடித்தே கொன்றார்கள் (20-1-1923). இந்த உயிர்த்தியாகத்தால் ஜம்மு முழுவதும் மக்களிடையே சமத்துவ உணர்ச்சி பரவித் தீண்டாமை ஒழிந்தது. இன்றும் பண்டிதர் அவர்கள் அடிபட்டு வீழ்ந்த இடத்தில் ஆண்டு தோறும் விழா நடைபெறுகிறது.

பஞ்சாபில் ஸியால்கோட் பகுதியில் வாழ்ந்த மேக் எனப்படும் தீண்டாதாரிடையே வேதப் பிரசாரம் செய்வதிலும் இவர் முக்கியப் பங்கு வகித்தார். ஆரிய சமாஜ குருகுலங்களில் தீண்டாதார் குடும்பத்தைச் சேர்ந்த மாணவர்கள் சேர்ந்தனர். அவர்களுடைய வாழ்வு முன்னேற்றத்துக்காகக் கைத்தொழில் பள்ளிகள் துவங்கப்பட்டன. ஏறத்தாழ மூன்று லட்சம் பேர் கொண்ட இந்த வகுப்பினர் முன்னேற்றத்துக்காக அரசாங்கத்திடமிருந்து நிலம் பெற்று ‘ஆரியநகர்’ குடியிருப்பு ஒன்றையும் அமைத்தார். அரசாங்கப் பதிவேடுகளில் ஒரு லட்சிய ஸ்தாபனமாகவும் அது புகழ்பெற்றது.

பஞ்சாப், டில்லி, மீரட், அலிகட், பிஜ்னோர் போன்ற இடங்களில் ஆரியசமாஜத்தின் தீண்டாமை எதிர்ப்புப் பிரசாரம் பலமாக நடைபெற்றது. 1928ல் பிஜனோரில் ஆரியசமாஜத் தலைவர் தாகூர்தாஸ் அவர்களின் தலைமையில் 500க்கும் அதிகமான தோல் தொழில் புரியும் அன்பர்கள் (சக்கிலி ஜாதியினர்) ஆரிய சமாஜத்தில் சேர்ந்து பூணூல் எனப்படும் யஜ்ஞோபவீதம் அணிவிக்கப்பெற்றனர். சமபந்தி போஜனம் நடைபெற்றது மட்டுமல்ல அந்தத் தோட்டிகள் மற்றும் சக்கிலியரான இந்து அன்பர்களின் கைகளிலிருந்தே அனைவரும் பிரசாதம் பெற்று மகிழ்வுற்றனர்.

இமயமலைச்சாரல் பகுதியான கட்வாலில் தீண்டாத ஜாதியினரின் திருமணத்தின்போது மணமக்களைப் பல்லக்கில் ஏற்றிச் செல்வதை ராஜபுத்ர இந்துக்கள் தடுப்பது வழக்கம். அவர்களைத் தடியால் அடிப்பதும் கயிற்றால் கட்டி இழுத்துச் செல்வதுமான கொடுமை ஆரிய சமாஜத்தின் முயற்சியால் நிறுத்தப்பட்டு, ராஜபுத்திரர் வீடுகளுக்கும்

கோயில்களுக்கும் முன்னாலேயே அவர்கள் பல்லக்கில் ஏறிச் செல்லலாயினர்.

சமபந்தி போஜனத்துடன் ஆரிய சமாஜத்தவர் நிற்கவில்லை. கலப்புத் திருமணங்களும் நடைபெற்றன. 1924ல் ஜாதிப் பார்ப்பனரான மேதாதிதி என்ற ஆரிய சமாஜ அறிஞர் ஒரு தாழ்த்தப்பட்ட வகுப்புப் பெண்ணைத் திருமணம் செய்து கொண்டார். இந்தோர் சமஸ்தானத்தில் ஆரிய சமாஜத்தின் பிரசார பலம் காரணமாகக் கோயில்கள் தீண்டாதாருக்குத் திறந்துவிடப்பட்டன. ஜாதிவெறியர்களின் எதிர்ப்பைப் பொருட் படுத்தாது ஆரிய சமாஜத் தலைவர் மேகராஜ் அவர்கள் அதற்காகப் பாடுபட்டு உயிர்த்தியாகமும் செய்தார்.

திருவாங்கூரில் வைக்கம் சத்தியாகிரகத்திலும் ஆரிய சமாஜத்தினர் பெருமளவில் பங்கேற்றனர். காமராஜர் அவர்களின் அரசியல் குருவாக விளங்கிய சத்தியமூர்த்தி அவர்கள் குறிப்பிட்டார் : ‘தீண்டாமை ஒழிப்பிற்கு ஆரிய சமாஜத்திலிருந்துதான் மிகப் பெரும் பலம் கிடைத்தது. இன்று தீண்டாமை அதன் மரணத் தருவாயில் உள்ளது. அதற்காக நாம் ஆரிய சமாஜத்துக்கு நன்றி செலுத்தவேண்டும். சுயமரியாதை உணர்வுக்கும், உண்மையான நாட்டு முன்னேற்றத்துக்கும் தீண்டாமை ஒழிப்பு மிகத் தேவையான ஒன்று. நாம் தீண்டாதாரை நம்மவர்களாக ஏற்றுக்கொண்டு அவர்களிடையே தன்மானத்தை அடிப்படையாகக் கொண்ட மானுட உணர்ச்சிகளை நிறைக்கவேண்டும்.’

காந்தியடிகள் ஆரிய சமாஜம் பற்றிக் கூறும்போது, ‘சுவாமி தயானந்தர் நமக்கு அநேக விலைமதிப்பற்ற சாதனைகளை விட்டுச் சென்றுள்ளார். அவற்றுள் தீண்டாமையை எதிர்த்து அவர் குரல் கொடுத்ததும் ஒன்று ஆகும்’.[1]

ஆரியசமாஜம் ஜாதியையும் தீண்டாமையையும் ஒழிக்க அரும்பாடு பட்டாலும் அண்ணல் அம்பேத்கருக்கு ஆரிய சமாஜத்தின்மேல் நம்பிக்கையில்லை. ஏனென்றால் வர்ணம்தான் பிற்பாடு பல்லாயிரம் ஜாதிகளாக உருவெடுத்துள்ளது. அதனால் வர்ணத்தை மீண்டும் நிலை நிறுத்தும் வண்ணம் செயல்படும் ஆரியசமாஜத்தின் மேல் அவருக்கு நம்பிக்கையில்லை. மிகக் கடுமையான விமர்சனங்களை ஆரிய சமாஜத்தின்மேல் அம்பேத்கர் வைத்தார்.

அம்பேத்கர் கூறுகிறார் :

‘‘வேதங்கள் நிலைபேறுடையவை, சாசுவதமானவை, ஆரம்பமோ அந்தமோ இல்லாதவை, பிழையற்றவை; இதேபோன்று இந்த வேதங்களின் அடிப்படையில் அமைந்த இந்து சமூக அமைப்புகளும்

நிலைபேறுடையவை, ஆரம்பமோ அந்தமோ இல்லாதவை, பிழையற்றவை என்று நச்சுப் பிரசாரம் செய்து இந்து சமுதாயத்தை ஒரு தேக்கநிலை சமுதாயமாக ஆக்கும் மிகப்பெரும் தீங்கை ஆரிய சமாஜிகள் இழைத்துள்ளனர். இத்தகைய ஒரு பொய்யான நம்பிக்கையைப் பரப்புவதன்மூலம் ஒரு சமுதாயத்துக்குச் செய்யும் மிக மோசமான தீமை வேறு எதுவும் இருக்க முடியாது. ஆரிய சமாஜிகளின் இந்த சித்தாந்தம் முற்றிலுமாக அழித்தொழிக்கப்பட்டாலொழிய இந்து சமுதாயம் தன்னைச் சீர்திருத்திக் கொள்ளும் அவசியத்தை ஏற்றுக் கொள்ளாது என்று திடமாக நம்புகிறேன்''. (டாக்டர் பாபா சாஹேப் அம்பேத்கர் : பேச்சும் எழுத்தும் தொகுதி 13, பக்.9-10)

இப்படிக் கூறுகிற அண்ணல் அம்பேத்கர் ஆரியசமாஜத்தில் உள்ள பல்வேறு தலைவர்கள் ஜாதி ஒழிப்புக்கும் தீண்டாமை ஒழிப்புக்கும் ஆற்றிய பங்கை எப்போதுமே பாராட்டிப் பேசியும் எழுதியும் வந்துள்ளதையும் மறுக்க முடியாது.

அதேபோல அண்ணல் அம்பேத்கர் ஆரிய சமாஜத்தின்மேல் விமர்சனம் கடுமையாக வைத்தாலும் ஆரிய சமாஜத்தவர் பலர் அண்ணல் மீது அளவுகடந்த அன்பையும் நம்பிக்கையையும் வைத்திருந்தனர்.

1930-1940களில் நடத்தப்பட்ட பல பத்திரிகைகளில் வெளிவரும் செய்திகள் காந்தி, நேரு, அபுல்கலாம் ஆசாத், சுபாஷ் சந்திரபோஸ், முகம்மது அலி ஜின்னா போன்றவர்களின் செய்திகள்தான் நிறைய வெளிவரும். தாழ்த்தப்பட்ட சமூகத்தின் தலைவர்களின் பேச்சுகளை எந்தப் பத்திரிகையும் முக்கியத்துவம் கொடுத்து வெளியிடாது. ஆனால், ஒரே ஒரு பத்திரிகைதான் பாபா சாஹேப் அம்பேத்கரின் உரைகளை உருது மொழியில் மொழிபெயர்த்து வெளியிடும். அந்தப் பத்திரிகையின் பெயர் 'கிரந்தி'. இது லாகூரிலிருந்து உருது மொழியில் வெளிவந்த பத்திரிகை. அதன் ஆசிரியர் சந்த் ராம். பிற்படுத்தப்பட்ட சமூகத்தைச் சார்ந்தவர்.

இவர் முற்போக்குச் சிந்தனையாளராகவும் எழுத்தாளராகவும் இருந்தார். இந்த 'கிரந்தி' பத்திரிகை ஆரிய சமாஜத்தினரால் லாகூரில் நிறுவப்பட்ட ஜத்-பத்-தோடக் மண்டல் என்கிற அமைப்பிலுள்ள முற்போக்கு இந்துக்களால் நடத்தப்பட்டது. ஜாதிய வேறுபாடுகளுக்கு எதிராக வேலை செய்ய அந்தக் காலத்தில் இருந்த ஒரே ஒரு அமைப்பு இதுமட்டும்தான். ஜாதி ஒழிப்புக்குக் கலப்புத் திருமணங்களும் சமபந்தி விருந்துமே சரியான தீர்வு என்று கொள்கைவகுத்து அதை நடத்திக் காட்டியும்வந்தது.

இந்தப் பத்திரிகையில் பல தாழ்த்தப்பட்ட சமூகத்தின் தலைவர்கள் கட்டுரைகளை எழுதியிருக்கிறார்கள். முதன்முதலில் அம்பேத்கரின்

பேச்சுகளைத் தொகுத்து 'அம்பேத்கர் இவ்வாறு கூறுகிறார்' என்ற தலைப்பில் வெளியிட்ட, தாழ்த்தப்பட்ட சமூகத்தவரான பகவான் தாஸ், தெல்லிசேரியிலுள்ள அரசுக் கல்லூரியின் முதல்வராக இருந்த நாவிதர் சமூகத்தவரான டாக்டர் எம்.கரண்சந்த் வதே போன்றோர் 'கிரந்தி' பத்திரிகையில் ஜாதிக்கெதிரான கட்டுரைகளை எழுதியிருக்கின்றனர்.

பஞ்சாப் மாகாணத்தின் தலைநகரான லாகூரில், 1942ல் ஜத்-பத்-தோடக் மண்டலின் தலைவராகவும் சந்த் ராம் இருந்தார். 1936ல் ஜத்-பத் தோடக் மண்டல் நகரில் மிகப்பெரிய மாநாட்டை ஒருங்கிணைத்து அதில் டாக்டர் அம்பேத்கரைத் தலைமையுரை ஆற்ற அழைப்பு விடுத்தனர். ஆயினும் மாநாட்டுக்கு முன்பு அவருடைய உரையின் எழுத்து வடிவத்தைச் சமர்ப்பிக்குமாறு கேட்டுக் கொண்டனர். அதில் அம்பேத்கர் ஓர் இந்து மதத்தவனாக இந்த உரைதான் என் கடைசி உரையாக இருக்கும் என்று கூறியிருந்தார்.

ஜத்-பத் தோடக் மண்டலின் ஒருங்கிணைப்பாளர்கள் மற்றும் உறுப்பினர்கள் அனைவரும் ஆரிய சமாஜத்தைச் சேர்ந்தவர்கள் என்பதால் அவர்கள் தீண்டத்தகாதோரின் மதமாற்றத்தை எதிர்த்தனர். இந்துத் தலைவர்கள் அம்பேத்கரின் கருத்துகளைக் கண்டு அஞ்சுவார்கள் என்பதால் அவரது உரையில் சிலவற்றை நீக்குமாறு கேட்டுக் கொண்டனர். ஆனால், அம்பேத்கர் தனது முக்கிய கருத்தை நீக்க மறுத்து மண்டலின் அழைப்பை நிராகரித்தார்.

பின்னர் ஆரிய சமாஜத்தினரான சந்த்ராம் அந்த உரையை வாங்கித் தனியாக வெளியிட்டார். ஆங்கிலத்தில் Annihilation of Caste (ஜாதி ஒழிப்பு) என்றும் இந்தியில் 'ஜாத்பத் கா விச்செத்' என்றும் தலைப் பிட்டிருந்தார். அந்த உரை பல்வேறு மொழிகளில் மொழிபெயர்க்கப் பட்டுப் பிரசுரிக்கப்பட்டது. இந்த உரையை முதன்முதலில் பஞ்சாபில் மொழிபெயர்த்து வெளியிட்டது சந்த்ராம் என்ற ஆரிய சமாஜிதான்.

அம்பேத்கர் சந்த்ராமின் மாசற்ற குணத்துக்கும் ஜாதிக்கெதிரான அவரது அர்ப்பணிப்புடன் கூடிய இடைவிடாத போராட்டத்துக்கும் மிகுந்த மதிப்பளித்தார். அம்பேத்கர் தான் எழுதும் புதுப் புத்தகங்களின் பிரதிகளை சந்த்ராமுக்கு அனுப்பி, அவரது கருத்துகளைக் கேட்பது வழக்கம்.

ஜாத்பத்தோடக் மண்டலின் பணியை அண்ணல் இவ்வாறு கூறுகிறார் : ஜாதியை உடைப்பதற்கு உண்மையான தீர்வு கலப்பு மணமே. வேறு எதுவும் ஜாதியைக் கரைக்க முடியாது. உங்களுடைய ஜாத்பத் தோடக் மண்டல் இந்த வழியைப் பின்பற்றுகிறது. இது ஜாதியை நேருக்கு நேராக எதிர்ப்பது போன்றது. நோய் என்ன என்பதைச் சரியாகக்

கண்டுபிடித்தற்காகவும் இந்துக்களிடம் உள்ள உண்மையான தவற்றைத் தைரியமாக எடுத்துக் கூறியதற்காகவும் நான் உங்களைப் பாராட்டுகிறேன். அரசியல் கொடுமையைவிடச் சமூகக் கொடுமை பயங்கரமானது. எனவே, சமூகத்தை எதிர்த்து நிற்கும் சீர்திருத்தவாதி, அரசாங்கத்தை எதிர்க்கும் அரசியல்வாதியைவிடத் தீரம் மிகுந்தவன். சமபந்தி போஜனமும் கலப்பு மணமும் இயல்பான நடைமுறை களாகும்போதுதான் ஜாதியின் சக்தி அழியும் என்று நீங்கள் கருதுவது சரியானதே. நோயின் மூலத்தை நீங்கள் கண்டுபிடித்துவிட்டீர்கள்'' என்று கூறுகிறார்.

ஆரிய சமாஜம் தீண்டாதவர்களை எவ்வாறு அரவணைத்தது என்பதை அண்ணல் அம்பேத்கரின் வாழ்க்கையிலிருந்தே நாம் தெரிந்து கொள்ளலாம். தனது படிப்புக்கு உதவிய அரசர் மீதான நன்றியின் காரணமாக 1913ல் பரோடாவில் வேலைக்குச் சேர அம்பேத்கர் முடிவெடுத்தார். இதற்காக அம்பேத்கர் தந்தையுடன் சண்டை போட்டார். பம்பாயின் பரந்த சமூகத்தில் பணி செய்வதற்குப் பதிலாக பரோடாவின் குறுகலான சூழ்நிலைக்குச் செல்வதைத் தந்தை எதிர்த்தார். அம்பேத்கர் ஒத்துக்கொள்ளவில்லை. ஆனால் பரோடாவை அடைந்தவுடனே குஜராத்தில் வலிமையான ஜாதியத்தைப் பற்றிய தந்தையின் முன்னெச்சரிக்கை உண்மையென்பதைப் புரிந்து கொண்டார். ஆரிய சமாஜத்தின் ஓய்வு அறையைத் தவிர வேறெங்குமே அம்பேத்கருக்குத் தங்க ஒரு அறைகூடக் கிடைக்கவில்லை.[2]

ஆம். அண்ணல் அம்பேத்கருக்கு - ஒரு தீண்டத்தகாதவருக்கு தங்க இடம் கொடுத்த ஒரே இந்து அமைப்பு ஆரியசமாஜம்தான்.

---

ஆதாரக் குறிப்புகள்

1. வேதஜோதி, பக்.127-130

2. அம்பேத்கர் - ஒரு புதிய இந்தியாவுக்காக...., கெயில் ஓம்வெத், பக்.10

# சுவாமி சிரத்தானந்தர்

ஆரிய சமாஜத்தின் புகழ்பெற்ற, முக்கிய தலைவர் சுவாமி சிரத்தானந்தர். இவருடைய இயற்பெயர் முன்ஷிராம். 1864ல் குருதாஸ்பூர் ஜலந்தர் பகுதிகளில் வாழ்ந்த ரஹதிகள் எனப்படும் தீண்டாதாரிடையே செயலாற்றினார். 1916ல் பரிதாபாத் அருகிலுள்ள ஆரவல்லியில் குருகுலம் இந்திரபிரஸ்தம் என்ற கல்வி நிறுவனம் ஆரம்பித்து அதில் தாழ்த்தப்பட்டவர்களையும் சேர்த்துக்கொண்டார். 1917ல் முன்ஷிராம் என்ற பெயர் சிரத்தானந்தர் என்று மாறியது.

டில்லியிலும் அதைச் சூழ்ந்த பகுதிகளிலும் சிரத்தானந்தரின் தலைமையில் செயல்படும் 'தலித்தோர் சபை' மட்டுமே அந்நாளில் தாழ்த்தப்பட்டோர் துயர்துடைப்புப் பணிகளில் ஈடுபட்டிருந்தது. டில்லியில் தீண்டாதார் முன்னேற்றக் கழகம் அமைத்தார். ஆறுகோடி தீண்டாதார் முழு அளவில் இந்துக்களாகாதவரை பாரதம் உண்மையில் சுதந்திரம் அடையாது என்று அவர் உறுதியான கருத்துக் கொண்டிருந்தார். டில்லியிலும் சுற்று வட்டாரங்களிலும் பொதுக்கிணறுகளிலிருந்து தீண்டாதார் தண்ணீர் எடுப்பதை மேல் ஜாதிக்காரர்கள் தடுத்து வந்தனர். மேலும் இந்து சக்கிலியரிடம் செருப்புக் கடைக்காரர்களான முஸ்லிம்கள் அநியாயமாக நடந்து கொள்வதாக அறிந்தார். அதைத் தடுப்பதற்காக முதன் முறையாக இந்து செருப்புக் கடை ஒன்றை திறக்கச் செய்தார் (செருப்பு வியாபாரம் செய்வது இந்துவுக்குத் தகாத செயல்).

சுவாமி சிரத்தானந்தர் தீண்டப்படாதவர்களுக்கு ஆற்றியிருக்கும் தொண்டைப் பார்த்து காந்திஜி அவரை ஹரிஜன சேவா சங்கத்தில் உறுப்பினராக்கினார். அப்போது சுவாமி சிரத்தானந்தர் காங்கிரஸிலும் செயலாற்றிவந்தார். ஹரிஜன சேவா சங்கத்தின் செயல் பிடிக்காமல் அதிலிருந்து விலகிக்கொண்டார். தான் ஏன் விலகிக்கொண்டேன் என்பதைக் கடிதம் மூலம் தெரிவித்திருக்கிறார். அதில், '...தாழ்த்தப் பட்டோர்மேம்பாட்டுப்பணி இப்போது ஓரங்கட்டப்பட்டுவிட்டதனை உணர்கிறேன். செயலாக்கம் மிக்க நமது தொண்டர்கள் பலரது கவனம் கதர் திட்டத்தில் ஈடுபட்டுள்ளது. அதற்கெனப் பெருந்தொகையும் ஒதுக்கப்பட்டுள்ளது. தேசியக்கல்வி மேம்பாட்டுக்கென ஒரு சீரிய துணைக்குழு நியமிக்கப்பட்டு அதற்கான நிதி திரட்டுதற்கெனப் பெரும் முயற்சிகள் மேற்கொள்ளப்பட்டு வருகின்றன. இந்நிலையில் தீண்டாமை ஒழிப்பு பின்னிலைக்குத் தள்ளப்பட்டுவிட்டது. இதற்கென அகமதாபாத், அகமது நகர், சென்னை ஆகிய மூன்று நகரங்களுக்கு மட்டும் சிறுதொகைகள் ஒதுக்கப்பட்டுள்ளன.

நமது நாட்டில் வாழும் ஆறுகோடி தாழ்த்தப்பட்ட மக்களில் பெரும் பாலோரை அரசு எந்திரம் நமக்கெதிராகத் திருப்ப முனையும்போது கதர்த் திட்டம்கூட முழுமையாக வெற்றியடைய இயலாதென்றே கருதுகிறேன். வறுமையில் வாடும் தாழ்த்தப்பட்டவர்களான இந்த உடன்பிறப்புகள் கதருக்குப் பதிலாக மலிவான அந்நியத்துணிகளையே வாங்க முற்படுவர் என்பதை எப்படி செயற்குழு உறுப்பினர்கள் எண்ணிப் பார்க்கத் தவறிவிட்டனர்? என்று குறிப்பிட்டிருக்கிறார்.

மற்றொரு கடிதத்தில் 'அண்மைச் சுற்றுப்பயணத்தில் நான் அம்பாலா படைக்குடியிருப்பு, லூதியானா, பாட்டியாலா, லாகூர், அமிர்தசரஸ், ஜாண்டியாலா ஆகிய இடங்களைப் பார்வையிட்டபோது அங்கு தாழ்த்தப்பட்டோர் துயர்துடைப்புப் பணிகள் முற்றிலும் புறக்கணிக்கப் பட்டிருப்பதைக் கண்டேன். கீழ்வரும் குறிப்பினைப் புகுத்துவதாகத் தீர்மானம் இயற்றலாம் :

தாழ்த்தப்பட்ட மக்களின் கோரிக்கைகளில் (அ) பொது இடங்களில் ஏனைய பொதுமக்கள் அமரும் கம்பளங்களில் தாழ்த்தப்பட்டோரும் அமர அனுமதித்தல் (ஆ) பொதுக்கிணறுகளிலிருந்து தாழ்த்தப் பட்டோரும் நீர் எடுக்க உரிமை தருதல், (இ) தாழ்த்தப்பட்டோரின் பிள்ளைகளைத் தேசியப் பள்ளிகள், கல்லூரிகளில் சேர்ந்து படிக்க அனுமதிப்பதுடன் அங்கு மேல்ஜாதிப் பிள்ளைகளோடு வேறுபாடின்றிப் பழக அனுமதித்தல் ஆகியவற்றை உடனடியாக ஏற்றுச் செயல்படுத்தவேண்டும். இத்தகையதோர் தீர்மானத்தின் தேவையை நன்குணர்ந்து அதனைப் பொதுக்குழு உறுப்பினர்களும்

உணர வேண்டுமென விழைகிறேன். பல இடங்களில் தீண்டாமைக் கொடுமைகளுக்கு எதிராகத் தாழ்த்தப்பட்ட மக்கள் வெளிப்படையாகப் போர்க்கொடி எழுப்பிவரும் இச்சூழலில் இக்கோரிக்கைகளை நாம் ஏற்க மறுத்தால் ஆட்சியாளர்களின் பிரித்தாளும் சூழ்ச்சிகளுக்குத் தாழ்த்தப்பட்ட மக்கள் எளிதில் பலியாகி விடுவர்.

டில்லியிலும் அதைச் சுற்றியுள்ள பகுதிகளிலும் தீண்டாமைக் கொடுமைகள் மிகக் கடுமையாக நிலவுவதால், இதில் உடனடியாகக் கவனம் செலுத்தப்பட வேண்டுமென்பது எனது கருத்து. ஆனால் தீண்டாமையை வேரோடு களைவதற்கான காங்கிரஸ் கட்சியின் செயல் திட்டங்களைப் பற்றி ஆராய்ந்து முடிவு செய்வதைவிட முக்கியமான வேறு பல அரசியல் சிக்கல்களில் செயற்குழுவின் கவனம் மூழ்கியிருப்பதால் துணைக்குழு தனது பணியைத் தொடங்கவே இயலாத சூழலில் உள்ளது. இத்தகைய சூழலில் துணைக்குழு உறுப்பினர் பொறுப்பிலிருந்து எந்தப் பயனுள்ள பணியையும் ஆற்றவியலாதவனாயிருப்பதால் அப்பொறுப்பிலிருந்து விலகிக் கொள்கிறேன் என்பதைப் பணிவன்புடன் தெரிவித்துக் கொள்கிறேன்' என்று காங்கிரஸுக்குக் கடிதம் எழுதினார்.

மற்றொரு கடிதத்திலும், 'தாழ்த்தப்பட்டோர் மத்தியில் இங்கு எனது உடனடியான அவசரப் பணிகளை எக்காரணத்துக்காகவும் நான் ஒத்திப் போடுதற்கியலாது. எனவே எனது பொறுப்பு விலகலை அடுத்த செயற்குழுக்கூட்டத்தில் ஏற்றுக்கொள்ள ஆவன செய்ய வேண்டுகிறேன். இதனால் விடுதலையுணர்வுடன் தீண்டாமை ஒழிப்புக்கு எனது திட்டத்துக்கேற்பப் பணியாற்ற இயலும். கடந்த ஆண்டு ஜூலை மாதத்திலும் எனது நிலை இதுவே. அமிர்தசரஸ், மியான்வாலி சிறைகளில் நான் பெற்ற அனுபவமும் திரட்டிய தகவல்களும் பண்டை ஆரியர் வாழ்நெறியின் பிரம்மச்சரிய நெறியைக் கடைபிடித்தல், தீண்டாமை என்னும் பாவத்தை நாட்டிலிருந்து அகற்றுதல் இவை தவிரப் பிறிதெந்த வழிகளாலும் காங்கிரஸ் கட்சியோ அதன் வழிவரும் ஏனைய நாட்டுப்பற்று இயக்கங்களோ நாட்டுக்கு சுயராஜ்யம் பெற்றுத்தர இயலாது என்ற எனது நம்பிக்கைக்கு உறுதி சேர்க்கின்றன...' என்று உறுதிபடக் கூறுகிறார்.

அதாவது தீண்டாமை ஒழிப்பில் காங்கிரஸ் அக்கறையின்றி இருப்பதாக குற்றம்சாட்டி சுவாமி சிரத்தானந்தர் அந்த கமிட்டியில் இருந்து விலகிக் கொண்டார். அந்த அளவுக்குத் தீண்டாமையை ஒழிப்பதில் மிக்க ஆர்வம் கொண்டிருந்தார்.

இதைப்பற்றி அண்ணல் அம்பேத்கர் எழுதும்போது 'சுவாமி தீண்டப் படாதவர்களின் மகத்தான, மிகவும் உண்மையான ஆதரவாளராக

இருந்தார். கமிட்டியில் (ஹரிஜன சேவா சங்கம்) அவர் அங்கம் வகித்துப் பணியாற்றியிருப்பாரேயானால் அவர் மிகப் பெரியதொரு திட்டத்தை உருவாக்கியிருப்பார் என்பதில் எள்ளளவும் ஐயமில்லை"[1] என்று புகழ்ந்து எழுதுகிறார்.

சுவாமி சிரத்தானந்தர் அப்பழுக்கற்ற இந்துத்துவவாதி. தாய்மதம் திரும்புதல், தீண்டாமை ஒழிப்பு போன்றவற்றை வாழ்க்கையின் கடமையாகக் கொண்டு செயலாற்றி வந்தார். ஆரிய சமாஜத்தில் இணைந்து எண்ணற்ற பணிகளை ஆற்றிவந்தார்.

சுவாமி சிரத்தானந்தரைப் பற்றி அண்ணல் அம்பேத்கர் கூறுகிறார் :

"அவர் (சிரத்தானந்தர்) மிகவும் கற்றுத் தேர்ந்த ஆரிய சமாஜ உறுப்பினர் என்பதையும் தீண்டாமையை ஒழிக்கப் பாடுபட வேண்டுமென்பதில் உள்ளார்ந்த நம்பிக்கை கொண்டவர் என்பதையும் நன்கறிவோம்"[2] என்று அண்ணல் அம்பேத்கர் கூறுகிறார் என்றால் சுவாமி சிரத்தானந்தர் எந்த அளவுக்குத் தீண்டாமையை ஒழிக்கப் பாடுபட்டிருப்பார் என்பதை அறிந்துகொள்ளலாம்.

---

### ஆதாரக் குறிப்புகள்

1. டாக்டர் பாபா சாஹேப் அம்பேத்கர் : பேச்சும் எழுத்தும், தொகுதி - 16, பக்.38

2. டாக்டர் பாபா சாஹேப் அம்பேத்கர் : பேச்சும் எழுத்தும் தொகுதி 10, பக்.271

# ஜாதி ஒழிப்பா... மத ஒழிப்பா..?

அண்ணல் அம்பேத்கர் இந்து மதத்தை ஒழிக்கவேண்டும் என்று சொன்னார் என்று பல்வேறு தலைவர்கள் கூறியிருக்கின்றனர். அதற்காகத்தான் அவர் போராடினார் என்று தொடர்ந்து ஒரு பிம்பத்தைக் கட்டியெழுப்பி வருகின்றனர். அவருடைய மதமாற்றம்கூட அதைத்தான் சொல்கிறது என்றும் வாதிட்டு வருகின்றனர்.

ஆனால் உண்மையில் அண்ணல் அம்பேத்கர் இந்துமதத்தை ஒழிக்கவேண்டும் என்று சொல்லியிருக்கிறாரா? அல்லது ஜாதியை ஒழிக்கவேண்டும் என்று சொல்லியிருக்கிறாரா? இது எல்லோருடைய மனதிலும் எழும் ஒரு மிகப் பெரிய கேள்வி.

இந்தக் கேள்வி எழுப்பிய மனக் குழப்பத்தில் நமக்கு வேறொரு கேள்வியும் எழுந்தது.

'ஜாதி ஒழிப்பு' புத்தகம் எழுதிய அண்ணல் அம்பேத்கர் 'இந்துமதம் ஒழிப்பு' என்பதுபோலப் புத்தகம் எழுதியிருக்கிறாரா? 'இந்துமதத்தின் புதிர்கள்' என்றுதான் எழுதியிருக்கிறாரே தவிர இந்துமதம் ஒழிப்பு என்ற பொருளில் புத்தகம் எதையும் எழுதவில்லை. எனவே, அண்ணலுடைய நோக்கம் இந்து மத ஒழிப்பு அல்ல என்பதைத் துணிந்துகூறிவிடலாம். அவருடைய முக்கியமான நோக்கம் ஜாதி ஒழிப்பு, அரசியல் (ஆட்சி) அதிகாரத்தில் தலித்துகளுடைய பங்கைப் பெற வைப்பது

இவைதான். இதில் ஜாதி ஒழிப்புக்கே அண்ணல் அதிக முக்கியத்துவம் கொடுத்தார் என்பதை மறுக்க முடியாது.

ஜாதியை ஒழிப்பதற்கு அண்ணல் இரண்டு வழிகளைத் தருகிறார். ஒன்று சமபந்தி போஜனம். மற்றொன்று கலப்புத் திருமணம். இதிலும் கலப்புத் திருமணத்துக்கே அண்ணல் அதிக அழுத்தம் தருகிறார்.

அண்ணல் அம்பேத்கர் கூறுகிறார் :-

''ஜாதியை ஒழிப்பதற்குக் கூறப்படும் மற்றொரு ஆரம்ப வழி சமபந்தி போஜனம். இதுவும் போதிய பலன் அளிக்காது என்பது என் கருத்து. பல ஜாதிகளுக்கிடையே சமபந்தி போஜனம் இப்போதும் அனுமதிக்கப் படுகிறது. ஆனால் இதன்மூலம் ஜாதி உணர்வு ஒழிந்துவிடவில்லை என்பதை அனுபவத்தில் பார்க்கிறோம். ஜாதி ஒழிப்புக்கு உண்மையான வழி கலப்பு மணம்தான் என்று நான் உறுதியாக நம்புகிறேன். இரத்தக் கலப்பின் மூலம்தான் உற்றார் உறவினர் என்ற உணர்வு ஏற்படும். இந்த உறவு உணர்வு ஏற்பட்டு வலுவடைந்தாலன்றி ஜாதியினால் ஏற்பட்டிருக்கும் வேற்றுமை உணர்வும் ஒருவருக்கொருவரை அந்நியராக நினைப்பதும் மறையாது. இந்து அல்லாதவர்களைவிட இந்துக்களிடையே கலப்பு மணம் சமூக வாழ்வில் அதிக ஆற்றல் வாய்ந்த அம்சமாக இருக்கும். சமூகத்தில் மற்ற பிணைப்புகள் மூலம் வலுவான இணைப்பு இருக்கும்போது திருமணம் என்பது சாதாரண நிகழ்ச்சியாகவே இருக்கும். ஆனால் சமூகம் துண்டுபட்டுச் சிதறியிருக்கும் நிலையில் திருமணம் ஒரு பிணைப்புச் சக்தியாக வருவது அவசரத் தேவையாகிறது. ஜாதியை உடைப்பதற்கு உண்மையான தீர்வு கலப்பு மணமே. வேறு எதுவும் ஜாதியைக் கரைக்க முடியாது.''[1]

'ஜாதி ஒழிப்பு' நூலில் அண்ணல் அம்பேத்கர் கூறும்போது 'இப்போது நாம் பரிசீலிக்க வேண்டிய பிரச்னை இதுதான். இந்து சமூக அமைப்பைச் சீர்திருத்தம் செய்வது எப்படி? ஜாதியை ஒழிப்பது எப்படி? இது மிக முக்கியமான பிரச்னையாகும்'[2] என்றுதான் கூறுகிறார்.

'ஜாதி ஒழிப்பு' புத்தகத்தில் இந்து மதச் சீர்த்திருத்தத்துக்கு என்ன செய்யவேண்டும் என்றுதான் ஆலோசனை கூறுகிறார்: 'விதிகளின் தொகுப்பாக அமைந்த மதத்தை நான் கண்டனம் செய்வதனால் மதமே தேவையில்லை என்று நான் கூறுவதாகக் கருதக்கூடாது. மாறாக மதத்தைப்பற்றி பர்க் (Burke) கூறியுள்ள கருத்து எனக்குச் சம்மத மானதே. அவர் கூறினார் : 'உண்மையான மதம் சமூகத்துக்கு அஸ்திவார மாயிருக்கிறது. அதை அடிப்படையாகக் கொண்டுதான் எல்லா

அரசாங்கங்களும் அவற்றின் அதிகாரங்களும் அமைந்துள்ளன.' எனவே இந்தப் பழங்கால விதிகளாலான மதத்தை ஒழிக்கவேண்டும் என்று நான் கூறும்போது, அதற்குப் பதிலாகத் தத்துவங்களால் ஆன மதம் ஒன்று வரவேண்டும் என்று விரும்புகிறேன். அப்படிப்பட்ட மதம்தான் உண்மையில் மதம் என்று கூறத் தகுந்தது. மதம் மிகவும் அவசியம் என்று நான் உறுதியாக நம்புவதால், மதச் சீர்திருத்தத்தில் அவசியமாக இடம்பெற வேண்டிய அம்சங்கள் என்ன என்பதைக் குறிப்பிட விரும்புகிறேன். அவை வருமாறு :

1) இந்துமதத்துக்கு ஒரே ஒரு பிரமாணமான புத்தகம் இருக்க வேண்டும். இது எல்லா இந்துக்களும் ஏற்கத்தக்கதாக, எல்லா இந்துக்களும் ஒப்புக்கொள்ளப்பட்டதாக இருக்கவேண்டும். இந்தப் புத்தகத்தைத்தவிர வேதங்கள், சாஸ்திரங்கள், புராணங்கள் முதலாக, புனிதமானவையாகவும், அதிகாரப்பூர்வமானவை யாகவும் கருதப்படும் எல்லா இந்துமத நூல்களும் அவ்வாறு கருதப் படக்கூடாது என்று சட்டம் இயற்றவேண்டும். இவற்றில் கூறப்பட்டுள்ள மதக்கொள்கைகளையோ சமூகக் கொள்கை களையோ பிரசாரம் செய்வதைத் தண்டனைக்குரியதாக்க வேண்டும்.

2) இந்துக்களிடையே புரோகிதர்கள் இல்லாமல் ஒழித்துவிடுவது நல்லது. ஆனால் இது இயலாது என்று தோன்றுவதால், புரோகிதத் தொழில் பரம்பரையாக வருவதை நிறுத்தவேண்டும். இந்து என்று கூறிக்கொள்ளும் ஒவ்வொருவரும் புரோகிதராக வர அனுமதிக்க வேண்டும். இதற்கென அரசு நிர்ணயிக்கும் தேர்வில் தேர்ச்சி பெற்று புரோகிதராக இருப்பதற்கு அரசின் அனுமதிப் பத்திரம் பெறாத எந்த இந்துவும் புரோகிதராக இருக்கக்கூடாது.

3) அனுமதிப் பத்திரம் இல்லாத, பெறாத புரோகிதர் நடத்தும் சடங்குகள் செல்லாது என்று அறிவிக்கவேண்டும். அனுமதிப் பத்திரம் பெறாதவர் புரோகிதராகச் செயல்படுவதைத் தண்டனைக் குரியதாக்கவேண்டும்.

4) புரோகிதர் அரசின் பணியாளராக இருக்கவேண்டும். ஒழுக்கம், நம்பிக்கைகள், வழிபாடு ஆகிய விஷயங்களில் அரசின் ஒழுங்கு நடவடிக்கைக்கு உட்பட்டவராக இருக்கவேண்டும். மேலும் மற்ற எல்லாக் குடிமக்களையும்போல அவரும் நாட்டின் பொதுவான சட்டத்துக்கு உட்பட்டவராயிருக்கவேண்டும்.

5) புரோகிதர்களின் எண்ணிக்கையைத் தேவையின் அடிப்படையில் ஐ.ஸி.எஸ் அதிகாரிகளின் விஷயத்தில் செய்யப்படுவதுபோல அரசு வரையறை செய்து நிர்ணயிக்கவேண்டும்.

இதுதான் அண்ணல் அம்பேத்கர் இந்து மதத்தைச் சீர்திருத்துவதற்குக் கூறுகிற ஆலோசனைகளாகும். இந்து மதத்தை ஒழிப்பதுதான் வேலை என்று நினைத்திருந்தால் இந்த ஆலோசனையைத் தரத் தேவையிருந்திருக்காது.

ஜாதி ஒழிப்பு நூலில் பழங்குடியினர் நாகரிகமற்றவர்களாக இருப்பதற்கு இந்துக்களும் ஜாதியும் காரணம் என்று கூறுகிற அண்ணல் அம்பேத்கர், ஒரு விஷயத்தைக் குறிப்பிட்டுக் காட்டுகிறார். ...இவர்கள் (மலைவாழ் மக்கள்) இப்படியே நாகரிகமற்றவர்களாக நீடித்தால் இந்துக்களுக்கு இவர்களால் எவ்வித இடைஞ்சலும் இருக்காது. ஆனால் இந்துவல்லாத மதத்தவர்கள் இவர்களை மீட்டுத் திருத்தித் தம் மதத்தில் சேர்த்துக்கொண்டால் இந்துக்களின் பகைவர்கள் தொகை பெருகிவிடும். இந்த நிலைமை ஏற்பட்டால் இந்துக்கள் தங்களையும் தங்களுடைய ஜாதிமுறையையும்தான் நொந்துகொள்ள நேரிடும்'3 என்று கூறுகிறார்.

ஜாதியை ஒழிக்கவில்லையென்றால் இந்துக்களின் பகைவர்கள் தொகை பெருகிவிடும் என்று இந்துக்களுக்கு எச்சரிக்கைவிடுக்கிறார் அண்ணல் அம்பேத்கர். இந்து மதத்தை ஒழிக்கவேண்டும் என்று நினைத்திருந்தால் இந்த எண்ணத்தை அம்பேத்கர் வெளிப்படுத்தியிருக்கமாட்டார்.

1956 டிசம்பர் 6ம் நாள் அண்ணல் அம்பேத்கர் உயிரிழந்தார். டிசம்பர் 7ம் நாள் பம்பாய் தாதர் இந்து இடுகாட்டில் அவரது சிதைக்கு அவருடைய மகன் யசுவந்தரராவ் தீ மூட்டினார். இடுகாட்டில் அண்ணல் அம்பேத்கரின் உடல் வைக்கப்பட்டிருந்த சிதைக்கு அருகில் கிட்டத்தட்ட ஐந்து லட்சம் மக்கள் குழுமியிருந்தனர். அண்ணல் அம்பேத்கரின் இறுதிநாளில் கூடியிருந்த மக்களிடையே பேசுவதற்கு மூன்று பேருக்கு மட்டுமே அனுமதி தரப்பட்டிருந்தது. அதில் ஒருவர் ஆச்சாரியா பி.கே.அட்ரே. ஐந்து லட்சம் தலித்துகள் கூடியிருந்த அந்த இறுதிநாள் நிகழ்ச்சியில் பேசும்போது, 'அநீதியை, ஒடுக்குமுறையை, சமத்துவ மின்மையை எதிர்த்துப் போராடியவர் அம்பேத்கர். அவர் இந்து மதத்தை எதிர்த்துப் போராடவில்லை. அதைச் சீர்திருத்திட முயன்றார்'4 என்று கூறினார்.

இந்து மதத்தை ஒழிக்கவேண்டும் என்ற காரணத்துக்காக பௌத்த மதத்தைத் தேர்ந்தெடுத்தார் என்று எல்லோரும் சொல்வதுண்டு. ஆனால், பௌத்தமும் இந்துமதத்தின் ஓர் அங்கம்தான் என்று அவரே தெளிவுபடுத்தியிருப்பதையும் நோக்கவேண்டும்.

அரசியல் அமைப்புச் சட்டத்தில் இந்து என்பதற்கு யார் முஸ்லீம், கிறிஸ்தவர், பார்ஸி இல்லையோ அவர் இந்து என்று அண்ணல்

அம்பேத்கர் வரையறுத்துள்ளார். அதாவது இந்துக்கள், பௌத்தர்கள், ஜைனர்கள், சீக்கியர்கள் எல்லாரையும் இந்துக்கள் என்று அடையாளப் படுத்துகிறார். அதாவது இந்துமதத்தின் ஒரு அங்கமாக பௌத் தத்தையும் குறிக்கிறார்.

மற்றொரு முக்கிய சட்டத்திலும் இதை அண்ணல் அம்பேத்கரே வலியுறுத்தியிருக்கிறார். இந்துச் சட்டத்தொகுப்பு 1948, ஆகஸ்டில் அண்ணல் அம்பேத்கரால் முன்மொழியப்பட்டது. முழுக்க முழுக்க அவராலேயே தயாரிக்கப்பட்டது. இதில் யார் யாருக்கு இந்தச் சட்டம் பொருந்தும் என்று வரையறுக்கிற அம்பேத்கர், இந்துக்கள், பௌத்தர்கள், ஜைனர்கள், சீக்கியர்களுக்கு மட்டுமே இந்து சட்டத் தொகுப்பு பொருந்தும் என்று வரையறுக்கிறார். அதாவது பௌத்தர் களுக்கும் ஜைனர்களுக்கும் சீக்கியர்களுக்கும் 'இந்து' என்ற அடையாளத்தையே அண்ணல் அம்பேத்கர் சூட்டுகிறார். அவர் நினைத்திருந்தால் இந்து என்ற பெயரைக் குறிப்பிடாமல் வேறொரு பெயரைச் சூட்டியிருக்க முடியும். ஆனால், இந்து என்பது இவர்கள் அனைவரையும் குறிக்கும் சொல் என்று அண்ணலுக்குத் தெரிந்திருந்த காரணத்தால்தான் அப்பெயரைச் சூட்டினார். இந்து மதத்தை ஒழிக்கவேண்டும் என்று கருதியிருப்பாரேயானால் இந்து சட்டத் தொகுப்பு என்ற ஒன்றையே அவர் நிறைவேற்றக் கடைசிவரைப் போராடியிருக்க மாட்டார். அவருடைய ராஜினாமாவில் இந்து சட்ட மசோதாவை காங்கிரஸ் நிறைவேற்றாததை முக்கியமான காரணமாக அண்ணல் அம்பேத்கர் குறிப்பிட்டிருப்பதையும் கவனத்தில் கொள்ள வேண்டும்.

அண்ணல் அம்பேத்கர் 1956 அக்டோபர் 14ல் பௌத்தத்தைத் தேர்ந்தெடுத்தார். அவருக்கு பௌத்த சடங்கைச் செய்வித்து பௌத்த தீட்சை கொடுத்தவர் மகாஸ்தவீர் சந்திராமணி ஆவார். அண்ணல் அம்பேத்கர் பௌத்தத்தைத் தழுவியதையொட்டி மகாஸ்தவீர் சந்திரா மணியும் மற்ற பிக்குகளும் வெளியிட்டிருந்த ஒரு துண்டறிக்கையில், 'இந்துமதமும் பௌத்தமும் ஒரே மதத்தின் கிளைகள் போன்றவை'[5] என்று குறிப்பிட்டிருந்தனர்.

பௌத்தமும் இந்துமதமும் ஒரே மதத்தின் கிளைகள் என்று பௌத்த மதத்தை இந்தியாவில் பரப்பிய மகாவீர் சந்திராமணி சொன்னதை வைத்துப் பார்க்கும்போது, பௌத்த அம்பேத்கர் என்பதும் இந்து அம்பேத்கர் என்பதும் ஒன்றேயாகும் என்று வீரசாவர்க்கர் சொன்னது மிகையல்ல என்பது தெளிவாகும்.

## ஆதாரக் குறிப்புகள்

1. டாக்டர் பாபா சாஹேப் அம்பேத்கர் : பேச்சும் எழுத்தும், தொகுதி - 1, பக்.99

2. டாக்டர் பாபா சாஹேப் அம்பேத்கர் : பேச்சும் எழுத்தும், தொகுதி - 1, பக்.98

3. டாக்டர் பாபா சாஹேப் அம்பேத்கர் : பேச்சும் எழுத்தும், தொகுதி - 1, பக்.77

4. டாக்டர் அம்பேத்கர் வாழ்க்கை வரலாறு, தனஞ்செய்கீர், பக்.780

5. டாக்டர் அம்பேத்கர் வாழ்க்கை வரலாறு, தனஞ்செய்கீர், பக்.759

# தேசிய மொழிகள்: சமஸ்கிருதம், இந்தி

**ச**மஸ்கிருதம் பிராமணர்களின் மொழி, வடநாட்டு மொழி என்றெல்லாம் சொல்லி அம்மொழியின்மீது ஒரு வெறுப்பை விதைத்துவிட்டனர். ஆனால் சமஸ்கிருதம் எல்லோருக்குமான மொழியாகத்தான் இருந்திருக்கிறது. இதைப் பற்றி எழுத்தாளரும் ஆராய்ச்சியாளருமான அரவிந்தன் நீலகண்டன் கூறுகிறார் :

‘இந்தியாவின் மிகவும் தொன்மையான குடியினர் நாகர்கள் என்கிறார் டாக்டர் அம்பேத்கர். சாலிவாகனனை மணந்த நாகர் இளவரசி மிக இயல்பாக சமஸ்கிருதம் பேசியிருக்கிறாள். ஆனால், சாலிவாகனனுக்கு சமஸ்கிருதம் தெரியாமல் இருந்து பிறகு படித்திருக்கிறான். இதிலிருந்து என்ன தெரிகிறது? சமஸ்கிருதம் அந்நிய மொழி அல்ல. இங்குள்ள பூர்விகவாசிகளின் மொழியாகத்தான் கருதப்பட்டுள்ளது. சமஸ்கிருதத்தின் ஆதி காவியம் வால்மீகி முனிவர் எழுதிய ராமாயணம் ஆகும். வால்மீகி முனிவர் யார்? தலித் சமுதாயத்தைச் சேர்ந்த வேடர். சமஸ்கிருத மொழியின் மிகச் சிறந்த கவி யார்? காளிதாசன். காளிதாசன் யார்? மாடு மேய்க்கும் சூத்திரர்.

சமஸ்கிருதத்துக்கும் அடிப்படையாக விளங்கிய வேதங்களை வகுத்தளித்தவர் யார்? மகாபாரதம் எனும் அமர காவியத்தை அம்மொழியில் உருவாக்கியவர் யார்? மீனவப்பெண்ணின் மைந்தனான வியாசர்.

அப்படியானால் சமஸ்கிருதம் எப்படி மேல்ஜாதியினருக்கு மட்டும் உரிய மொழி எனக் கருத முடியும்? சுவாமி விவேகானந்தர் நம் நாட்டின் ஒடுக்கப்பட்ட மக்கள் விடுதலை அடைய சமஸ்கிருதம் ஒரு ஆயுதமாக இருக்கும் என்று கருதினார். அனைவருக்குமான மொழியாக இருந்த சமஸ்கிருதம் இடைப்பட்ட காலத்தில் சமுதாயத்தின் மேல்தட்டுகளில் இருந்த மக்களுக்கு மட்டுமான மொழியாக மாறிவிட்டது. இதனை மாற்றவேண்டும் என்று விவேகானந்தர் கருதினார்.

அவர் சொன்னார் : 'நம் பாரத தேசத்தின் மிக உயர்ந்த ஆன்மிகக் கருத்துகள் மடங்களிலும் சமஸ்கிருத மொழியிலும் அடைபட்டு உள்ளன. நம மக்கள் வெள்ளத்துக்கு அவை கிடைக்காமல் உள்ளன. முதலில் அவை மக்களை வந்தடைய செய்யவேண்டும். எனவே நம் பாரத சமுதாயம் உயர்வடைய நம் ஆன்மிக சொத்துக்கள் தாய் மொழிகளில் மக்களைச் சென்றடைவதும் அனைத்து மக்களும் சமஸ்கிருதம் பயில்வதும் அவசியமாகும்.'

30 நாட்களில் சமஸ்கிருதம் கற்பது எப்படி நூலுக்கு அணிந்துரை வழங்கிய பெருந்தலைவர் காமராஜர் கூறும்போது, 'பாரதிய கலாசாரப் பண்பாட்டுக்கு இருப்பிடமாக உள்ள சமஸ்கிருத மொழியை இந்நாட்டில் பிறந்த ஒவ்வொருவரும் கற்பது அவசியம் என்பதையும் நான் உணர்கிறேன்' என்கிறார். இப்படி சமஸ்கிருதம் எல்லா சமுதாயங் களுக்கும் உரிய மொழியாக இருக்கிறது' என்பதை அரவிந்தன் நீலகண்டன் ஆதாரங்களோடு விளக்குகிறார்.

தமிழ்நாட்டில் வள்ளுவர் என்ற தலித் சமுதாயத்தினர் இருக்கிறார்கள். அவர்கள் பாரம்பரியமாக ஜோதிடம் பார்ப்பதையே வாழ்க்கையாகக் கொண்டிருப்பவர்கள். ஜோதிடம் கணிப்பதற்கு சமஸ்கிருதம் அறிந்திருக்கவேண்டும். சமஸ்கிருதம் அறியாமல் ஜோதிடம் அவர்களால் கணித்திருக்க முடியாது. தலித் வகுப்பைச் சார்ந்த வள்ளுவர்கள் எப்படி, யாரால் சமஸ்கிருதம் கற்றிருப்பார்கள்? எல்லோருக்குமான மொழியாக சமஸ்கிருதம் இருந்தபடியால்தானே தலித்துகளான வள்ளுவர்களும் கற்க முடிந்திருக்கிறது.

வடமொழி சமஸ்கிருதம் என்பதை மு.வரதராசனார் மறுக்கிறார். தமிழ்ப்புலவர் மு.வரதராசனார் சமஸ்கிருதம் பற்றிக் கூறும்போது, 'வடமொழியில், இலக்கியச் செல்வத்தையும் சமயக் கருத்துகளையும் கலைக் கொள்கைகளையும் விரிவாக எழுதி வைத்தார்கள். அவ்வாறு வடமொழியில் எழுதி வைத்தவர்களில் பலர் தென்னாட்டு அறிஞர்கள் என்பதைப் பலர் மறந்துவிடுகிறார்கள். வடமொழியில் காவ்யாதர்சம் எழுதிய அறிஞர் தமிழ்நாட்டுக் காஞ்சிபுரத்தைச் சார்ந்த தண்டி என்ற தமிழர். அத்வைத நூல்கள் பல எழுதிய சான்றோர் சங்கரர்

தென்னிந்தியர். விசிஷ்டாத்வைத விளக்கம் எழுதிய சான்றோர் இராமானுஜர் காஞ்சிபுரப் பகுதியைச் சார்ந்த தமிழர். பரத நாட்டியம் பற்றியும் கர்நாடக சங்கீதம் பற்றியும், சமையல் முதலிய பற்றியும் உள்ள வடமொழி நூல்கள் பல தமிழ்நாட்டுக் கலைகளையும் வாழ்க்கை முறைகளையும் ஆராய்ந்த அறிஞர்கள் தமிழர்கள் எழுதியவை'.[1]

எல்லோருக்குமான மொழியாக சமஸ்கிருதம் இருந்திருக்கிறது. தமிழர்கள் சமஸ்கிருதத்தை வளர்த்திருக்கிறார்கள் என்பதை என்னதான் சொன்னாலும் அதை ஏற்கக்கூடிய மனம் இங்கு இல்லை. எதிர்ப்பாளர்கள் மற்றொரு கருத்தையும் சொல்கிறார்கள். ஆர்.எஸ்.எஸ். சமஸ்கிருதத்தை, இந்தியை ஆதரிக்கிறது. காரணம் அது பிராமணர்களின் மொழி, ஆரிய மொழி. அதனால்தான் அதைத் தூக்கிப் பிடித்துக் கொண்டாடுகிறார்கள். பள்ளிக்கூடங்களில் சமஸ்கிருத வாரம் கடைபிடிக்க ஆணை வெளியிடுகிறார்கள். இந்தியாவை சமஸ்கிருதமயமாக்கத் திட்டமிடுகிறார்கள் என்றெல்லாம் புரளி கிளப்புகிறார்கள்.

எதற்காக ஆர்.எஸ்.எஸ். சமஸ்கிருதத்தை, இந்தியை ஆதரிக்கிறது? சரி ஆர்.எஸ்.எஸ். மட்டும்தான் சமஸ்கிருதத்தை, இந்தியை ஆதரிக்கிறதா? அதையும் பார்ப்போம்.

இந்திய ஒருமைப்பாட்டுக்காகவே குருஜி அவர்கள் சமஸ்கிருதத்தையும் இந்தியையும் ஆதரிக்கிறார்.

ஸ்ரீகுருஜி கூறுகிறார் : 'உண்மையில், தமிழ், வங்காளம், மராத்தி, பஞ்சாபி எல்லா மொழிகளும் நம் தேசிய மொழிகள்தான். இவை அனைத்தும் நமது கலாசாரத்தின் தூய, மணம் செறிந்த வண்ண மலர்களாகும். இந்த எல்லா மொழிகளுக்குள்ளும் ஜீவ ஊற்றாக உணர்வூட்டி வருவது மொழிகளுக்கெல்லாம் அரசி போன்ற, தேவ மொழியான சமஸ்கிருதம் ஆகும். அதனுடைய பொருட் செறிவினாலும் ஆன்மிகத் தொடர்பாலும் அதுவே நம் நாட்டு மக்கள் கருத்தை வெளிப்படுத்த உதவும் பொதுமொழியாக இருக்கும் தகுதியுடையது. நடைமுறைக்குத் தேவையான அளவு சமஸ்கிருத அறிவு பெறுவது கடினம் அல்ல. இன்றுவரை நமது தேசிய வாழ்க்கையின் அனைத்து அம்சங்களையும் பிணைத்து வந்துள்ளது சமஸ்கிருதம்'.[2]

ஸ்ரீகுருஜி கொண்டிருந்த இதே கருத்தைத்தான் அண்ணல் அம்பேத்கரும் கூறுகிறார்.

அண்ணல் அம்பேத்கர் தமது சொந்த முயற்சியாலும் பண்டிதர்களின் துணைகொண்டும் சமஸ்கிருதத்தைக் கற்றார். இதில் புலமை பெற்றார். சமஸ்கிருதத்துக்குப் பெர்சியன் மொழி ஈடாகாது என்று அம்பேத்கர் கருதினார். 'சமஸ்கிருதம் காவியங்களின் புதையல்; அரசியலுக்கு, தத்துவத்துக்கு, இலக்கணத்துக்கு இது தொட்டில்; நாடகங்களுக்கு,

THE HINDU
Sept 11th 1949

INDIA'S STATE LANGUAGE

CLAIMS OF SANSKRIT

AMENDMENT TO BE MOVED TO ARTICLE

STATESMAN
11th Sept. 1949

AMBEDKAR AMONG SPONSORS

SANSKRIT PROPOSED AS OFFICIAL LANGUAGE

THE SUNDAY
HINDUSTHAN STANDARD
Sept 11th, 1949

Sanskrit As Official Language Of Indian Union

AMENDMENT TO DRAFT PROVISIONS: AMBEDKAR AMONG SIGNATORIES

THE NATIONAL HERALD
11th Sept 1949

AMBEDKAR FAVOURS SANSKRIT

Amendment To Article On Language

हिन्दुस्तान
(हिन्दी)
12 सितम्बर, 1949

राजभाषा संस्कृत हो;

STATESMAN
Sept 15, 1949

SANSKRIT SCHOLARS' DEMAND

तेषु दिनेषु
दिनपत्रिकासु
प्रकाशिताः वार्ताः

தர்க்க இயலுக்கு, திறனாய்வுக்கு இது ஒரு வீடு'[3] என்று அம்பேத்கர் குறிப்பிட்டார்.

ஸ்ரீகுருஜி மட்டுமே சமஸ்கிருதத்தை ஆதரிக்கவில்லை. பல்வேறு தலைவர்களும் சமஸ்கிருத மொழிக்கு ஆதரவு தெரிவித்துள்ளார்கள்.

சமஸ்கிருதமொழி தேசிய மொழியாக, அலுவல் மொழியாக வரவேண்டும் என்று கூறியவர் அண்ணல் அம்பேத்கர் அவர்கள்.

சமஸ்கிருதத்தினை பாரதத்தின் அதிகாரப்பூர்வ மொழியாக ஆக்குவதற்குக் கொண்டுவரப்பட்ட மசோதாவின் மீது நடந்த

விவாதத்தில் 1949 செப்டம்பர் 10ஆம் தேதி சமஸ்கிருத மொழிக்கு ஆதரவாக வாதாடியதோடு, கையொப்பத்தையும் டாக்டர் அம்பேத்கர் இட்டார்.

இதுகுறித்து அவரிடம் கேட்ட பிரஸ் டிரஸ்ட் ஆப் இந்தியாவின் நிருபரிடம் 'சமஸ்கிருதத்துக்கு என்ன குறை? என்று எதிர்வினா எழுப்பினார்.

அதுமட்டுமல்ல, அன்றே ஆல் இந்தியா ஷெட்யூல்ட் காஸ்ட் பெடரேஷனின் நிர்வாகக் குழுவினைக் கூட்டி, சமஸ்கிருதம் பாரதத்தின் தேசிய மொழி என்பதற்கு ஆதரவாகத் தீர்மானம் நிறைவேற்றவேண்டும் என்று கோரினார். ஆனால் துரதிருஷ்டவசமாக நிர்வாகக்குழுவின் பி.பி.மௌர்யாவைப் போன்றுள்ள இளம் உறுப்பினர்கள் அதனை எதிர்ப்பார்கள் என்ற அச்சத்தால் அத்தீர்மானம் கொண்டுவரப்படவில்லை. இதே பி.பி.மௌர்யாதான் அன்றைய தனது செயலை எண்ணி வருந்தி, என்.சி.இ.ஆர்.டியின் இயக்குனருக்கு எழுதிய கடிதத்தில் 'நான் அந்தத் தீர்மானத்தினை எதிர்ப்பேன் என்று கூறியதால் அன்று அது கொண்டுவரப்படவில்லை. சமஸ்கிருதம் உண்மையில் மிகவும் அறிவியல்பூர்வமான மொழி என்பதனைத் தற்போது உணர்ந்து கொண்டுள்ளேன். மிகவும் நுட்பமான இலக்கணத்தினைக் கொண்ட இம்மொழியை நாம் ஏற்றுக் கொண்டோம் எனில் நற் பண்புமிக்க எவரும் நம்மை மதிப்பர். அன்று தீர்மானத்தினைக் கொண்டு வரவில்லை என்றாலும் அன்றைய தினமே பத்திரிகைகளுக்கு அளித்த அறிக்கையில் 'பாரதத்தின் தேசியமொழி சமஸ்கிருதம்தான்' என்று அம்பேத்கர் அறிவிக்கவும் செய்தார்' என்று எழுதியுள்ளார். 14-2-2001ல் பாஜக அரசுக்கு மௌர்யா ஒரு மடல் எழுதினார். அந்த மடலில்தான் இந்த விஷயங்களை அவர் குறிப்பிட்டுக் காட்டியிருந்தார்.

அதுமட்டுமல்லாமல் நேருவின் உதவியாளர் மத்தாயிடம் உரையாடும் போது 'இந்தி பேசும் சமவெளி மக்கள் துளசிதாஸின் இந்தி ராமாயணத்துக்குப் பதிலாக வால்மீகியின் சமஸ்கிருத ராமாயணத்தை மதிக்கும்போதுதான் மக்கள் பிற்போக்குத்தன்மையிலிருந்து விடுதலை அடைவார்கள் என்றார் டாக்டர் அம்பேத்கர்.[4]

பண்டித ஜவஹர்லால் நேரு 'பாரதத்தின் மிகப் பெரிய சொத்தும், பாரத நாட்டவர்க்கு முன்னோர்களிடம் இருந்து கிடைத்த விலைமதிக்க முடியாத செல்வமும் எது என்று கேட்டால் அதற்கு ஒரே ஒரு பதில்தான் உள்ளது. சமஸ்கிருத மொழியும் இலக்கியமும்' என்கிறார்.

காந்திஜி ' பாரதத்தில் பிறக்கும் எந்த ஒரு ஆண் குழந்தைக்கும், பெண்குழந்தைக்கும் சமஸ்கிருத மொழியின் அடிப்படை ஞானமாவது கிடைக்காமல் இருக்கக்கூடாது' என்றார்.

1994 அக்டோபர் 6ஆம் தேதி அன்று உச்சநீதிமன்றம் வழங்கிய ஒரு வழிகாட்டுதல் 'சமஸ்கிருதம் மதச்சார்பின்மைக்கு எதிரானது' என்று கூறுபவர்களின் எல்லா வாதங்களையும் தவிடுபொடியாக்கிவிட்டது. உச்சநீதிமன்றத்தின் ஒரு டிவிஷன் பெஞ்ச் சி.பி.எஸ்.இக்கு கொடுத்த ஒரு வழிகாட்டுதலில் 'பாரதப் பண்பாடு, நாகரிகம் இவற்றின் வடிவமான சமஸ்கிருதத்தினை கல்வி நிலையங்களில் கற்பிப்பது மதச்சார்பின்மைக்கு எவ்விதத்திலும் எதிரானதல்ல' என்று கூறியுள்ளது. அதுமட்டுமல்ல, 'சமஸ்கிருத்துக்கு மட்டும் விருப்பப் பாடம் என்ற தகுதியைக் கொடுத்து அரபிக்கோ பாரசீகத்துக்கோ அந்தத் தகுதியினைக் கொடுக்காமல் இருந்தாலும்கூட அவை மதச்சார பின்மைக்கு எதிரானதல்ல' என்று சந்தேகங்களுக்கு இடமின்றி நீதிபதிகள் சுட்டிக்காட்டி உள்ளனர்.

ஒருகாலத்தில் சமஸ்கிருதம் அண்ணல் அம்பேத்கர் தீண்டப்படாதவர் என்ற காரணத்துக்காகப் பள்ளியில் கற்பிக்க மறுத்துவிட்டனர் ஆதிக்கஜாதியினர். இந்த நிலைமை எந்த ஒரு இந்துவுக்கும் வந்து விடக்கூடாது; சமஸ்கிருதம் எல்லோருக்குமான மொழி என்பதுதான் ஆர்.எஸ்.எஸ். நிலைப்பாடு. இதற்காகவே அதாவது சமஸ்கிருதத்தை எல்லோருக்கும் பொதுவான மொழியாக ஆக்குவதற்காகவே ஓர் அமைப்பை ஆர்.எஸ்.எஸ். உருவாக்கியது. அதுவே சமஸ்கிருத பாரதி. இந்த அமைப்பு சமஸ்கிருதத்தை எல்லா சமூக மக்களிடமும் எடுத்துச் செல்லப் பல்வேறு பணிகளைச் செய்துவருகிறது.

சமஸ்கிருதம் கற்பிக்கப் புதுமையான முறை ஒன்றை இவர்கள் உருவாக்கியுள்ளனர். '10 நாள் சமஸ்கிருத சம்பாஷணை ஷிபிர்' (உரையாடல் முகாம்) என்பதுதான் அது. முகாமில் நிறைய சமஸ்கிருத வாக்கியங்களைப் பேசுகிறார்கள். திருப்பிச் சொல்ல வைக்கிறார்கள். பல்வேறு சந்தர்ப்பங்களில் எப்படிப் பேசுவது என்பதை சமஸ்கிருதத்தி லேயே பேசிக் காட்டுகிறார்கள். விஷயங்களை எப்படி எடுத்துச் சொல்வது என்று சொல்லிக்காட்டுகிறார்கள். அப்படிப் பத்து நாட்களில் மாணவர்கள் ஏறக்குறைய சமஸ்கிருதம் பேசத் தெரிந்து கொண்டுவிடுகிறார்கள். இந்த உரையாடல் முகாமில் கலந்து கொள்பவர்களுக்கு எந்த மொழியிலும் எழுதப் படிக்கத் தெரிந்திருக்க வேண்டும் என்ற அவசியமில்லை. துவக்க நாள் முதலே சேவாவிரதிகள் மாணவர்களிடம் சமஸ்கிருதத்தில் பேசுகிறார்கள். அபிநயம் செய்தும் விஷயங்களைப் புரிய வைக்கிறார்கள். முடியுமானால் படங்களைக்

காட்டியும் விளக்குகிறார்கள். மொத்தத்தில் சமஸ்கிருதத்தைப் பயன் படுத்தவேண்டும் என்ற ஆர்வத்தை ஏற்படுத்திவிடுகிறார்கள்.

'டைம்ஸ் ஆப் இந்தியா' (16-11-1987) ஒருமுறை செய்தி வெளியிட்டது. 'சமஸ்கிருத பிரசாரகர், பத்து நாளில் சமஸ்கிருதம் பேசலாம் என்ற திட்டத்தோடு, வீடுகள், குடிசைப் பகுதிகள், கம்பெனிகள், கல்வி நிலையங்கள், நாடாளுமன்றம் முதலிய இடங்களுக்கெல்லாம் படை யெடுக்கிறார்கள். 10 நாள் முடிவில் வகுப்பில் கலந்து கொள்பவர்கள் அனைவருமே ஓரளவு சுமாராக சமஸ்கிருதத்தில் பேச முடிகிறது. டில்லியில் நாடாளுமன்ற உறுப்பினர்களுக்காக நடத்தப்பட்ட சமஸ்கிருத உரையாடல் வகுப்பில் 40 எம்.பி.க்கள் கலந்து கொண்டார்கள்.

இதுவரை பெங்களூர், பாண்டிச்சேரி, சிருங்கேரி, திருவனந்தபுரம், ஆலந்தி, நாகபுரி, லக்னௌ, வாரணாசி முதலிய பல்வேறு இடங்களில் 10,000 மக்கள் கலந்துகொண்டுள்ள 300 வகுப்புகளை இவர்கள் நடத்தி முடித்திருக்கிறார்கள். வாய்மொழியாகப் பேசுவதுதான் தலைசிறந்த வழி. நேரிடையாகப் பேசினாலும் சரி, ஒலிநாடாமூலம் பேசினாலும் சரி, அல்லது யக்ஷகானம் முதலிய தெருக்கூத்து முறையில் பேசினாலும் சரி. சமஸ்கிருத சுவரொட்டிகள், கையடக்க அகராதிகள், படக்கதைப் புத்தகங்கள் மாநில மொழிகளில் புழங்கும் சமஸ்கிருத சொற்களின் பட்டியல்கள் இவையெல்லாம் பிரசார சாதனங்களாகப் பயன் படுகின்றன. இவற்றைத் தவிர வீட்டில் பயன்படும் பொருள்களின் மீது அவற்றுக்குரிய சமஸ்கிருதப் பெயர்களை எழுதி ஒட்டிவைத்து விட்டால் அது சுலபமாக மனப்பாடமாகிறது என்கிறார்.'

கர்நாடகத்தில் ஷிமோகா அருகில் உள்ள மத்தூர் என்ற கிராமம் வேதப் பயிற்சிக்குப் பெயர்போன இடம். அந்த ஊரை முன்மாதிரியான 'சமஸ்கிருத கிராம'மாக மாற்றிட ஹிந்து சேவா பிரதிஷ்டானம் தீர்மானித்தது. அந்த ஊரில் வீட்டுக்குள்ளேயும், கடைகளிலும், விவசாயம் முதலான தொழில்களிலும்கூட இன்று சமஸ்கிருதமே புழங்குகிறது என்றெல்லாம் சுவாரஸ்யமான தகவல்களை நம்நாட்டிலுள்ள பல்வேறு வாரப் பத்திரிகைகளும் நாளேடுகளும் பிரசுரித்துள்ளன.

1984 நவம்பரில் ஒரே நேரத்தில் பெங்களூரில் 108 சமஸ்கிருத சம்பாஷணை வகுப்புகளை நடத்திக்காட்டுவது என்று ஹிந்து சேவா பிரதிஷ்டானம் துணிச்சலாக ஒரு திட்டம் வகுத்தது. சமஸ்கிருதத்தை பிரம்மாண்டமான அளவிலும் பிரசாரம் செய்ய முடியும் என்பதைக் காட்டுவதற்காக இந்த நிகழ்ச்சி நடத்தப்பட்டது. 10 முதல் 70 வயதுவரை உள்ளவர்கள் 5000 பேர் இந்த வகுப்புகளில் பங்கு

பெற்றனர். அவர்கள் சமுதாயத்தின் எல்லாப் பிரிவுகளையும் சேர்ந்தவர்கள். குடிசைப் பகுதிகளில் நான்கு வகுப்புகள் நடத்தப் பட்டன. இதன் நிறைவு விழா 'சமஸ்கிருத சந்த்யா' என்று அழைக்கப் பட்ட கலாசார நிகழ்ச்சி. இதில் 5000பேர் கலந்துகொண்டார்கள். நிகழ்ச்சி முழுவதும், கலை நிகழ்ச்சிகள் உள்பட எல்லாமே சமஸ்கிருதத்தில்தான் நடைபெற்றன.

மைசூரில் அசோகபுரம் என்ற ஹரிஜனப் பகுதியில் 'பதது நாளில் சமஸ்கிருதத்தில் பேசலாம்' என்ற முகாம் ஏற்பாடு செய்யப்பட்டது. அந்த முகாமின் நிறைவுநாளில் முகாமில் சமஸ்கிருதம் பயின்ற ஒரு ரயில்வே அதிகாரி, தமது பிரிவைச் சேர்ந்த மக்கள் அனைவருடைய உள்ளார்ந்த ஆசை இது என்று கூறி முகாமை நடத்திய ஊழியரிடம் ஒரு விஷயத்தைக் கூறினார்: 'தெய்விக மொழியான சமஸ்கிருதத்தை நீங்கள் எங்களுக்கு அறிமுகப்படுத்தி இருக்கிறீர்கள். ஆனால் மொழி கற்பதோடு மட்டும் இது நின்றுவிடக்கூடாது. நமது தர்மத்துக்கும் பண்பாட்டுக்கும் ஊற்றுக்கண்ணாக விளங்குகிற வேதங்களிடம் எங்களை அழைத்துச் செல்லுங்கள். மற்ற ஹிந்துக்களைப்போல நாங்களும் அதற்கு வாரிசுதாரர்கள்தானே? புனிதமான வேத மாதாவை தரிசனம் செய்ய எங்களுக்கும் நீங்கள் கட்டாயமாக வாய்ப்புத் தரவேண்டும்' என்று சொல்லி முடித்தார்.

அதையும் செயலில் நிகழ்த்திக் காட்டியது ஆர்.எஸ்.எஸ்ஸும், ஆரிய சமாஜமும்.

அதேபோல இந்தி மொழிக்கு ஆர்.எஸ்.எஸ். ஆதரவாக இருக்கிறது. காரணம் அது பார்ப்பனர்களின் மொழியாக இருப்பதால் என்று புரளி கிளப்புகின்றனர்.

இந்தியைப் பற்றி குருஜி கூறும்போது, 'நமது தேசிய மொழி பிரச்னைக்கு வழிகாணும் முறையில் சமஸ்கிருதம் அந்த இடத்தைப் பெறும்வரை, வசதிக்காக இந்தி மொழிக்கு நாம் முன்னுரிமை தரவேண்டியிருக்கும். இந்தி மொழியில் எந்தவிதமான அமைப்புடைய இந்தியைப் பயன்படுத்தவேண்டும்? எந்த இந்தி வடிவம் மற்ற பாரதிய மொழிகளைப்போல, சமஸ்கிருதத்திலிருந்து தோன்றி வளர்ச்சி பெற்றுள்ளதோ, அதைத்தான் இயற்கையாக நாம் தேர்ந்தெடுப்போம். ஏனெனில் அதன் எதிர்கால அறிவியல், தொழில்நுட்பக் கலைச்சொற்கள் வளர்ச்சிக்கெல்லாம் சமஸ்கிருதத்திலிருந்து பெரிதும் பயன்பெற முடியும். இவ்வாறு கூறுவதால் இந்தி ஒன்றுதான் நமது தேசியமொழி என்றோ பிற மொழிகளைவிட அது பழமைமிக்கது, பொருள் செறிந்தது என்றோ பொருள் அல்ல. பார்க்கப்போனால், தமிழ் மிக மிகப் பழமையானது. பொருட்செறிவுடையது. ஆனால் நம்

நாட்டில் அதிகமான மக்களால் பேசப்படும் மொழி இந்தி. பிற மொழிகளைவிட அதை எளிதில் கற்றுக்கொள்ளவும் பேசவும் முடியும். பிரயாகைக்கு கும்பமேளா அல்லது வேறு திருவிழாக் காலங்களில் நாட்டின் வடக்கு, மேற்கு, தெற்கு, கிழக்கு ஆகிய அனைத்துப் பகுதிகளில் இருந்தும் புண்ணிய நதிகளில் நீராடுவதற்காக நம் நாட்டின் வடபகுதியில் மக்கள் கூடும்போது ஓரளவே பேசத் தெரியும் என்றாலும் இந்தி மொழியிலேயே பேசி சமாளிக்கிறார்கள். எனவே நாட்டின் ஒற்றுமையைப் பாதுகாக்கவும் தேசிய தன்மானத்தைக் காக்கவும் இந்தியை ஏற்றுக்கொள்ளவேண்டும்’’[5] என்று கூறுகிறார்.

இப்படி குருஜி தேசிய ஒருமைப்பாட்டுக்காகச் சொல்லும்போது அவருடைய கருத்து பார்ப்பனர்களின் கருத்தாக, மேல்ஜாதி கருத்தாகவே விமர்சிக்கப்படுகிறது. ஆனால் அண்ணல் அம்பேத்கர் இந்தியைப் பற்றி என்ன சொல்லியிருக்கிறார்? இதோ அண்ணல் அம்பேத்கர் எழுதுகிறார் : ‘பிராந்திய மொழி அந்த மாநிலத்தின் ஆட்சி மொழியாக இருக்கவேகூடாது. இதற்கு அரசியல் சட்டத்திலேயே வகை செய்யவேண்டும். இதுவே இந்த அபாயத்தைச் சமாளிப்பதற் கான ஒரே மார்க்கம் என்பது என் கருத்து. இந்தியே மாநிலத்தின் ஆட்சி மொழியாகவும் இருக்கவேண்டும். இதற்கு இந்தியா தயாராகும்வரை ஆங்கிலம் ஆட்சி மொழியாக இருக்கலாம். இந்தியர்கள் இதனை ஏற்றுக்கொள்வார்களா? அவர்கள் ஏற்றுக்கொள்ள வில்லை என்றால் மொழிவாரி மாநிலங்கள் ஓர் அபாயமாக மாறுவது எளிதாகிவிடும்.

ஒரே மொழி இருந்தால் அது மக்களை ஒன்றுபடுத்தும். இரண்டு மொழிகள் மக்களை நிச்சயம் பிளவுபடுத்தவே செய்யும். இது அசைக்க முடியாத விதி. நாட்டின் கலாசாரம் மொழியால்தான் போற்றி பாதுகாக்கப்படுகிறது. இந்தியர்கள் ஒன்றுபட்டு நிற்கவும் ஒரு பொதுக் கலாசாரத்தை வளர்த்து வளப்படுத்தவும் விரும்புவதால் இந்தியைத் தங்கள் மொழியாக ஏற்றுக் கொள்வது அனைத்து இந்தியர்களாலும் மறுக்க முடியாத கடமையாகும்.

மொழிவாரி மாநில அமைப்பின் ஒரு பிரிக்க முடியாத பகுதியாக இந்த யோசனையை ஏற்காத எந்த இந்தியனும் ஓர் இந்தியனாக இருக்க அருகதையற்றவன். அதற்கு உரிமை இல்லாதவன். அவன் நூற்றுக்கு நூறு மகாராஷ்டிரனாக இருக்கலாம். அவன் நூற்றுக்கு நூறு தமிழனாக இருக்கலாம். அவன் நூற்றுக்கு நூறு குஜராத்தியாக இருக்கலாம். ஆனால் பூகோள அர்த்தத்தில் தவிர, இந்தியன் என்ற சொல்லின் உண்மையான அர்த்தத்தில் அவர் ஓர் இந்தியனாக இருக்க முடியாது. என் யோசனை ஏற்கப்படாவிட்டால், பின்னர் இந்தியா இந்தியாவாக

இருக்காது. அதற்கு மாறாக, ஒன்றுடன் ஒன்று சண்டை போட்டுக் கொள்வதிலும், சிண்டுபிடித்துக் கொள்வதிலும், ஏச்சுபேச்சுகளிலும் போட்டி பூசல்களிலும் ஈடுபட்டிருக்கக்கூடிய பலதரப்பட்ட தேசிய இனங்களைக் கொண்ட ஒரு கதம்பக் கூட்டாகத்தான் அது இருக்கும்.

'ஓ, இந்தியர்களே! நீங்கள் எப்போதும் பிளவுபட்டே இருப்பீர்கள். நீங்கள் எந்நாளும் அடிமைகளாகவே உழல்வீர்கள்' என்று ஆண்டவன் இந்தியாவுக்கும் இந்தியர்களுக்கும் மிகப் பெரிய சாபத்தைத் தந்திருப்பார் போலும்!

இந்தியாவும் பாகிஸ்தானும் பிரிந்ததை வரவேற்றேன். அதற்காக மகிழ்ச்சியும் அடைகிறேன். பிரிவினையை ஆதரித்தேன். பிரிவினையின் மூலம்தான் இந்துக்கள் சுதந்திரமானவர்களாகவும் சுயேச்சையானவர்களாகவும் இருக்கமுடியும் என்று நான் நம்பியதே இதற்குக் காரணம். இந்தியாவும் பாகிஸ்தானும் ஒரே நாடாக இருந்திருந்தால், இந்துக்கள் சுதந்திரமுடையவர்களாக இருந்தாலும் முஸ்லீம்களின் தயவைப் பெரிதும் எதிர்பார்க்கும் நிலையில்தான் இருந்திருப்பார்கள்.

அரசியல்ரீதியில் சுதந்திரம் பெற்ற இந்தியா இந்துக்களின் கண்ணோட்டத்தில் ஒரு சுதந்திர இந்தியாவாக இருந்திருக்காது. அப்போதைய அரசாங்கம் இரண்டு தேசங்கள் கொண்ட ஒரு நாட்டின் அரசாங்கமாகத்தான் இருந்திருக்கும். இந்துமகாசபை, ஜனசங்கம் போன்றவை இருந்தாலும் முஸ்லீம்கள் எத்தகைய தடங்கலும் இன்றி ஆளும் வர்க்கத்தினராக இருந்திருப்பார்கள்.

நாடு பிரிவினை செய்யப்பட்டபோது ஆண்டவன் தமது சாபத்தை விலக்கிக்கொண்டு, இந்தியா சுபிட்சமும் வளமும் அமைதியும் கோலோச்சும் ஒன்றுபட்ட ஒரு மாபெரும் நாடாகத் திகழத் திருவுளங் கொண்டுள்ளார் என்றே எனக்குத் தோன்றியது. ஆனால் அந்தச் சாபம் மீண்டும் நம்மீது விழுமோ என்று எனக்கு அச்சமாக இருக்கிறது. ஏனென்றால், மொழிவாரி மாநிலங்கள் வேண்டுமென்று கோரு பவர்கள் பிராந்திய மொழியைத் தங்களது ஆட்சி மொழியாக ஆக்க வேண்டுமென்ற குறிக்கோளைத் தங்கள் உள்ளத்தின் அடித்தளத்தில் வைத்திருப்பதைக் காண்கிறேன்.

ஐக்கிய இந்தியா என்னும் லட்சியத்துக்கு இது சாவுமணி அடிப்ப தாகவே இருக்கும். பிராந்திய மொழிகள் ஆட்சி மொழிகளாகும்போது இந்தியாவை ஓர் ஒன்றுபட்ட வலிமைமிக்க வளமான நாடாக ஆக்கவேண்டும் என்ற மகோன்னதமான லட்சியம் மறைந்துபோகும். இந்தியர்களை முழுக்க முழுக்க இந்தியர்களாக ஆக்கவேண்டும்.

அவர்களது ஊனிலும் உதிரத்திலும் பேச்சிலும் மூச்சிலும் இந்தியன் என்ற உணர்வு மேலோங்கி நிற்கச் செய்யவேண்டும் என்ற உயரிய குறிக்கோளும் மண்ணோடு மண்ணாகி விடும். இந்த இக்கட்டிலிருந்து, சிக்கலிலிருந்து மீள்வதற்கு ஓர் உபாயத்தை, பரிகாரத்தைக் கூறுவதற்கு மேல் என்னால் வேறு என்ன செய்ய முடியும்? என் யோசனையைப் பரிசீலிப்பது இந்தியர்களின் பொறுப்பு"[6] என்று முடிக்கிறார் அண்ணல் அம்பேத்கர்.

சமஸ்கிருதம், இந்தி மொழி பற்றி ஸ்ரீகுருஜி மற்றும் அண்ணல் அம்பேத்கரின் பார்வையும் ஒரே புள்ளியில் இணைந்திருப்பது என்பது தேசபக்தர்களின் பார்வை எப்போதுமே ஒரேவிதமான எண்ணங்களி லிருந்து உருவாகின்றன என்பதைத்தான் நிரூபிக்கின்றன.

---

## ஆதாரக் குறிப்புகள்

1. நூல் : தமிழ் இலக்கிய வரலாறு, பக்.13

2. ஸ்ரீகுருஜி சிந்தனைக் களஞ்சியம், தொகுதி 11, பக்.147

3. டாக்டர் அம்பேத்கர் வாழ்க்கை வரலாறு, தனஞ்செய்கீர், பக்.25

4. மத்தாய் நினைவுகள், பக்.24

5. ஸ்ரீகுருஜி சிந்தனைக் களஞ்சியம், தொகுதி 11, பக்.148

6. டாக்டர் பாபா சாஹேப் அம்பேத்கர் : பேச்சும் எழுத்தும், தொகுதி - 1, பக்.213-214

# 'ஆரிய' இனவாதம் எனும் பொய்யுரை

இந்திய தேசத்தைப் பிரிப்பதற்காக - இந்த தேச மக்களிடையே பிரிவினையை உண்டாக்க பிரிட்டிஷ் காரர்கள் ஆரிய வாதத்தைப் பயன்படுத்தினர். இதைச் சரியாகவே உணர்ந்தவர்களில் முக்கியமானவர்கள் ஸ்ரீகுருஜியும் அண்ணல் அம்பேத்கரும் ஆவார்கள்.

ஸ்ரீகுருஜி கூறுகிறார் : 'இன்றைக்கு வெவ்வேறுவிதமான பிரிவினைக் கருத்துக்களும் பிளவு எண்ணங்களும் தலைதூக்கி வருகின்றன. உதாரணமாக ஆரிய - திராவிட இனவாதம். இது சமீப காலத்தில் தோன்றிய ஒரு செயற்கைவாதம். பதவிவெறி பிடித்தவர்களால் வரம்பற்ற முறையில் வளர்க்கப்பட்டு வரும் நவீன கால மூடநம்பிக்கை. நமது நாட்டில் தொடக்கத்தில் பலவகை யான இன வேற்றுமைகள் இருந்திருக்கலாம். எனினும் அவை வரலாற்று வளர்ச்சியில் நெடுங்காலத்துக்கு முன்பே மறைந்துபோயின. இரண்டாயிரம் ஆண்டுகட்கு முன் நமது நாடு 'பஞ்ச கௌடர்', 'பஞ்ச திராவிடர்' என்ற இரு குழுக்களாகப் பகுக்கப்பட்டது. தென்னாடு பஞ்ச திராவிட குழுவில் வந்தது. இது இனப்பிரிவினை அல்ல, பிரதேசங்களின் பெயர் மட்டுமே.

வடபகுதியில் வாழ்பவர்களைப் போலவே, தென்னகத்தில் வாழும் மக்களும் ஆரியர்களாகக் கருதப்பட்டார்கள். நம் நாட்டில் 'ஆரிய' என்ற சொல் எப்போதும் உயர்பண்பைக் குறிக்கும் சொல்லாகத்தான் பயன்படுத்தப்பட்டு

வந்துள்ளது. இனத்தைக் குறிக்கும் சொல்லாக அல்ல. நமது புராணங்களில், மனைவி கணவனை, 'ஆரிய' என்று அழைப்பதைக் காண்கிறோம். அப்படி என்றால், மனைவியர் அனைவரும் ஆரியர் அல்லாதவர்கள் என்று கொள்ளலாமா? ஆரிய என்ற சொல் சான்றோன் என்பதையே குறிக்கும். பகவத் கீதையிலும் ஸ்ரீகிருஷ்ணர் இந்தப் பொருளில்தான் ஆரிய என்ற சொல்லைப் பயன்படுத்துவதைக் காண்கிறோம். குருக்ஷேத்திர யுத்தத்தின் துவக்க நாளன்று அர்ஜுனன் மனம் சோர்ந்து இருக்கும்போது ஸ்ரீகிருஷ்ணர் அவனை அனாரிய ஜுஷ்டம் (ஆரியத்தன்மை இல்லாமை) என்னும் கீழ்த்தரமான போக்குக்காகக் கண்டிக்கிறார்.

இன்றைக்கு, ராம-ராவண யுத்தம் ஆரிய திராவிடர்களுக்கிடையே நடைபெற்ற யுத்தம் என்று திரித்துக் கூறப்படுகிறது. எவ்வளவு அறியாமையில் ஊறிய கூற்று! ராவணனே ஒரு பெரும் சமஸ்கிருத நிபுணன். பெரும் சிவபக்தன். அவனே சாமவேதத்துக்கு இசையமைத்த தாகக் கூறப்படுகிறது. அவனது தந்தையரான வைஸ்ரவரும், பாட்டனாரான புலஸ்தியரும் அந்தணர்கள். உண்மையில் ராவணன் தென்பகுதி மக்களைக் கொடுமைப்படுத்தினான். ராமர் அவர்களை அக்கொடுமையிலிருந்து விடுவித்தார்.

மேலும், சிலர் ஹர்ஷருக்கும் புலிகேசிக்கும் நடந்த சண்டையைக்கூட தெற்கின் மேல் வடக்கு ஆதிக்கம் செலுத்த எடுத்துக்கொண்ட முயற்சி என்றும் அதனைத் தெற்கு நன்கு முறியடித்தது என்றும் கூறுகின்றனர். ஆனால் உண்மையில் புலிகேசி திராவிடனே அல்லன். தமிழன் அல்லவே அல்லன். அவனுடைய அரசு மகாராஷ்டிரத்தின் கோதாவரிக் கரையிலுள்ள, தற்போது பைடண் என்றழைக்கப்படும் பிரதிஷ்டான் என்ற இடத்தில் நிறுவப்பட்டது. எவ்வாறாயினும் இரு அரசர்களும் சமாதானம் செய்துகொண்டு அமைதியாக ஆட்சி நடத்தினர். வடக்கு தெற்கு விவாதம் இன்றைய அரசியல் தலைவர்களால் உருவாக்கப் பட்டது. வேற்றுமையை விதைக்க ஏற்ற சூழ்நிலை தற்போது இருப்பதை அறிந்த அரசியல்வாதிகள் பதவி ஆசையினால் உருவாக்கிய வாதம்தான் இது.'[1]

குருஜி வேறொரு இடத்தில் கூறுகிறார் : '...ஆங்கிலேயன் நமக்குப் பல வழிகளிலும் பயிற்சி அளிக்கத் தொடங்கினான். இந்த நாடு ஒரு நாடு அல்ல. ஒரு பெரிய துணைக்கண்டம் என்பதே அவன் முதலில் கற்பித்த விஷயம். நாம் ஒரு ராஷ்ட்ரம் அல்ல. ஒரு தேச மக்கள் அல்ல என்று கூறினான். இந்த நாட்டில் பல்லாயிரம் ஆண்டுகளாக யாரோ சில பூர்விக குடிகள் வாழந்து வந்ததாகவும் அவர்கள் காடுகளுக்கும் மலைகளுக்கும் விரட்டப்பட்டதாகவும் கூறினான். திராவிடர்கள் என்ற பெயருடன்

வேறு சில முதற்குடி மக்களும் இருந்தார்களாம். ஆரியர்கள் வடக்கே இருந்து வந்து தம்மிடமிருந்த உயர்ந்த ஆயுத பலத்தால் இந்த நாட்டை வென்று எஞ்சியிருந்த மற்றவர்கள் மீது ஆதிக்கம் செலுத்தினார்களாம். அதாவது, நமக்குத் தாய்நாடு எதுவும் கிடையாது. நம்மில் பெரும்பாலோர் எங்கோ வெளியிலிருந்து வந்தவர்கள் என்றும் ஆகவே இந்த நாட்டில் நாமும் அந்நியர்கள்தான் என்றும் கூறினார்கள்.'[2]

ஸ்ரீகுருஜியின் இந்தப் பார்வை - இந்த விமர்சனம் அப்படியே அண்ணல் அம்பேத்கருக்கும் இருந்தது. அண்ணல் அம்பேத்கரும் இந்த ஆரிய இனவாதத்தை எப்போதும் ஏற்றுக் கொண்டதில்லை.

அண்ணல் அம்பேத்கர் ஆரிய இனவாதத்தை அலசி ஆராய்ந் திருக்கிறார். அவரைப்போல இந்த ஆராய்ச்சியில் ஈடுபட்டவர்கள் இந்தியாவில் வேறு யாரும் இல்லை என்று சொல்லிவிடலாம். அண்ணல் அம்பேத்கர் 'சூத்திரர்கள் யார்? அவர்கள் எவ்வாறு இந்தோ-ஆரிய சமுதாயத்தில் நான்காம் வருணத்தவர் ஆனார்கள்?' என்று 1947ல் ஒரு புத்தகம் எழுதி வெளியிட்டார். அதில் பிரிட்டிஷ் ஆராய்ச்சி யாளர்கள் ஆரிய இனவாதத்துக்கு எந்தெந்த ஆராய்ச்சிகளை முன் வைத்தார்களோ அதையெல்லாம் அண்ணலும் ஆராய்ந்திருக்கிறார். அவையெல்லாம் எப்படிக் கட்டுக்கதை என்பதை ஆணித்தரமாக நிரூபித்திருக்கிறார்.

அண்ணல் அம்பேத்கர் எழுதுகிறார் :

1. வேத இலக்கியத்தை, வேத நூல்களைத் தோற்றுவித்த மக்கள் ஆரிய இனத்தைச் சேர்ந்தவர்கள்.

2. ஆரியர்கள் இந்தியாவுக்கு வெளியே இருந்துவந்து இந்தியாவின் மீது படையெடுத்தவர்கள்.

3. இந்தியாவின் பூர்விக மக்கள் தாசர்கள் மற்றும் தஸ்யுக்கள் எனப்படுபவர்கள்; இவர்கள் இனவழியில் ஆரியர்களிடமிருந்து வேறுபட்டவர்கள்.

4. ஆரியர்கள் வெள்ளை இனத்தினர். தாசர்களும் தஸ்யுக்களும் கருப்பு இனத்தினர்.

5. ஆரியர்கள் தாசர்களையும் தஸ்யுக்களையும் வெற்றி கண்டனர்.

6. தாசர்களும் தஸ்யுக்களும் ஆரியர்களால் வெற்றி கொள்ளப்பட்டு, அடிமைகளாக்கப்பட்ட பிறகு சூத்திரர்கள் என அழைக்கப் பட்டனர்.

7. ஆரியர்கள் நிறப் பாகுபாட்டுக் கொள்கையைக் கடைப்பிடித்தனர். எனவே, சதுர்வருண அமைப்பு முறையை உருவாக்கினர். இதன் மூலம் வெள்ளை இனத்தினரைத் தாசர்கள் தஸ்யுக்கள் போன்ற கருப்பு இனத்தினரிடமிருந்து பிரித்தனர்.

இவைதான் இந்தோ-ஆரிய சமுதாயத்தில் சூத்திரர்களின் மரபு மூலத்தையும் நிலையையும் குறித்து மேலையக் கோட்பாட்டில் அடங்கியுள்ள பிரதான அம்சங்களாகும்.

....இந்தக் கோட்பாட்டின் தகைமையைச் சோதிப்பதற்கு அதனைப் பகுதிப் பகுதியாகப் பரிசீலிப்பதும், ஒவ்வொரு பகுதியும் எந்த அளவுக்குச் சான்றை ஆதாரமாகக் கொண்டிருக்கிறது என்பதைக் காண்பதுமே மிகச் சிறந்த வழியாகும். இந்தக் கோட்பாட்டின் முழுக் கட்டுமானமும் ஆரிய இனத்தைச் சேர்ந்த ஒருவகை மக்கள் வாழ்ந்தார்கள் என்ற அனுமானத்தின் அடித்தளத்தின்மீது அமைந்திருக்கிறது. எனவே இந்தப் பிரச்னையைப் பற்றி முதலில் பரிசீலிப்பது உசிதமாக இருக்கும்.

இனம் என்ற பதத்தின் நேர் அர்த்தத்தில் பார்க்கும்போது ஆரிய இனம் என்று ஒன்றிருக்கிறதா? இது விஷயத்தில் இரண்டு விதமான கருத்துக்கள் நிலவுவதாகத் தோன்றுகிறது. ஆரிய இனம் இருப்பதை ஒரு கருத்து ஆதரிக்கிறது. இதன்படி ஆரிய இனத்தைச் சேர்ந்த ஒருவரது அங்க அடையாளங்கள் பின்வருமாறு இருக்கும்.

'ஆரிய இனவகையைச் சேர்ந்தவரது தலை நீண்டிருக்கும். மூக்கு நேராக, நேர்த்தியுடன் செதுக்கப்பட்டது போன்றிருக்கும். முகம் நீண்டு செவ்வொழுங்கோடு குறுகியதாக இருக்கும். உறுப்புகள் நன்கு வளர்ச்சியடைந்த வகையாக இருக்கும். காது, மூக்கு, நெற்றி யிடையேயான கோண அளவு தூக்கலானதாக இருக்கும். உயரமான ஆகிருதி. பருமனாகவும் இல்லாமல் ஒல்லியாகவும் இல்லாமல் ஒரே சீரான நல்ல உருவமைப்பு. (ரிப்ளே, ஐரோப்பிய இனங்கள், பக்கம் 121)

மற்றொரு கருத்து பேராசிரியர் மாக்ஸ்முல்லருடையது. அவரது கருத்துப்படி இந்தச் சொல் மூன்று வெவ்வேறு பொருள்களில் பயன்படுத்தப்படுகிறது. மொழி விஞ்ஞானம் என்று தலைப்பில் அவர் ஆற்றிய உரைகளில் பின்வருமாறு குறிப்பிடுகிறார் :

'ஆர் அல்லது ஆரா என்னும் சொற்களில் உழுது பண்படுத்திய நிலத்தின் மிகத் தொன்மையான பெயர்களில் ஒன்றைக் காண்கிறேன். இந்தச் சொற்கள் சமஸ்கிருதத்திலிருந்து மறைந்துவிட்டன. ஆனால் கிரேக்க மொழியில் எரா என்னும் சொல்லாக அவை நிலைத்து நின்றுவிட்டன. இதிலிருந்து ஆரிய என்னும் பதம் ஆரம்பத்தில் நில உரிமையாளர்

அல்லது நிலச் சாகுபடியாளரையும் வைஸ் என்னும் பதத்திலிருந்து தோன்றிய வைசிய என்னும் சொல் குடும்பத் தலைவரையும் குறிப்பதாக இருந்திருக்கவேண்டும். மனுவின் புதல்வியின் பெயரான இதா என்பது பண்படுத்தப்பட்ட நிலத்தின் மற்றொரு பெயராகும். அநேகமாக இது ஆரா என்னும் சொல்லின் திரிபாக இருக்கக்கூடும்.

நிலத்தை உழுவது அல்லது பயிரிடுவது என்னும் கருத்தைப் பிரதிபலிக்கும் வகையில் இது இரண்டாவதொரு பொருளிலும் பயன் படுத்தப்பட்டது. இது குறித்து பேராசிரியர் மாக்ஸ் முல்லர் பின்கண்ட வாறு கூறுகிறார் :

''ஆரிய என்பதன் சொல்லாக்க விளக்கம் நிலத்தை உழுபவன் அல்லது பயிர் செய்பவன் என்பதைக் குறிப்பதாகவே இருக்கவேண்டும். துரேனிய இனத்தவருக்கு மாறான முறையில் ஆரியர்களே இந்தப் பெயரைத் தேர்ந்தெடுத்துக் கொண்டிருக்கவேண்டும் என்று தோன்றுகிறது. துரா என்னும் சொல் குதிரை வீரரின் மின்னல் வேகத்தைக் குறிக்கிறது.''

மூன்றாவதாக ஆரிய என்னும் இந்தச் சொல் வைசியர்களைக் குறிக்கும் ஒரு பொதுப்பெயராகப் பயன்படுத்தப்பட்டது. இவர்கள் அப்போது மக்களில் பெரும்பகுதியினராக இருந்து வந்தனர். இந்தக் கருத்துக்குப் பேராசிரியர் மாக்ஸ்முல்லர் பாணினியை (iii.i.*103*) ஆதாரமாகக் கொள்கிறார். அடுத்து இதில் நான்காவதொரு கருத்தும் உள்ளது. ஆரிய என்னும் சொல் பிற்காலத்தில் தோன்றியது என்பதே அக்கருத்து. 'உயர்குடி மரபுமூலம் கொண்டவர்கள்' என்று இதற்குப் பொருள்.

எனினும் ஆரிய இனம் குறித்த பிரச்னையில் மாக்ஸ்முல்லர் இவற்றை எல்லாம்விட மிக முக்கியமான ஒரு கருத்தைத் தெரிவித்திருக்கிறார். இது குறித்து அவர் கூறுவதாவது :

'குருதித் தொடர்பைப் பொறுத்தவரையில் ஆரிய இனம் என்று எதுவும் இல்லை. விஞ்ஞான மொழி அர்த்தத்தில் ஆரியன் என்பதை அறவே இனத்துக்குப் பயன்படுத்த முடியாது. ஆரியன் என்பது மொழியைத் தவிர வேறு எதையும் குறிக்கவில்லை. நாம் ஆரிய இனம் என்று பேசும்போதெல்லாம் ஆரிய மொழியையே அது குறிக்கிறது என்பதை நாம் தெரிந்திருக்கவேண்டும். *(சொற்களின் வரலாறு, பக்கங்கள் 89 மற்றும் 120-121)*

•

ஆரியர்கள் என்று சொல்லும்போது ரத்தத்தையோ, எலும்புகளையோ, ரோமத்தையோ அல்லது மண்டை ஓட்டையோ குறிப்பிடவில்லை

என்பதை நான் திரும்பத் திரும்பக் கூறியிருக்கிறேன். ஆரியமொழி பேசுபவர்களையே நான் குறிப்பிடுகிறேன். இந்துக்கள், கிரேக்கர்கள், ரோமானியர்கள், ஜெர்மானியர்கள், கெல்டியர்கள், ஸ்லாவ்கள் போன்றோருக்கும் இது பொருந்தும். அவர்களைப் பற்றி நான் பேசும்போது உடல் உறுப்புகள் அமைப்பியல் அடிப்படையில் பேசவில்லை. நீலநிறக் கண்களும் செவ்விய கேசமும் உடைய ஸ்காண்டினேவியர்கள் வெற்றியாளர்களாவோ தோல்வியுற்றவர்களாகவோ இருக்கலாம். அவர்கள் தங்களுடைய கோமான்களுடைய மொழியையோ குடிமக்களது மொழியையோ ஏற்றுக் கொண்டவர்களாக இருக்கலாம். ஆனால் அவர்களுடைய மொழியைத் தவிர்த்து வேறு எதையும் நான் குறிப்பிட வில்லை. இந்துக்களையும், கிரேக்கர்களையும், ரோமானியர்களையும், ஜெர்மானியர்களையும், செல்ட்டுகளையும், ஸ்லாவ்களையும் குறிப்பிடும்போது அவர்களுடைய மொழியை வைத்தே குறிப்பிடுகிறேன்.

கருப்புநிற இந்துக்கள்கூடச் செவ்விய தோற்றமுடைய ஸ்காண்டினேவியர்களைவிடவும் ஆரியமொழியையும் எண்ணத்தையும் பிரதிபலிப்பவர்களாக இருந்தனர் என்பதை என்னால் உறுதியாகக் கூறமுடியும். நான் கடுமையான சொற்களைப் பயன்படுத்துவதாகத் தோன்றக்கூடும். ஆனால் இத்தகைய முக்கியமான விஷயங்களில் இது ஒரு பெரிய பிரச்னை அல்ல. என்னைப் பொறுத்தவரையில், ஆரிய இனத்தையும், ஆரிய இரத்தத்தையும், ஆரியக் கண்களையும், ஆரிய ரோமத்தையும் பற்றிப் பேசும் ஒரு மனித இன ஆய்வியலாளர் எவ்வாறு ஒரு பாபாத்மாவோ அவ்வாறே நீள்தலையினர் பேசும் மொழியின் அகராதி பற்றியும் குறுந்தலையினர் பேசும் மொழியின் இலக்கணத்தையும் பற்றிப் பேசும் ஒருமொழி நூலாராய்ச்சியாளரும் பாபாத்மாவே ஆவார். இது பாபிலோனிய மொழிக் குழப்பத்தைவிடவும் மோசமானது. இது அப்பட்டமான திருட்டாகும். மொழிகளை வகைப்படுத்த நாம் நமது சொந்தத் துறைச் சொற்களை உருவாக்கி இருக்கிறோம். இதேபோன்று மனித இன ஆய்வாளர்களும் மண்டை ஓடுகளையும் ரோமத்தையும் இரத்தத்தையும் வகைப்படுத்த தமது சொந்தத் துறைச் சொற்களை உருவாக்கிக் கொள்ளட்டும்.

பேராசிரியர் மாக்ஸ்முல்லர் ஆரிய இனக்கோட்பாட்டில் ஒரு சமயம் நம்பிக்கை வைத்திருந்தவர் என்பதையும், அந்தக் கோட்பாட்டைப் பரப்புவதில் பெரும்பங்கு வகித்தவர் என்பதையும் அறிந்தவர்கள் அவரது இந்தக் கருத்தைப் பெரிதும் போற்றி வரவேற்பார்கள் என்பதில் ஐயமில்லை.

மேலே குறிப்பிடப்பட்ட இரு கருத்துகளும் பரஸ்பரம் முரண்பட்டவையாக உள்ளன என்பது தெள்ளத்தெளிவு. ஒரு கருத்தின்படி ஆரிய இனம்

உடல்கூறியலின் அடிப்படையில் இருந்துவந்தது. சில பாரம்பரிய இயல்புகளையும் ஒரு குறிப்பிட்ட மண்டைஓடு மற்றும் முகக் குறியீடு களையும் அது பெற்றிருந்தது. ஆனால் மாக்ஸ்முல்லரின் கருத்துப்படி ஆரிய இனம் ஒரு பொதுமொழியைப் பேசும் மக்கள் என்ற ரீதியில், மொழி அடிப்படையில்தான் இருந்துவந்தது.

இந்தக் கருத்துமோதலில் ஒருவர் பின்வருமாறு வினவலாம். வேத நூல்கள் காண்பிக்கும் செய்தி என்ன? வேதநூல்களை ஆராய்ந்து பார்த்தால் ரிக்வேதத்தில் இரண்டு சொற்கள் இடம் பெற்றிருப்பதைக் காணலாம். ஒன்று 'அ' குறிலில் முடியும் 'அர்ய' என்னும் சொல். மற்றொன்று 'அ' நெடிலில் முடியும் 'ஆரிய' என்னும் சொல். இவற்றில் குறிலில் முடியும் 'அர்ய' என்னும் சொல் ரிக்வேதத்தில் 88 இடங்களில் பயன்படுத்தப்பட்டிருக்கிறது. அது பின்கண்ட நான்கு வெவ்வேறு அர்த்தங்களில் பயன்படுத்தப்பட்டிருக்கிறது. 1.பகைவன், 2.நன் மதிப்புக்குரியவன், 3.இந்தியாவின் பெயர், 4. உடையவன், வைசியன் அல்லது குடிமகன். 'ஆரிய' என்னும் சொல் ரிக்வேதத்தில் 31 இடங்களில் வருகிறது. எனினும் எந்த இடத்திலும் இனத்தைக் குறிப்பதற்கு அச்சொல் பயன்படுத்தப்படவில்லை.

மேலே கூறியவற்றிலிருந்து வேதங்களில் இடம்பெற்றிருக்கும் 'ஆரிய' மற்றும் 'அர்ய' என்னும் பதங்கள் எவ்வகையிலும் இனத்தை அர்த்தப் படுத்தும் முறையில் பயன்படுத்தப்படவில்லை என்ற சிறிதும் சர்ச்சைக்கிடமற்ற முடிவுக்கு வரமுடியும்.

•

ஆரியர்கள் இந்தியாவின்மீது படையெடுத்து வந்தார்கள் என்பதற்கும், அதன் சுதேசி மக்களை வென்று அவர்களைத் தங்கள் கட்டுப்பாட்டின் கீழ் கொண்டுவந்தார்கள் என்பதற்கும் என்ன சான்று இருக்கிறது? ரிக்வேதத்தைப் பொறுத்தவரையில் ஆரியர்கள் இந்தியாவுக்கு வெளியே இருந்து இந்தியாவின்மீது படையெடுத்து வந்தார்கள் என்பதற்கு அதில் அணுவளவு ஆதாரம்கூட இல்லை. இது பற்றி திரு.பி.டி.சீனிவாச அய்யங்கார் பின்வருமாறு கூறுகிறார் :

'ஆரியர்கள், தாசர்கள், தஸ்யுக்கள் எனும் சொற்கள் இடம் பெற்றுள்ள மந்திரங்களைக் கவனமாகப் பரிசீலித்துப் பார்த்தால் அவை இனத்தைக் குறிக்கவில்லை என்பதையும் சமயக் கோட்பாட்டு முறைகளையே குறிக்கின்றன என்பதையும் காணலாம். இந்தச் சொற்கள் பெரும் பாலும் ரிக்வேத சம்ஹிதையிலேயே வருகின்றன. மொத்தம் 1,53,972 சொற்கள் அடங்கிய மந்திரங்களில் ஆரியர் என்னும் சொல் சுமார் 33 தடவையே வருகின்றன. இவ்வாறு இந்த சொல் அரிதாகவே இடம்

பெற்றிருப்பது ஆரியர்கள் என்று தங்களை அழைத்துக்கொண்ட குல மரபுக் குழுவினர் நாட்டின்மீது படையெடுத்து அதனை வென்று மக்களைப் பூண்டோடு அழித்தவர்கள் அல்ல என்பதற்குச் சான்றாக அமைந்துள்ளது. ஏனென்றால் படையெடுத்துவரும் எந்தக் குலமரபுக் குழுவினரும் தங்கள் சாதனைகளைப் பற்றி அடிக்கடி தற்புகழ்ச்சி செய்துகொள்ளாமல் இருக்கமாட்டார்கள்'.

வேதநூல்களின் சான்றைப் பொறுத்தவரையில் ஆரியர்களின் பூர்விகத் தாயகம் இந்தியாவுக்கு வெளியே இருந்தது என்பதை மெய்ப்பிப்பதாக இல்லை.

....இவ்வாறு ஆரிய இனம் குறித்த மேலைய எழுத்தாளர்களின் கோட்பாடு ஒவ்வொரு அம்சத்திலும் அடிசாய்ந்து விழுகிறது என்பது சொல்லாமலே விளங்கும். பொதுவாக மேலைய அறிஞர்கள் ஆழமான ஆராய்ச்சியிலும் கவனமான பகுத்தாய்விலும் மிகுந்த ஈடுபாடு கொண்டவர்கள் என்பதைக் கருத்தில்கொண்டு பார்க்கும்போது இது ஓரளவு வியப்பாகவே தோன்றும். அப்படியிருக்கையில் அவர்களது கோட்பாடு தோற்றது ஏன்? இந்தக் கோட்பாட்டை நுணுகி ஆராயும் எவரும் அதனை இரண்டு தொற்றுநோய்கள் பீடித்திருப்பதைக் காண்பர். முதலாவதாக, இந்தக் கோட்பாடு சில அனுமானங்களையும் அந்த அனுமானங்களின் அடிப்படையில் எழுந்த முடிவையும் அடிப்படையாகக் கொண்டிருக்கிறது. இரண்டாவதாக, இந்தக் கோட்பாடு விஞ்ஞான ஆய்வுக்கு முரண்பட்டதாக இருக்கிறது. உண்மைகளைக் கண்டறிய அது அனுமதிக்கவில்லை. மாறாக இந்தக் கோட்பாடு முற்புனைவாக உருவாக்கப்பட்டு, அதனை மெய்ப்பிப் பதற்கு ஆதாரங்கள் சேகரிக்கப்பட்டிருக்கின்றன.

ஆரிய இனம் சம்பந்தப்பட்ட கோட்பாடு ஒரு வெறும் அனுமானமே யன்றி வேறல்ல. ....படையெடுப்புக் கோட்பாடு ஒரு கற்பனையே.

இந்த அனுமானங்களில் எது ஒன்றும் உண்மைத் தகவல்களால் மெய்ப்பிக்கப்படவில்லை. ஆரிய இனம் என்ற கோட்பாட்டை எடுத்துக் கொள்வோம். ஆரிய இனம் என்பது உடலியல் அர்த்தத்தில் ஒரு விஷயம் என்பதையும் மொழியியல் அர்த்தத்தில் முற்றிலும் வேறுபட்டதொரு விஷயம் என்பதையும் இந்தக் கோட்பாடு கணக்கி லெடுத்துக் கொள்ளவில்லை. அதேபோன்று, உடலியல் பொருளில் ஆரிய இனம் என்று ஒன்று இருக்குமாயின் அதன் பூர்விக உறையுள் ஓரிடத்திலும் மொழியியல் பொருளில் முற்றிலும் வேறொரு இடத்திலும் இருப்பது சாத்தியமே என்பதையும் இக்கோட்பாடு கணக்கில் எடுத்துக் கொள்ளவில்லை. ஆரிய இனம் என்னும் கோட்பாடு பொதுவான மொழி என்னும் கருத்தின் அடிப்படையில் அமைந்துள்ளது. அதன் அடிப்படை அமைப்பு ஒற்றுமையே இந்தப்

பொதுத் தன்மைக்குக் காரணம் என்றும் கூறப்படுகிறது. ஆரியர்கள் வெளியிலிருந்து வந்து இந்தியாவின் மீது படையெடுத்தார்கள் என்ற கூற்று நிரூபிக்கப்படவில்லை. தாசர்களும் தஸ்யுக்களும் இந்தியாவின் பூர்விகக் குடிகள் என்ற கருத்தும் பொய்யானதாகும்.

...ஆரிய இனக்கோட்பாடு மிகவும் அபத்தமானது. அது நீண்ட காலத்துக்கு முன்பே சவக்குழிக்குப் போயிருக்கவேண்டும். ஆனால் அவ்வாறு அந்தக் கோட்பாடு உயிர்விடாமல் மக்களிடம் பெரும் பிடிப்பை ஏற்படுத்தி இருக்கிறது. இத்தகைய ஒரு நிகழ்வுப் போக்குக்கு இரண்டு காரணங்கள் இருக்கின்றன. முதல் காரணம் பிராமண கற்றறிவாளர்களிடையே இந்தக் கோட்பாடு பெற்றிருக்கும் ஆதரவாகும். ஆரிய இனக்கோட்பாடு மரிக்காததற்கு இரண்டாவது காரணம் வருணம் என்னும் சொல் நிறத்தையே குறிக்கிறது என்று ஐரோப்பிய ஆராய்ச்சியாளர்கள் பொதுவாக வலியுறுத்தி வருவதும், இந்தக் கருத்தைப் பெரும்பாலான பிராமண அறிஞர்கள் ஏற்றுக் கொண்டிருப்பதுமாகும்.

மேலையக் கோட்பாடு சில விஷயங்களைப் போதிய அளவு ஆராயாமல், ஆழமாகப் பரிசீலிக்காமல் அவசர கோலமாக மேற்கொள்ளப் பட்ட முடிவே என்பதில் ஐயமில்லை. பண்டைய ஆரியர்களின் மனோபாவம் பற்றிய சில குறிப்பிட்ட கண்ணோட்டங்கள் அவர்களது வழித்தோன்றல்கள் என்று கருதப்படும் இந்தோ-ஜெர்மன் இனங்களின் மனோபாவம் சம்பந்தப்பட்ட கண்ணோட்டங்களுடன் ஒத்துப்போவதால் இந்த முடிவு சரியானதாகவே இருக்கும் என்ற நம்பிக்கையின் அடிப்படையில் அமைந்ததே இந்த மேலையக் கோட்பாடாகும்.

மிகச் சில விஷயங்களின் அடிப்படையிலேயே இந்தக் கோட்பாடு அமைந்துள்ளது. மேலைய அறிஞர்கள் ஆராய்ச்சித் துறையில் நீண்ட நெடுங்காலமாகவே ஈடுபட்டு வருபவர்கள். அப்படிப்பட்டவர்கள் இத்தகைய வலுவற்ற, பலவீனமான அஸ்திவாரத்தின்மீது ஒரு கோட்பாட்டை உருவாக்க முனைந்திருப்பது வியப்பிலும் வியப்பாக இருக்கிறது. இந்த அத்தியாயத்தில் ஏராளமான, அசைக்க முடியாத, உறுதியான சான்றுகள் தரப்பட்டுள்ள நிலைமையில் இந்த மேலையக் கோட்பாடு இனியும் செல்லுபடியாகாது. இதனைக் குப்பைக் கூடையில்தான் தூக்கி எறியவேண்டும்.''[3]

அண்ணல் அம்பேத்கர் கூறியுள்ளவற்றில் சில மட்டுமே இங்கு கொடுக்கப்பட்டது. அப்புத்தகத்தில் மிக மிக விரிவாகவே அண்ணல் ஆராய்ந்திருக்கிறார். இப்படி அண்ணல் அம்பேத்கரும் ஸ்ரீகுருஜியும் இந்த விஷயத்தில் ஒரே புள்ளியில் இணைந்திருந்தனர்.

அதுமட்டுமல்லாமல் ஆங்கிலேயர்கள் மற்றொரு கருத்தையும் முன்வைத்தார்கள். இந்தியாவில் இருக்கிற ஒவ்வொரு ஜாதியும் ஒரு

இனம் என்று ஆங்கிலேயர் வரையறுத்தார்கள். அதாவது பறையர்கள் ஒரு இனம்; பிராமணர்கள் ஒரு இனம்; தேவர்கள் ஒரு இனம்; செட்டியார்கள் ஒரு இனம்; வெள்ளாளர்கள் ஒரு இனம் என்று எல்லா ஜாதியைச் சார்ந்தவர்களையும் தனித்தனியாகப் பிரித்து ஒவ்வொரு ஜாதியும் தனித்த, மற்ற ஜாதியிடமிருந்து வேறுபட்ட இனம் என்று வரையறுத்துப் பரப்பினர்.

இதைக் கடுமையாக மறுத்தவர்கள் குருஜியும் அண்ணல் அம்பேத்கரும்தான். இந்துக்கள் எல்லோரும் ஒரே இனம் என்பதுதான் ஆர்.எஸ்.எஸ். அமைப்பினுடைய கருத்து. இந்தக் கருத்தைத்தான் அண்ணல் அம்பேத்கரும் கூறுகிறார் : 'ஜாதிப்பாகுபாடு என்பது உண்மையில் இனப்பாகுபாடே என்பதும் பல்வேறு ஜாதிகளும் வெவ்வேறான இனங்களே என்பதும் உண்மைகளைத் திரித்துக் கூறுவதாகும். பஞ்சாபிலுள்ள பிராமணனுக்கும் சென்னையிலுள்ள பிராமணனுக்கும் இடையில் இன வழியில் என்ன ஒற்றுமை உள்ளது? வங்கத்திலுள்ள தீண்டாதானுக்கும் சென்னையிலுள்ள தீண்டாதானுக்கும் இடையில் இனவழியில் என்ன ஒற்றுமை உள்ளது? பஞ்சாப் பிராமணனுக்கும் சென்னை தீண்டாதானுக்கும் இடையே என்ன இனவழியிலான வேறுபாடு உள்ளது? சென்னை பிராமணனுக்கும் சென்னை பறையனுக்கும் இடையே என்ன இனவழியிலான வேறுபாடு உள்ளது? பஞ்சாப் பிராமணனும், பஞ்சாப் சமரும், சென்னை பிராமணனும் சென்னை பறையனும் இனவழியில் ஒரே பிரிவைச் சேர்ந்தவர்களே"[4] என்கிறார் அண்ணல் அம்பேத்கர்.

ஆங்கிலேயர்கள் இந்திய தேசத்தவரை இன ரீதியில் பிரிப்பதைப் பல்வேறு சந்தர்ப்பங்களில் ஆர்.எஸ்.எஸ். அமைப்பும் அண்ணல் அம்பேத்கரும் கடுமையாக மறுத்துள்ளனர்; எதிர்த்துள்ளனர் எனும்போது இருவரும் ஒரே புள்ளியில் இணைந்திருந்தார்கள் என்பதில் ஐயமில்லை.

---

ஆதாரக் குறிப்புகள்

1. ஸ்ரீகுருஜி சிந்தனைக் களஞ்சியம், தொகுதி 11, பக்.150-51

2. ஸ்ரீகுருஜி சிந்தனைக் களஞ்சியம், தொகுதி 11, பக்.179

3. 'சூத்திரர்கள் யார்? அவர்கள் எவ்வாறு இந்தோ-ஆரிய சமுதாயத்தில் நான்காம் வருணத்தவர் ஆனார்கள்?'

4. டாக்டர் பாபா சாஹேப் அம்பேத்கர் : பேச்சும் எழுத்தும், தொகுதி - 1, பக்.69

# இந்து சட்ட மசோதா

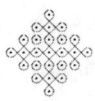

**அண்**ணல் அம்பேத்கர் இந்து சமயத்துக்கு - இந்து சமூகத்துக்கு எதிரான மனநிலையில் இருந்தாலும்கூடக் கடைசிவரை இந்து சமயத்தை - இந்து சமூகத்தைச் சீர்திருத்திவிடவேண்டும்; பண்படுத்திடவேண்டும் என்பதில் மிகுந்த ஆவலோடு இருந்தார். தன்னுடைய அறிவையும் உழைப்பையும் அதற்காகச் செலவிட்டார்.

இந்து சமூகத்தைச் சீர்திருத்தும் முயற்சியாக அண்ணல் அம்பேத்கரால் கொண்டுவரப்பட்டதுதான் இந்து சட்ட மசோதா.

இந்து சமூகத்தின் அடித்தளத்தை எவ்வாறு மாற்றியமைப்பது என்ற சிந்தனையைத் தூண்டும் ஒரே நோக்கத்துடன் சில மாதங்கள் மூழ்கியிருந்தார். இந்த மசோதாவைத் தயாரிப்பதற்காக அம்பேத்கர் இந்து மதச் சாத்திரங்களை விரிவாகப் படித்தார். பல பண்டிதர்களுடனும் சட்ட வல்லுநர்களுடனும் கலந்துரையாடினார். அவருடைய அறை முழுவதும் அவர் திரட்டிய பல ஆதாரங்களும், புத்தகங்களும், கைப்பிரதிப் படிகளும் நிரம்பியிருந்தன. அவருடைய உடல்நலக் குறைவையும், பார்வை பழுதுபடுவதையும் பொருட்படுத்தாமல் அவர் இடையறாது உழைத்தார். அவருடைய மருத்துவர்கள் அவர் படிக்கவோ எழுதவோகூடாது என்று தடை விதித்திருந்ததையும் மீறி இப்பணியை மேற்கொண்டார்.

இந்துச் சட்டத்தைத் திருத்தியமைத்து 1948 அக்டோபரில் அரசியல் சட்ட அவையிடம் அளித்திருந்தார். இதன்மீது விவாதங்கள் நடைபெற்றன.

இந்து சட்ட மசோதா மூன்றுவிதக் காரணங்களுக்காகக் கொண்டு வரப்படுவதாக அண்ணல் அம்பேத்கர் சில இடங்களில் குறிப்பிட்டுக் காட்டியிருக்கிறார்.

1. இந்து சமுதாயத்தைப் பழுதுபார்ப்பது.

2. இந்து சமுதாயத்துக்கு ஒரே சட்டம்

3. அரசியல் சாசனத்தில் கூறப்பட்டிருக்கும் அடிப்படையை உரிமையை நிலைநாட்டுவது.

இந்த மூன்று காரணங்களையும் அண்ணல் அம்பேத்கர் தெள்ளத் தெளிவாகவே குறிப்பிட்டிருக்கிறார்.

ஒரு இடத்தில் அண்ணல் கூறுகிறார் : 'என்னைப் பொறுத்தவரையில் நான் மிகவும் பழமைவாதிதான். சிலர் இந்த உண்மையை ஒப்புக் கொள்ளாவிட்டாலும் உண்மையில் நான் மிகவும் பழமைவாதிதான். நான் சொல்லுவதெல்லாம் நான் ஒரு முற்போக்கான பழமைவாதி. ஒரு முக்கியமான உண்மையை இந்த சபைக்குச் சொல்ல விரும்புகிறேன். நம்மில் ஒவ்வொருவரும் குறிப்பாக இந்த அவையின் பழமைவாத உறுப்பினர்கள், இதை அவசியம் மனதில் கொள்ளவேண்டும். எட்மண்ட் பர்க் என்ற மாபெரும் அரசியல் தத்துவஞானி, பிரெஞ்சுப் புரட்சிக்கு எதிராக ஒரு பெரிய புத்தகத்தை எழுதினார். அதனுடைய தீவிரத்தன்மையும் புரட்சித் தன்மையும் அவருக்குப் பிடிக்காததே இதற்குக் காரணம். அதே சமயத்தில் அவர், மிகவும் பழமை வாதிகளான தனது சொந்த நாட்டு மக்களுக்கு ஒரு மிக முக்கியமான உண்மையைச் சொல்ல மறக்கவில்லை. இருப்பதைப் பாதுகாக்க விரும்புபவர்கள், அதைப் பழுதுபார்த்து சரி செய்வதற்குத் தயாராயிருக்கவேண்டும் என்று கூறினார். நான் இந்த அவையைக் கேட்டுக் கொள்வதெல்லாம் இதுதான் : இந்து அமைப்பு, இந்து கலாசாரம், இந்து சமுதாயம் ஆகியவற்றை நிலைநிறுத்துவதற்கு நீங்கள் விரும்பினால் பழுது பார்ப்பது எங்கு அவசியமோ, அங்கு பழுது பார்ப்பதற்கு நீங்கள் தயங்கக்கூடாது. இந்து அமைப்பில் அனேகமாகச் சிதிலமாகி விட்ட பாகங்களைப் பழுது பார்ப்பதைத் தவிர அதிகமாக வேறு எதையும் இந்த மசோதா கோரவில்லை.'[1]

மற்றொரு காரணம் அதிமுக்கியமானது. இந்து சமுதாயத்தில் ஒவ்வொரு சமூகமும் ஒரு சட்டத்தைப் பின்பற்றுகிறது. அதனால் வேறுபாடுதான் அதிகமாகிறது. இப்படி இருக்கும்போது தாங்கள் அனைவரும் ஒரே இனத்தவர், ஒரே தேசத்தவர் இல்லை என்ற எண்ணம் உருவாகிறது. இந்த எண்ணத்தை உடைக்கவேண்டும் என்று சொன்னால் இந்து சமுதாயத்துக்கு அனைவருக்குமான ஒரே சட்டம் கொண்டுவரவேண்டும். காஷ்மீரத்தில் இருப்பவனுக்கும்

கன்னியாகுமரியில் இருப்பவனுக்கும் ஒரே சட்டம் என்று இருந்தால்தான் நாம் அனைவரும் ஒன்று என்ற எண்ணம் ஏற்படும். இதை அடியொற்றியே அண்ணல் அம்பேத்கர் இந்து சமுதாயத்துக்கு ஒரே சட்டத்தை இயற்ற விரும்புகிறார். அவர் சொல்லும்போது ''இந்தியா முழுமைக்கும் ஒரே மாதிரியாகச் சட்டமுறையைப் பின்பற்ற வழிசெய்கின்றது'' என்கிறார்.

மேலும் கூறும்போது, 'இந்திய ஒருங்கிணைப்பின் விளைவாக, இந்துச் சட்டத்தை முறைப்படுத்தித் தொகுக்க வேண்டிய பிரச்னை மிகத் தெளிவாக நம்முன் எழுந்துள்ளது. இந்தியக் குடியரசில் வந்து இணையும் பலதரப்பட்ட மக்களிடையே ஒற்றுமை, மற்றும் ஒருமைப் பாட்டை வளர்க்க, இந்தப் பிரச்னையைத் தவிர்ப்பதோ ஒத்திப் போடுவதோ கூடாது என்று அவைக்குத் தெரிவித்துக்கொள்கிறேன்'[2]

அண்ணலின் மற்றொரு காரணம் 'இந்திய அரசியல் அமைப்பின் விதி 15, அடிப்படை உரிமைகள் என்பதன் கீழ் மிகத் தெளிவாக வரையறுத்துள்ளது.

''இந்தியக் குடிமகன் எவரையும் சமயம், இனம், ஜாதி, பால், பிறப்பிடம் அல்லது அவற்றில் எதன் அடிப்படையிலாவது அரசு பாகுபடுத்தி நடத்தக்கூடாது'' என்பதன் அடிப்படையில் இந்தச் சட்டத்தைக் கொண்டுவருகிறார் அண்ணல் அம்பேத்கர்.

இந்தச் சட்டம் கடைசியில் நிறைவேற்றப்படாமலேயே போயிற்று. அதன் காரணமாக (பல்வேறு காரணங்களுள் இதுவும் ஒன்று) விரக்தியுற்ற அண்ணல் அம்பேத்கர் தன் பதவியையே ராஜினாமா செய்தார்.

அண்ணல் அம்பேத்கர் இந்து சட்ட மசோதா கொண்டுவந்தபோது இந்து சமுதாயம் முழுவதும் இந்து சட்ட மசோதாவை எதிர்த்தது என்பது போன்ற ஒரு மாயையை உருவாக்கிவிட்டனர்.

உண்மையில் இந்தச் சட்டத்தை எதிர்த்த அளவுக்கு இந்தச் சட்டத்தை ஆதரித்தவர்களும் உண்டு. அதில் இந்துத்துவர்களும் உண்டு. இந்தச் சட்டத்தை எதிர்த்தவர்களின் பெயரைச் சொல்கிறவர்கள் இந்தச் சட்டத்தைக் கடுமையாக ஆதரித்தவர்களின் பெயர்களை மறைத்து விட்டனர். ஏனென்றால் அவர்கள் இந்து இயக்கங்களில் பங்கெடுத்தவர்கள் அல்லது இந்துத்துவத்தில் நம்பிக்கைக் கொண்டவர்கள். அதனாலேயே அவர்களின் பெயர் மறைக்கப்பட்டுவிட்டது.

இந்து மகாசபையின் தலைவர் வீரசாவர்க்கர் ''அம்மசோதா உண்மையி லேயே நாட்டுக்கு நலம் சேர்க்குமாயின் அதைக் காங்கிரஸின் தலைவர்கள் ஏற்றுக்கொள்ளவேண்டும். அதே சமயத்தில் தேர்தல்

நோக்கத்துக்காக அவர்கள் அதை ஏற்பது என்பதோ கைவிடுவது என்பதோ இருக்கக்கூடாது''³ என்றார்.

நாடாளுமன்றத்தில் அண்ணல் அம்பேத்கர் கொண்டு வந்த இந்தச் சட்டத்தை ஆதரித்து கே.எம்.முன்ஷி பேசும்போது, இந்த மசோதாவை நான் ஆதரிக்கிறேன். என்னுடைய மதிப்புக்குரிய நண்பர் பண்டிட் தாகூர்தாஸ் பர்கவா இந்த மசோதாவை ஒரு சிறிய மசோதா என்று கூறினார். அவர் கூறுவதினின்றும் நான் வேறுபடுகின்றேன். இது ஒரு மிகப் பெரிய, இன்னும் சொல்லப்போனால் மிகவும் முக்கியத்துவம் வாய்ந்த மசோதா ஆகும். இது இப்போது அல்ல, நாற்பதாண்டுகளுக்கு முன்பே நிறைவேற்றப்பட்டிருக்கவேண்டும்'' என்று கூறினார்.

கே.எம்.முன்ஷி அகண்ட இந்துஸ்தானம் இயக்கம் ஆரம்பித்தவர். சோமநாதர் ஆலயம் புனருத்தாரணம் செய்ய பட்டேலுடன் பணியாற்றியவர். காங்கிரஸில் இருந்து பிரிந்து ஜனசங்கத்தில் சேர்ந்தார். பின்பு 1964ல் சாந்திபீனி ஆசிரமத்தில் நடந்த விசுவ ஹிந்து பரிஷத் கூட்டத்தில் கலந்துகொண்டு வழிகாட்டியவர்.

நாடாளுமன்றத்தில் தேசபந்து குப்தா அவர்கள் பேசும்போது, 'அவையின் முன்னுள்ள பிரேரணையை ஆதரிக்கிறேன். என்னுடைய மதிப்புக்குரிய நண்பர் திரு.முன்ஷி சுட்டிக்காட்டியதுபோன்று, இது மெய்யாகவே மிகவும் முக்கியமான மசோதா என்று நானும் உணருகிறேன். பல ஆண்டுகளாக, இந்து ஒருமைப்பாட்டுக்கு இடையூறாகவும் நமது தேசிய ஒருமைப்பாட்டுக்கு எதிராகவும் இருந்த ஒரு விஷயம், இந்து சமூகம் பல ஜாதிகளாகப் பிரிந்திருந்த விஷயம் தான். இந்தச் செயற்கையான தடை மதில்களைத் தகர்ப்பதற்கு முயலும் இதுபோன்ற ஒரு மசோதாவை மேற்கொண்டு எவ்விதத் தாமதமும் இன்றி நிறைவேற்ற வேண்டிய தருணம் வந்துவிட்டது என்று கருதுகிறேன். சிவில் திருமணங்களில் நம்பிக்கை இல்லாத என்னுடைய சில நெருக்கமான நண்பர்கள்கூட சிவில் திருமணங்களைக் கடைப்பிடித்த உதாரணங்களை நானறிவேன். ஏனெனில் அவர்கள் வேறு ஜாதியைச் சேர்ந்த மணமகளைத் தேர்ந்தெடுத்ததே இதற்குக் காரணம். ஆரிய சமாஜத்தினர் குணா, கர்மா என்ற அடிப்படையிலான ஜாதி அமைப்பில் எப்போதும் நம்பிக்கைக் கொண்டிருந்தனர் என்பதை ஐயா நீங்கள் அறிவீர்கள். ஆரிய சமாஜத்தினர் தொடக்கம் முதலாகவே அந்த சமய மரபைப் போதித்து வந்தபோதிலும், பிறப்பின்போது எந்த ஜாதியும் கிடையாது என்று அவர்கள் வாதிட்டு வந்தனர். இதர மக்கள் இன்று அனுபவித்து வரும் அதே ஆற்றல் குறைவை ஆரிய சமாஜவாதிகளும் அனுபவிக்க வேண்டியிருந்தது. பல ஆண்டுப் போராட்டத்துக்குப் பின்னர் ஆரிய

சமாஜத் திருமணம் அங்கீகரிக்கப்பட்டுச் சட்டம் நிறைவேற்றப் பட்டது.'

மகாவீர் தியாகி பேசும்போது, நாட்டை அரசியல் ரீதியில் ஒன்று படுத்தியதற்கான பெருமை மாண்புமிகு சர்தார் பட்டேலைச் சாரும். அரசியல்ரீதியில் இவ்வாறு ஒன்றுபடுத்தியதன் பின்னர், நம்முடைய அடுத்த உடனடியான தேவை சமூக ஒற்றுமையை ஏற்படுத்துவதாகும். இந்த மசோதா அந்தத் தேவையை நிறைவேற்றும்.

திரு.உபேந்திர நாத் பர்மன் பேசும்போது, 'என்னுடைய முழுமனதான ஆதரவைத் தெரிவிக்கிறேன். என்னுடைய மனதில் நான் ஒரு விஷயத்தைத் தெளிவாக நம்புகிறேன். நம்முடைய தேசிய உணர்வுக்குக் குறுக்கே நிற்கும் சூழ்நிலை ஜாதித்தடை மதிலாகும். இது நீடித்திருக்கும் வரையில் இந்து சமூகத்தின் பல்வேறு பிரிவுகளும் மற்றும் பிற முஸ்லீமல்லாத சமூகங்களும் ஒன்றாக ஐக்கியப்படவோ, தேசிய இனம் என்ற உணர்வை - அதனுடைய உண்மையானப் பொருளில் மனதில் உள்வாங்கிக் கொள்ளவோ முடியாது. ஒருவர் தன்னுடைய மகனையோ அல்லது மகளையோ தனது அண்டை வீட்டாரின் மகளுக்கோ, மகனுக்கோ திருமணம் செய்து கொடுக்க முடியாது என்று ஒருவர் உணருகின்றவரையில் அவர்கள் ஒன்று (ஒரே இனத்தைச் சேர்ந்தவர்கள்) என்ற உண்மையான உணர்வு வர முடியாது. இந்த மசோதாவை நிறைவேற்றுவதன் மூலம் அந்தத் தடை மதில் அகற்றப்படும் என்று நினைக்கிறேன். நெருக்கமான உறவு என்ற உணர்வுதான் தேசிய உணர்வின் மெய்யான அடிப்படையாகும். நான் இந்த மசோதாவை முழுமனத்துடன் ஆதரிக்கிறேன்.

நாடாளுமன்றத்தில் இந்த மசோதாவின்மீது சேத் கோவிந்த தாஸ் பேசும்போது '...சர்ச்சைக்குரிய முதலாவது பிரச்னை திருமணமும் விவாகரத்தும்தான். குறைந்தபட்சம் ஒரு விஷயத்தை ஏற்றுக்கொள்வதற்குத் தயாராயிருக்கிறேன். ஜாதி முறையை ஒழித்துக் கட்டக்கூடிய வகையில் நமது சட்டத்தில் ஏதாவது மாற்றம் செய்யவேண்டும். ஏதாவது ஒரு பிராமணர் ஒரு சூத்திரரை அல்லது ஒரு சூத்திரர் ஒரு பிராமணரைத் திருமணம் செய்துகொள்ள விரும்பினால், அல்லது பிராமணர் மற்றும் சூத்திரர் என்ற பாகுபாட்டை ஒதுக்கித் தள்ளுவதென்றால், ஓர் இந்து ஒரு முஸ்லீமை அல்லது ஒரு முஸ்லீம் ஓர் இந்துவைத் திருமணம் செய்துகொள்ள விரும்பினால் அல்லது எந்த ஒரு சமூகத்தை (ஜாதியை) சேர்ந்த உறுப்பினர்களாவது வேறு ஜாதியைச் சேர்ந்தவர்களைக் கலப்புத் திருமணம் செய்துகொள்ள விரும்பினால் அத்தகைய திருமணங்களை நடத்துவதற்கு எத்தகைய தடையும் இருக்கக்கூடாது.

ஜாதி அமைப்பு நமது நாட்டைப் பாழ்படுத்தியிருக்கிறது. இதன் விளைவாக நமது நாடும் சமுதாயமும் சிறு துண்டுகளாக, மிகச் சிறிய பகுதிகளாகக்கூடப் பிளவுபட்டுள்ளது. விளிம்பு மண்டலத்தில் இன்று இருந்துவரும் இயலாமைகளை நாம் அனைவரும் நன்கு அறிவோம். நாட்டில் ஏற்பட்டுள்ள பிளவின் காரணமாகவே இது நிலவுகிறது. மூத்த குடிமக்களும் இதை அறிவர். இன்றும்கூட அவர்கள் இத்தகைய திருமணங்களை மிகுந்த வெறுப்புடன் பார்க்கின்றனர்.

தங்களுடைய விருப்பங்களுக்கு மாறாக, தங்களுடைய மகன்களையும் மகள்களையும் திருமணம் செய்து கொடுக்க வேண்டியுள்ளது என்று அவர்கள் கூறுகின்றனர். ஆனால் அத்தகைய சுதந்திரம் கொடுக்கப் படுவதை நான் பூரணமாக ஆதரிக்கிறேன். விவாகரத்தைக்கூட ஆதரிக்கிறேன். எல்லாத் தீமைகளையும் அகற்றுவதற்கான பரிகாரம் என்று கருதப்படக்கூடிய திருமணச் சட்டத் தொகுப்பு இதுவரையிலும் உருவாக்கப்பட (கண்டுபிடிக்கப்பட) வில்லை என்ற எதார்த்தம் ஒரு புறமிருக்க, கணவனும் மனைவியும் ஓர் இணக்கமான வாழ்வை வாழ முடியாமற் போனால் அவர்களுக்கு விவாகரத்து உரிமையை வழங்க வேண்டும் என்பதை இன்னும் நாம் அமலாக்க வேண்டியுள்ளது. மாண்புமிகு டாக்டர் அம்பேத்கர் அவர்களே, இந்த நாட்டு மக்களில் 90 சதவீதம் பேர்கள் இடையில் விவாகரத்து முறை இருந்து வருகிறது. இந்த 90 சதவீதம் பேர் சூத்திரர்கள் என்று அழைக்கப்படுகிறார்கள். என்னைப் பொறுத்தமட்டிலும் பிராமணனுக்கும் சூத்திரனுக்கும் இடையில் எந்த வேறுபாட்டையும் நான் காணவில்லை. அவர்களைச் சூத்திரர்கள் என்று அழைப்பதுகூட மிகப் பெரிய குற்றம் என்று உணருகிறேன்.’[4]

பண்டிட் தாகூர்தாஸ் பர்கவா பேசும்போது ‘உண்மையில் இந்து சமுதாயம் பாதுகாக்கப்பட வேண்டுமெனில், சமுதாயத்தைச் சீர்செய்வதற்கான தேவை உணரப்படுமேயானால், அப்போது இந்து சமுதாயம் பழுதுபார்க்கப்பட்டாகவேண்டும் என்பதில் சிறிதும் ஐயமில்லை.

...இந்த மசோதா இந்து கலாசாரத்துக்கு சமாதி கட்டிவிடும் என்று கருதும் நபர்களை நான் பலமாகக் கண்டிக்கிறேன். பண்டை காலத்திய ஸ்மிருதிகளை எழுதியவர்களைப் போன்று அதே திறமையைக் கொண்ட, இந்தப் பேரவைக்கு அல்லது இந்த அவையின் மதிப்பிற்குரிய உறுப்பினர்களுக்கு நமது சாஸ்திரங்களிலோ சட்டங்களிலோ எந்த மாற்றங்களும் செய்வதற்கு உரிமையில்லை என்று கூறப்படுவதை ஒரு வினாடிகூட ஏற்றுக்கொள்வதற்கு நான் தயாராக இல்லை. காலத்தின் தேவைகளுக்கு ஏற்ப, சட்டங்களை உருவாக்குவதற்கு ஒவ்வொரு

சமூகத்தின் உறுப்பினர்களுக்கும் பூரண உரிமை உண்டு என்று கருதுகிறேன்.

...பழைய ஸ்மிருதிகளில் கூறப்பட்டுள்ளது என்ற ஒரே காரணத்துக்காகப் பழைய லட்சியங்களுக்கு நாம் திரும்பிச் செல்ல வேண்டுமென்பதை ஏற்றுக்கொள்வதற்கு நான் தயாராக இல்லை. அந்த லட்சியங்கள் நமது தற்கால சமுதாயத்துக்குப் பொருத்தமாக இல்லையென்று நாம் நினைத்தால் அந்த லட்சியங்களை ஏன் அப்படியே வைத்துக் கொண்டிருக்கவேண்டும்?

நான் இராமாயணத்தை மிகவும் உயர்வாக மதிப்பவன். ஆனால் பெண்களை எப்போதும் சார்பு நிலையிலேயே வைத்திருக்கவேண்டும் என்ற கோட்பாட்டை ஒருகணமும்கூட ஏற்றுக் கொள்வதற்கு நான் தயாராக இல்லை. ஒரு பெண் திருமணமாகின்றவரையிலும் தனது தகப்பனாரின் கட்டுப்பாட்டில் இருக்கவேண்டும். திருமணத்துக்குப் பிறகு கணவனின் கட்டுப்பாட்டில் இருக்கவேண்டும். அவர் விதவையாகிவிட்டால் தனது மகனின் கட்டுப்பாட்டில் இருக்க வேண்டும் என்று ஒரு சில ஸ்மிருதிகள் தீர்ப்பு அளித்திருப்பதை ஒரு கணமும்கூட ஏற்றுக்கொள்வதற்கு நான் தயாராயில்லை. ஸ்மிருதிகளின் இந்தத் தீர்ப்பை எதிர்க்கிறேன்.

...இந்த மசோதாவில், திருமணம் சம்பந்தமாக ஜாதி ஒழிப்பு மற்றும் தத்து எடுத்துக்கொள்ளும் கோட்பாட்டையும் ஏற்றுக்கொண்டதற்காக டாக்டர் அம்பேத்கரை நான் பாராட்டவும் செய்கிறேன். இந்தப் பிரச்னை எவ்வளவு முக்கியமானது என்பதை உங்களுக்கு எடுத்துக் கூறுவதற்கு என்னிடம் போதிய ஆற்றல் இல்லை. இந்தப் பிரச்னையை நாட்டைக் கட்டியமைக்கும் ஒரு பிரச்னையாகக் காண்கிறேன். இது நம்முடைய வாழ்வா சாவா என்ற ஒரு பிரச்னையாகும். இது அடிப்படைக் கோட்பாடுகள் சம்பந்தப்பட்டதாகும். எந்த விஷயமாவது இந்தியாவைப் பாழ்படுத்தியிருந்தால், அதனுடைய முன்னேற்றத்தைத் தடைப்படுத்தி பாகிஸ்தானைத் தோற்றுவிப்பதில் ஒரு கருவியாகியதெனில் அது இந்த ஜாதி அமைப்புதான். நமது சமுதாயத்தினுள் நுழைந்து அதனுடைய ஜீவனை அரித்துக் கொண்டிருப்பது ஏதாவது இருக்கிறதெனில், அது பிராமணர்களை மற்றவர்களுடைய விரோதியாக்கியுள்ளது, ஜாட் இனத்தவரை, ஜாட் இனமல்லாதவர்களுடைய விரோதியாக்கியுள்ளது. க்ஷத்திரியர்களை இதர அனைத்து சமூகங்களுடையவும் விரோதியாக்கியுள்ளது - அது இந்த ஜாதி அமைப்பு மட்டுமேயாகும். ஒரு வர்க்கபேதமற்ற சமுதாயத்தை உருவாக்கும் பாதையை, நாட்டின் தந்தையாகிய மகாத்மா காந்தியினால் இந்த நாட்டுக்குச் சுட்டிக் காட்டப்பட்டுள்ள பாதையைப் பின்பற்றுவதற்கு நாம் எவ்வாறு மறுக்க முடியும் என்று எனக்குத் தெரியவில்லை.

இந்த நாட்டின் மக்களை ஐக்கியப்படுத்துவதற்குக் கருவியாக உள்ள இரண்டு விஷயங்கள் - சமபந்தி போஜனமும் கலப்புத் திருமணங்களு மாகும். கலப்புத் திருமணங்களைப் பொறுத்தமட்டிலும் இந்தப் பிரச்னைக்குத் தீர்வு காணப்படாத வரையிலும் இந்தியாவிலும் தேச நிர்மாணம் சம்பந்தப்பட்ட பிரச்னைக்குத் தீர்வு காண முடியாது. எனவே இந்தப் பிரச்னையைப் பொறுத்தமட்டிலும் நான் பலமாக இதை ஆதரிக்கிறேன்.⁵

எச்.வி.காமத் பேசும்போது, 'ஸ்மிருதிகளைப் பொறுத்த மட்டிலும் டாக்டர் அம்பேத்கருக்குத் தெரிந்தவை 137. இப்போது 138வது ஸ்மிருதியும் நமக்குக் கிடைத்துள்ளது. அவர் என்னை மன்னிப்பாராக. நான் இதை வேடிக்கையாகக் கூறவில்லை. ஏனெனில் இந்த மசோதாவும், புரட்சிகரமானதாக இல்லாவிட்டாலும், நமது இந்து சமூக உறவுகளில் மாற்றங்களைப் புகுத்தியுள்ளது. எனவே, நமக்காக ஏற்கனவே எழுதப்பட்ட பிற இந்து சமூகத் தொகுப்புகளுக்கும், சமூக வாசகங்களுக்கும் பிரயோகிக்கப்பட்ட அதே சொல்லை நான் பிரயோகிக்க முடியும்.

இதை நாம் 138வது ஸ்மிருதி என்று அழைக்கலாம். இதை பீமஸ்மிருதி என்று அழைக்கிறேன். இதை பீமஸ்மிருதி என்று அழைப்பதற்காக டாக்டர் அம்பேத்கர் என்னை மன்னிப்பார் என்று நம்புகிறேன். இந்த மசோதாவைத் தயாரித்து, அதை அவையில் சமர்ப்பிப்பதில் முடிவடைந்துள்ள இந்த இயக்கத்தின் மற்றொரு ஆதரவாளரின் பெயரை நான் சேர்த்துக் கொள்வதெனில், நான் இதை நரசிம்மா என்று அழைப்பேன். ராவ் குழுதான் இந்த மசோதா தோற்றுவிக்கப்பட்டிருப்பதற்குக் காரணமாகும். இறுதியாக நான் இதை பீமஸ்மிருதி என்று அழைக்கமாட்டேன். மாறாக பீமநரசிம்ம ஸ்மிருதி என்று அழைக்கிறேன்'.

என்.வி.காட்கில் பேசும்போது, திருமணத்தைப் பொறுத்தவரை, வேறுபட்ட ஜாதிகளைச் சேர்ந்த நபர்களிடையேயான திருமணங்களை நாம் எப்படி ஆட்சேபிக்கமுடியும் என்பதை என்னால் சிந்திக்க முடிய வில்லை. 1949ம் ஆண்டில் இங்கு ஒரு நபர் எழுந்து நின்று, வேறுபட்ட ஜாதிகளைச் சேர்ந்த நபர்களிடையேயான திருமணங்களைச் சட்ட ரீதியாக ஆக்கக்கூடாது என்று கூறுவார் எனில், அது நமது முற்போக்குக் கண்ணோட்டத்துக்கு விளைவிக்கும் களங்கமாகும்.

கே. சந்தானம் பேசும்போது, 'இந்து சமுதாயத்தை ஐக்கியப்படுத்துதல், ஒருமைப்படுத்துதல், பலப்படுத்துதல் ஆகிய கோட்பாடுகளை அடிப்படையாகக் கொண்டுள்ளது இந்த மசோதா. ஐயா, இந்து சமுதாயம் ஐக்கியப்படுத்தப்பட்டு, முழுமைப்படுத்தப்பட்டு,

பலப்படுத்தப்பட்டாலன்றி நாம் ஆக்கிய மகத்தான அரசியல் சாசனத்தை எவ்வாறு வெற்றிகரமாக நடைமுறைப்படுத்த முடியும் என்பதை நான் அறியேன்.

அவர் மேலும் பேசும்போது, 'இந்த மசோதாவின் மற்றொரு சிறப்பு எதுவெனில், ஜாதி அமைப்பு முறையிலிருந்து எல்லா சட்டரீதியான தடையையும் அது நீக்கி வருகிறது. அரசியல் சாசனத்தில் தீண்டாமையை நாம் நீக்கிவிட்டோம். இப்போது சமூக சீர்திருத்தத்தை மேலும் முன்கொண்டு சென்று ஜாதி சம்பந்தப்பட்ட எல்லாச் சட்டபூர்வத் தடையையும் அகற்றிவிடுகிறோம். இங்கு இந்த மசோதாவில் திருமணத்துக்காக என்றாலும், வேறு ஒரு நோக்கத்துக் கென்றாலும் தீண்டாதவர்கள் என்று கூறப்படுபவர்களிலிருந்து ஆச்சாரிய பிராமணர்கள் என்று கூப்பிடுபவர்கள் வரை எல்லா இந்துக்களும் ஒன்றே.

....எனது நண்பர் கேட்கிறார், ஜாதி இல்லாமல் ஓர் இந்து யார் என்று. என்னைப் பொறுத்தவரை ஜாதியுடன் கூடிய ஓர் இந்து ஒரு வேதாளமாவார் எனக் கருதுகிறேன். இந்த நாட்டில் ஜாதியற்ற ஓர் இந்து சமுதாயத்தை நிறுவ நாங்கள் விரும்புகிறோம். ஒன்று முற்றிலு மாக இந்துக்கள் அல்லாதவர்களாக ஆகிவிடவேண்டும் அல்லது ஜாதி இல்லாத இந்து மதத்தை நிறுவவேண்டும். நமக்கு மாற்று எதுவும் இல்லை.

டாக்டர் பி.கே.சென் பேசும்போது, 'கேஷப் சந்தர் சென் தலைமையில் பிரம்ம சமாஜமே ஜாதிகளுக்கு எதிரான புனிதப் போராட்டத்தைத் துவக்கியது. அந்த நேரத்தில் பிரம்ம சமாஜத்தினர் எல்லா வகையிலு மான கொடுமைகளுக்கும் அவமானங்களுக்கும் சமூகத்திலிருந்து தள்ளி வைத்தல் போன்ற துன்புறுத்தல்களுக்கும் ஆளாக வேண்டியிருந்தது. ஜாதி ஒழிக்கப்படவேண்டும் என்பதை இன்று நாம் எல்லோரும் ஏற்றுக்கொண்டுள்ளோம். எனவே இந்த மசோதாவில் ஜாதிகளுக்கிடை யேயான திருமணம் சம்பந்தமாகக் கொடுக்கப்பட்டுள்ள விதிமுறைகள் குறித்து எந்தவித எதிர்ப்பையும் எழுப்பத் தேவையில்லை.

ஜாதியை ஒழிக்க வேண்டுமென்பதற்கு ஆதரவாகப் பெரும் பான்மையினர் என்று கூற முடியாததெனினும் அதிக அளவிலான பொதுமக்களின் கருத்து உள்ளது என்பதில் எந்தவித ஐயப்பாடும் இல்லை. இல்லையென்றால் இந்த அரசியல் சாசனத்தில் சேர்த்துள்ள வீதிகளின் பயன்தான் என்ன? ஜாதிகளுக்கு இனி இடமில்லை. இந்த நிலையை நாம் மேற்கொண்டால் அப்போது ஜாதிகளுக்கிடையேயான திருமணம் பற்றிய விதிகளைப் பொறுத்தவரையில் எந்தவித ஆட்சேபனையும் இருக்க முடியாது.'[6]

புகழ்பெற்ற சட்ட வல்லுநரும் சமஸ்கிருத அறிஞருமான பம்பாய் உயர்நீதிமன்ற நீதிபதி கஜேந்திர கட்கர் கர்நாடகப் பல்கலைக்கழகத்தில் மாணவர்களிடையே இந்து சட்ட மசோதா பற்றி உரையாற்றியபோது, 'டாக்டர் அம்பேத்கர் இந்துக்களாகிய நமக்கு இந்துச் சட்டத்தை ஏற்படுத்தித் தந்துவிட்டால் அவருடைய சாதனை வரலாற்றில் கருத்தாழம் மிக்க சிறந்ததோர் நீதிநெறியாக நிலைத்து நிற்கும்' என்று கூறினார்.[7]

இப்படிப் பல்வேறு தலைவர்கள் ஜாதி ஒழிப்புக்கும் இந்து சட்ட மசோதாவுக்கும் ஆதரவு தெரிவித்தனர். அதுமட்டுமல்லாமல் மிகச் சிறந்த அறிவாளர்களாலும் வைதீகர்களாலும் நடத்தப்பட்ட தர்ம நிர்ணய மண்டல் ஒரு தீர்மானத்தை நிறைவேற்றினார்கள். இந்த அமைப்பு தாங்கள் இந்து சட்டத் தொகுப்பை ஆதரிப்பதாக இயற்றிய தீர்மானத்தை அண்ணல் அம்பேத்கர் உள்ளிட்ட குழுவினருக்கு அனுப்பினார்கள்.

தர்ம நிர்ணய மண்டல் இயற்றிய தீர்மானம் இதுதான் :

'இப்போது நடைபெற்றுக் கொண்டிருக்கும் சட்டப்பேரவைக் கூட்டத் தொடரில், இந்துச் சட்டத் தொகுப்பை நிறைவேற்றுவது பரிசீலனையில் இருக்கும் இந்தச் சந்தர்ப்பத்தில் தற்போதைய சட்டத் தொகுப்பின் வரைவுச் சட்டத்தில் தாராளமயமாக்கல் போக்குக் கடைபிடிக்கப்பட்டிருப்பதற்காகத் தர்ம நிர்ணய மண்டல் தனது பாராட்டுதலைத் தெரிவித்துக் கொள்கிறது. கீழ்க்கண்டவற்றை அகற்றுவதில் இந்தத் தாராளமயமாக்கலின் செல்வாக்கை மண்டல் தெளிவாகக் காண்கிறது :

அ) பூர்விகக் கூட்டுச் சொத்துக்கும் சொந்தமாகத் தேடிக்கொள்ளும் சொத்துக்குமிடையே உள்ள பாகுபாடு

ஆ) மகன்களையும் மகள்களையும் மாறுபாடாக நடத்துவது

இ) பெண்களின் சொத்துரிமையை விளக்குவதில் சட்ட சம்பந்தமான கஷ்டங்கள்

ஈ) மரபுரிமை விதிகளின் மிதாக்ஷராவுக்கும் தாயபாகாவுக்கும் இடையேயான பாகுபாடுகள்

இந்த இந்துச் சட்டத்தொகுப்பு இந்தியா முழுவதற்கும் அமல்படுத்தப்படப்போவதன் மூலம் மேலே சொல்லப்பட்ட சீர்திருத்தங்கள் நீதிமன்ற வழக்குகளைப் பெருமளவுக்குக் குறைக்கவும் தேசிய உணர்வை வளர்க்கவும் ஒற்றுமை உணர்வை ஏற்படுத்தவும் பெரிதும் உதவும் என மண்டல் நம்புகிறது. வரலாற்றில் இந்தத் திசை

வழியில் முதல்முதலாக மேற்கொள்ளப்பட்ட முயற்சி இது என்று மண்டல் நம்புகிறது.

முக்கியத்துவமில்லாத சிற்சில விஷயங்களில் கருத்து வேறுபாடுகள் இருந்தபோதிலும் இந்த சட்டமியற்றும் முயற்சிக்கு மண்டல் உளப்பூர்வமான ஆதரவு அளிப்பதற்கு காரணம் இதுதான்.

- இப்படி இந்துத்துவவாதிகள் பலர் அண்ணல் அம்பேத்கரின் சிந்தனையை ஒட்டி ஆதரவுத் தெரிவித்தனர். ஆனால் இதில் கவனிக்க வேண்டிய சம்பவம் ஒன்று உண்டு.

இந்து சட்ட மசோதாவைப் பழமைவாதிகளாகிய பல இந்துக்கள் எதிர்ப்பது புரிந்துகொள்ளக்கூடியது. ஆனால் இந்து சட்ட மசோதாவை இஸ்லாமியர் ஒருவரும் எதிர்த்தார். மிகக் கடுமையாக எதிர்த்தார். அவர் நஸ்ருதீன் அகமது. நாடாளுமன்ற உறுப்பினரான அவர் பேசும்போது, "இந்த மசோதாவை ஒரு புது ஸ்மிருதி என்று அதாவது டாக்டர் அம்பேத்கருடைய ஸ்மிருதி என்று திரு.காமத் குறிப்பிட்டார். ஆனால், இது ஒரு ஸ்மிருதியே அல்ல; ஒரு புதிய வேதம். நான்கு வேதங்கள் உள்ளன. சாமவேதம், ரிக்வேதம், யஜுர்வேதம், மற்றும் அதர்வண வேதம். புதிய வேதம் டாக்டர் அம்பவேதம் என்று அழைக்கப்பட வேண்டும். இது ஐந்தாவது வேதம். எல்லா நான்கு வேதங்களையும் அலட்சியப்படுத்தும் வேதம். இந்த வேதம் மற்ற வேதங்களை அகற்றி அவற்றின் இடத்தில் அமர்கிறது ஐயா."[8]

இந்து பழமைவாதிகள் எதிர்த்தார்கள் என்றால் இந்து மதத்தில் சீர்திருத்தம் செய்யக்கூடாது என்பது உள்ளிட்ட பல காரணங்களை அடுக்கினார்கள். ஆனால் நஸ்ருதீன் அகமது அவர்கள் ஏன் எதிர்க்க வேண்டும்? ஏனென்றால் இந்துமதம் சீர்திருத்தப்பட்டுவிட்டால் அதை விமர்சிக்க முடியாது. பழமைவாதம் பேசி மதமாற்றத்தை முன்னெடுக்க முடியாது. இப்படி பல காரணங்கள் இருந்தன.

இந்து பழமைவாதிகளைக் குறிப்பிட்டுச் சொல்கிறவர்கள் முஸ்லீம்களும் எதிர்த்தார்கள் என்பதைப் பதிவு செய்ய மறுப்பதன் அரசியலைப் புரிந்துகொள்ளவேண்டும். இந்து சட்ட மசோதாவுக்கு இந்துக்கள் மத்தியில் ஏற்பட்ட எதிர்ப்பை மட்டுமே முன்னிலைப்படுத்தி இந்துத்துவர்கள் மற்றும் இந்து இயக்கங்கள் எப்போதுமே அண்ணல் அம்பேத்கருக்கு எதிராக இருந்தன என்று சொல்வதன்மூலம் இந்துத்துவர்கள் எல்லோரும் பழமைவாதிகள்; அண்ணல் அம்பேத் கருக்கு எதிரானவர்கள் என்ற பொய் பிம்பத்தைக் கட்டமைத்து விட்டனர். அதையே பலர் திரும்பித் திரும்பி எழுதி வருவதால் எல்லோருடைய மனதிலும் இந்த பிம்பமே நிலைத்துவிட்டது.

## ஆதாரக் குறிப்புகள்

1. டாக்டர் பாபா சாஹேப் அம்பேத்கர் : பேச்சும் எழுத்தும் தொகுதி 31, பக்.406-407

2. டாக்டர் பாபா சாஹேப் அம்பேத்கர் : பேச்சும் எழுத்தும், தொகுதி - 31, பக்.1116

3. டாக்டர் அம்பேத்கர் வாழ்க்கை வரலாறு, தனஞ்செய்கீர், பக்.635

4. (டாக்டர் பாபா சாஹேப் அம்பேத்கர் : பேச்சும் எழுத்தும், தொகுதி - 31, பக்.433-434)

5. (டாக்டர் பாபா சாஹேப் அம்பேத்கர் : பேச்சும் எழுத்தும், தொகுதி - 31, பக்.455-460)

6. (டாக்டர் பாபா சாஹேப் அம்பேத்கர் : பேச்சும் எழுத்தும், தொகுதி - 31, பக்.941)

7. டாக்டர் அம்பேத்கர் வாழ்க்கை வரலாறு, தனஞ்செய்கீர், பக்.647

8. டாக்டர் பாபா சாஹேப் அம்பேத்கர் : பேச்சும் எழுத்தும், தொகுதி - 31, பக்.793

# காந்தி படுகொலையும் ஆர்.எஸ்.எஸ்ஸூம்

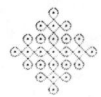

***1948,*** ஜனவரி 30. உலகத்துக்கே சோகத்தைத் தரக்கூடிய சம்பவம் இந்தியாவில் ஏற்பட்டது.

பிர்லா மந்திரில் பிரார்த்தனைக் கூட்டத்துக்குச் சென்று கொண்டிருந்த மகாத்மா காந்திஜியை நாதுராம் கோட்சே சுட்டுக் கொன்றான்.

குருஜி அவர்கள் ஜனவரி 29ம் தேதி சென்னை வந்திருந்தார். ஜனவரி 30ம் தேதி மாலை ராமகிருஷ்ணா லஞ்ச் ஹோம்-ன் ஸ்ரீஅய்யர் அவர்கள் ஸ்ரீகுருஜியைக் கௌரவிப்பதற்காகத் தேநீர் நிகழ்ச்சி ஏற்பாடு செய்திருந்தார். அதற்கு நகரத்திலிருந்த முக்கிய பிரமுகர்களும் அழைக்கப்பட்டிருந்தனர். நிகழ்ச்சி நடந்து கொண்டிருக்கும்போது மகாத்மா காந்திஜி படுகொலை செய்யப்பட்டார் என்ற செய்தி ஸ்ரீகுருஜிக்குச் சொல்லப் பட்டது.

''தேசத்தின் அதிசோகமான நிகழ்வு'' - இதுதான் காந்தி கொல்லப்பட்ட செய்தியைக் கேட்டதும் ஸ்ரீகுருஜி முதன் முதலாகச் சொன்னது.

உடனே தன்னுடைய பயணங்களை ரத்துசெய்துவிட்டு நாகபுரிக்குத் திரும்பினார் குருஜி. ஜனவரி 30 அன்றே பண்டித நேரு, சர்தார் பட்டேல், தேவதாஸ் காந்தி

ஆகியோருக்கு ஆறுதல் செய்தியைத் தந்தி மூலம் அனுப்பினார். மகாத்மாஜியின் துன்பமான மரணத்தின் காரணமாக பதிமூன்று நாட்களுக்கு துக்கம் அனுஷ்டிக்கவேண்டும். மற்ற நிகழ்ச்சிகளையும் நிறுத்தி வைக்கவேண்டும் என்று குருஜி ஸ்யம்சேவகர்களுக்கு அறிவுறுத்தினார்.

காங்கிரஸ்காரர்களின் திட்டமிட்ட சதியால் காந்திஜி படுகொலைக்கும் ஆர்.எஸ்.எஸ்-க்கும் சம்பந்தம் இருக்கிறது என்று வதந்தி கிளப்பிவிடப்பட்டது. இதை மக்களும் நம்பினார்கள். பொதுமக்கள் என்ற பெயரில் காங்கிரஸ்காரர்கள் ஆர்.எஸ்.எஸ்ஸின் பல அலுவலகங்களைக் கடுமையாகத் தாக்கினார்கள். அதன் முக்கிய உறுப்பினர்களின் வீடுகளின் மீதும் தாக்குதல் நடத்தப்பட்டது. பிப்ரவரி 2, 3 தேதிக்குள் ஆர்.எஸ்.எஸுக்கு எதிராகத் தேசமெங்கும் வன்முறை கட்டவிழ்த்து விடப்பட்டது.

1948, பிப்ரவரி 4ம்தேதி ஆர்.எஸ்.எஸ். அரசால் தடைசெய்யப்பட்டது. பின்பு குருஜியும் கைது செய்யப்பட்டார்.

காந்திஜியின் கொலையைத் தொடர்ந்து ஆர்.எஸ்.எஸ். அமைப்பு மட்டும் தடை செய்யப்படவில்லை. பல்வேறு அமைப்புகள் தடை செய்யப்பட்டன. அதில் ஒன்று மகாராஷ்டிராவில் இயங்கி வந்த அண்ணல் அம்பேத்கரின் சமத்துவ தொண்டர் படையும் (சமதா சைனிக்தள்) தடை செய்யப்பட்டது. அதைப் பற்றி வசந்த் மூன் கூறுகிறார் : '1948ல் மராட்டியப் பார்ப்பனர் ஒருவர் மகாத்மா காந்தியைப் படுகொலை செய்தபிறகு அந்தப் படுகொலையைச் செய்த ஆர்.எஸ்.எஸ். மீது மட்டுமல்ல, எங்களது சமத்துவத் தொண்டர்படை உள்ளிட்டு எல்லா அரை-ராணுவ அமைப்புகள் மீதும் தடைவிதிக்கப்பட்டது. ஏராளமான தொண்டர்கள் தங்கள் வீடுகளில் வைத்திருந்த பகிஷ்கிரித் பாரத், ஜனதா, தலித் பந்து போன்ற அம்பேத்காரிய பத்திரிகைகளின் தொகுப்புகளைத் தீ வைத்து அழித்துவிட்டனர்.'[1] என்று கூறுகிறார்.

பல்வேறு அமைப்புகள் தடை செய்யப்பட்டாலும் காங்கிரஸ்காரர்கள் ஆர்.எஸ்.எஸ்ஸின் வளர்ச்சியைப் பொறுக்கமுடியாமல் திட்டமிட்டு எல்லாக் குற்றச்சாட்டுகளையும் ஆர்.எஸ்.எஸ்மீதே வைத்தார்கள்.

பட்டேலுக்கும் நேருவுக்கும் தொடர்ந்து கடிதங்கள் எழுதினார் குருஜி. காந்திஜி படுகொலையில் சங்கத்துக்குத் தொடர்பு உண்டு என்று ஏதாவது ஆதாரம் இருந்தால் வெளியிடுங்களேன் என்று நேருவைக் கடிதம் மூலம் கேட்டுக்கொண்டார். ஆனால் நேருவால் எந்தவிதமான ஆதாரத்தையும் காட்ட முடியவில்லை.

ஆர்.எஸ்.எஸ். மீதான தடையை விலக்கக் கோரி மாபெரும் கையெழுத்து இயக்கம் நடத்தப்பட்டது. சத்தியாகிரகம் நடத்தப்பட்டது. பல்லாயிரக்கணக்கான ஸ்வயம்சேவகர்கள் கைதானார்கள். எண்பதாயிரம் ஸ்வயம்சேவகர்கள் எதிர்ப்புத் தெரிவித்துச் சிறை சென்று மாதக்கணக்கில் சிறையில் வாடினார்கள்.

இந்நிலையில் பல தலைவர்களிடம் குருஜி ஆர்.எஸ்.எஸ்மீது இருக்கும் தடையை நீக்க ஆதரவுக் கேட்டார். அப்படி குருஜி ஆதரவுக் கேட்ட தலைவர்களில் அண்ணல் அம்பேத்கரும் ஒருவர். இதைப் பற்றி அண்ணல் அம்பேத்கருடன் இருந்த சங்கரானந்த சாஸ்திரி கூறுகிறார் :

'M.S.Golwalkar, the chief of the RSS came to meet Babasaheb in Oct, 1949 at his residence No.1, Tilak Marg, in New Delhi. It was forenoon. Babasaheb was busy reading the day's newspapers. All of them were lead to Babasaheb by the author. Babasaheb enquired about the purpose of their visit.

Golwalkar said that he came to seek Babasaheb's blessings to remove the ban on RSS. The Sangh was entirely a socialbody. It's aims were to strengthen the "Hindu Society" and to create a self-confidence in them. It had nothing to do with politics, he said. Gandhi himself had admired the activities of RSS. It was a militant but a voluntary body meant to create a discipline and organise militancy among Hindus. Besides, the RSS was a patriotic body. They loved the country more than themselves.

Babasaheb said that Sardar Patel was well aware of the situation of the country. It would be better if they convinced him about the honesty of the RSS........

...As regards the ban on the RSS, Babasaheb said Sardar patel was a tried, experinced and devoted soldier of the nation. He was sure that the Sardar would consider and do the needful. in case, the subject came up before the Cabinet, he would support their demand. Golwalkar was silent. Thus the meeting of Babasaheb and Golwalkar came to an end.'[2].

அதாவது ஆர்.எஸ்.எஸ். மீதான தடை பற்றிச் சொல்லும்போது சர்தார் பட்டேல் அந்த விஷயத்தில் நிச்சயம் சரியான முடிவெடுப்பார் என்று தான் நம்புவதாக அம்பேத்கர் சொல்லியிருக்கிறார். மேலும் சர்தார் பட்டேலை அனுபவமும் அர்ப்பண உணர்வும் மிகுந்த போராளி எனப் பாராட்டியும் சொல்லியிருக்கிறார்.

சர்தார் பட்டேல் ஆர்.எஸ்.எஸ். மீதான தடையை நீக்கவேண்டும் என்ற விஷயத்தில் மிகுந்த தீவிரத்துடன் இருந்தவர் என்பது அனைவருக்கும் தெரியும். அப்படியான ஒருவரை இந்த இடத்தில் புகழ்ந்து ஆதரித்துச் சொன்னதன் மூலம் ஆர்.எஸ்.எஸ்ஸுக்கு விதித்த தடை நீக்கப்பட வேண்டும் என்ற கருத்துக்கான தன்னுடைய ஆதரவை மறைமுகமாக அழுத்தமாக வெளிப்படுத்தியிருக்கிறார். அண்ணல் அம்பேத்கர் ஆர்.எஸ்.எஸ். அமைப்புக்கு எதிரானவராக இருந்திருந்தால் அதை ஆதரிக்கக்கூடிய பட்டேலை இந்த இடத்தில் புகழ்ந்து சொல்ல வேண்டிய அவசியம் இல்லை. அண்ணல் அம்பேத்கர் ஏற்கனவே சங்க முகாமில் சிறப்பு பார்வையாளராகக் கலந்துகொண்டு ஆர்.எஸ்.எஸ். அமைப்பு செய்துவரும் தீண்டாமை ஒழிப்பு வேலையை நேரில் பார்த்தவர். அதனால் எப்போதுமே அதன்மேல் வெறுப்பு இல்லாதவராக இருந்தார் (இந்த சம்பவத்தில் குறிப்பிடும் வருடம் 1948ம் ஆண்டாக இருக்கவேண்டும். ஆனால் 1949 என்று இருக்கிறது.)

நீண்ட போராட்டத்துக்குப் பிறகு 1949ம் ஆண்டு ஜூலை 12ஆம்தேதி ஆர்.எஸ்.எஸ். மீதான தடையை அரசு எந்தவிதமான நிபந்தனையுமின்றி அதிகாரப்பூர்வமாக விலக்கிக்கொண்டது காங்கிரஸ் அரசு. இத்தனை நாள் ஏன் தடை நீடித்தது என்பதற்கு வெளிப்படையான எந்த ஒரு காரணமோ நியாயமோ குறிப்பிடப்படவே இல்லை.

காந்திஜி கொலை வழக்கை விசாரிக்க காங்கிரஸ் அரசாங்கம் கபூர் கமிஷனை நியமித்தது. விசாரித்த கபூர் கமிஷன் தனது அறிக்கையில் காந்தி கொலைச் சதியில் ஆர்.எஸ்.ஸுக்குத் தொடர்பில்லை என்று அறிவித்தது.

தடை நீங்கிய பிறகு தடையை விலக்குவதில் ஒத்துழைத்த அனைத்துப் பெரியோர்களுக்கும் குருஜி நன்றித் தெரிவித்துக் கடிதம் எழுதினார். ஜவஹர்லால் நேரு, பட்டேல், சியாம் பிரசாத் முகர்ஜி, காகா ஸாஹப் காட்கீல், புருஷோத்தமதாஸ்ஜி டண்டன், பாபா சாஹேப் காபர்டே, போன்றவர்களுக்குக் கடிதம் எழுதிய குருஜி 1949, ஜூலை 18ல் அண்ணல் அம்பேத்கருக்கும் நன்றி தெரிவித்துக் கடிதம் எழுதினார்.

மதிப்பிற்குரிய டாக்டர் பாபா சாஹேப் அம்பேத்கர் அவர்களுக்கு,

அன்பான வணக்கங்கள். தங்களைச் சந்திக்கிற நல்வாய்ப்பு கிடைத்து நீண்ட காலம் ஆகிவிட்டது. இதற்கிடையே பல சம்பவங்கள் நடந்து விட்டன. இறுதியில் இறைவனின் அருளால் சங்கம் கிரஹணத்திலிருந்து மீண்டுவந்துள்ளது. இதற்காகப் பல நல்லவர்கள் வெவ்வேறு வகையில் உதவி செய்துள்ளார்கள். நிறையபேர் ஓய்வில்லாமல் உழைத்திருக்கிறார்கள். இவர்கள் அனைவரின் முயற்சிகளால்தான் இன்றைய இந்த அமைதியான நிலை ஏற்பட்டுள்ளது. முறையாகச்

சிந்தித்தால், இந்த அமைதி கலப்படமாக உள்ளது. இந்த நிலையைப் பற்றி நிறையச் சொல்ல முடியும் என்றாலும் நான் தற்போது அமைதியாகவே இருக்க நினைத்துள்ளேன்.

இந்த அனைத்து சம்பவங்களுக்கிடையேயும் தாங்கள் எனக்கு சந்திக்க நேரம் கொடுத்து முழுவிஷயத்தையும் அமைதியான உள்ளத்துடன் கேட்டபிறகு, முடிந்த அளவுக்கு உதவி செய்வதாக வாக்குறுதி கொடுத்தீர்கள். தங்களின் வாக்குறுதிக்கேற்ப தாங்கள் சார்பில் முடிந்த அளவுக்கு உதவியும் செய்திருப்பீர்கள் என்று நம்புகிறேன். இந்த உதவிக்காக நான் உங்களுக்கு மிகவும் கடமைப்பட்டுள்ளேன். அப்படிப் பார்த்தால் நல்ல உள்ளத்துடன் உதவுவது தங்களின் இயற்கையான குணமாகும். இதற்கு முரண்பாடான நடத்தையை உங்களிடமிருந்து யாராலும் எதிர்பார்க்க முடியாது. சங்க காரியத்தை மீண்டும் முறைப்படியாக்குவதற்காக ஈடுபட்டிருந்த காரணத்தினால் தங்கள் போன்ற ஆதரவாளர்களுடன் சந்திக்க வேண்டிய அவசியமான கடமையைத் தள்ளிப்போட வேண்டியதாயிற்று. இருந்தாலும், முடிந்த அளவுக்கு விரைவில் அங்கு வந்து எல்லோரையும் சந்தித்து நேரடியாக நன்றி தெரிவிக்கிற பொறுப்பைப் பூர்த்தி செய்வதற்காக முயற்சி செய்து கொண்டிருக்கிறேன்.

அன்பு வளர்ந்துகொண்டே இருக்கட்டும் என்ற விருப்பத்துடன் தங்கள்

M.S.கோல்வல்கர்[3]

இப்படிக் கடிதம் எழுதி தனது நன்றியைத் தெரிவித்துக்கொண்டார் ஆர்.எஸ்.எஸ். தலைவர் குருஜி. இதுமட்டுமல்லாமல் காந்திஜி படுகொலையில் வேண்டுமென்றே வீரசாவர்க்கரை காங்கிரஸ் அரசாங்கம் கைது செய்தது. இதை உணர்ந்த அம்பேத்கர் வீரசாவர்க்கரின் வழக்கறிஞர் போபட்கரை அழைத்து ஆலோசனை கூறினார் என்பதையும் இங்கு நாம் நினைவுபடுத்திக்கொள்ளலாம்.

---

### ஆதாரக் குறிப்புகள்

1. ஒரு தலித்திடமிருந்து, வசந்த் மூன், பக்.170

2. My Memories and Experiences of Babasaheb Dr. B.R.Ambedkar, by Shankaranand Shastri, p66-68

3. ஸ்ரீகுருஜி சிந்தனைக் களஞ்சியம், தொகுதி 10, பக்.93-94)

# ஜாதி எதிர்ப்புப் போராளி – வீர சாவர்க்கர்

இந்தியாவில் தீண்டாமையை விரைவில் ஒழித்திட வேண்டுமென்று இடைவிடாமல் குரல் கொடுத்துக் கொண்டிருந்தார் ஒரு தலைவர்: அவர்தான் வீரசாவர்க்கர். மரணவாயிலில் உள்ள தீண்டாமையைக் குழிதோண்டிப் புதைக்காவிட்டால், இந்தச் சாபக்கேட்டை நீக்கா விட்டால் இது மீண்டும் புத்துயிர் பெற்று இந்நாட்டையே அழித்துவிடும் என்று சாவர்க்கர் தொடர்ந்து இந்துக்களை எச்சரித்துக் கொண்டேயிருந்தார். தன் நாட்டைக் காத்திடும் போரில் வெற்றிபெறவேண்டும் என்று ஒரு படைத் தலைவன் எந்த அளவுக்கு விரும்புவானோ அதைவிடத் தீண்டாமையை ஒழிக்கவேண்டும் என்பதில் சாவர்க்கர் பெருவிருப்பம் கொண்டிருந்தார்.

1924 ஏப்ரல் மாதம் இந்து சமூகத்தை ஒன்றுதிரட்ட சாவர்க்கரும் இந்து மகா சபை ஊழியர்களும் இந்து சங்கம் என்ற அமைப்பை ஏற்படுத்தினார்கள். இதன் அடிப்படையான நோக்கம் ஒடுக்கப்பட்ட வகுப்பு மக்களின் முன்னேற்றம் என்பதாகும்.[1]

இந்த அமைப்பில் ஆலோசகர் குழுவில் வீரசாவர்க்கர், டாக்டர் ஜெயகர், கேசவராவஜேதே, அனந்தஹரி கத்ரே ஆகியவர்களுடன் டாக்டர் அம்பேத்கரும் இடம் பெற்றிருந்தார்.[2]

வீரசாவர்க்கரைப் பொறுத்தவரையில் சாஸ்திர அடிப்படையிலான ஜாதி அமைப்பு ஒரு மனநோய். இந்த சமூக மனநோய்க்கான மருந்து இந்த சாஸ்திரங்களை நம்பால் நிராகரிப்பதுதான்.[3]

ஜாதியை ஒழிப்பதில் முக்கியமான இந்துத்துவவாதியாக வீரசாவர்க்கர் திகழ்ந்தார். அவருடைய அனல் கக்கும் பேச்சுகள் மூலம் ஜாதியைக் கடுமையாக விமர்சனம் செய்து வந்தார்.

ஜாதியைப் பற்றி வீரசாவர்க்கர் கூறும்போது, 'ஜாதி பிரிவுகளும் சதுர்வர்ண அமைப்பும் வெறும் பழக்கங்களே. அவற்றுக்கும் சனாதன தர்மத்துக்கும் எவ்விதத் தொடர்பும் இல்லை.... இன்று ஜாதி அமைப்பு என்கிற பெயரில் நிலவும் திரிபுகள் அழிந்தால் அதனால் சனாதன தர்மம் ஒன்றும் செத்துவிடாது'.[4]

'நம் சகோதரர்களில் லட்சக்கணக்கானவர்களை தீண்டத்தகாதவர்கள் என்றும் விலங்குகளைக் காட்டிலும் கீழானவர்களாகவும் பார்க்கும் பார்வை மனித குலத்துக்கும் நம் ஆன்மாவுக்கும் அவமானம். தீண்டாமைக் கொடுமை முழுமையாக அழிக்கப்படவேண்டும் என்பது என் திடமான உறுதியாகும். தீண்டாமை அழிக்கப்படுவதுதான் இந்து சமுதாயத்துக்கு நன்மை. இந்து சமுதாயத்துக்கு நன்மையோ இல்லையோ ஏன் நன்மை ஏதாவது இதனால் இருந்தது என்றாலும்கூட இந்தக் கொடுமை அழிக்கப்படவேண்டும். ஏனெனில் அறத்தின் அடிப்படையில், நீதியின் அடிப்படையில், மானுடத்தின் அடிப்படையில் தீண்டாமையை அழிப்பதுதான் மிக முதன்மையான அறக்கடமையாகும்'.[5]

வீரசாவர்க்கரும் அண்ணல் அம்பேத்கரும் கடிதம் மூலமாக நெருங்கிய தொடர்பு இருந்தது. ஆனால், கடைசிவரை அவர்கள் சந்தித்ததாகத் தகவல் இல்லை. வீரசாவர்க்கர் அண்ணல் அம்பேத்கரையும், அண்ணல் அம்பேத்கர் வீரசாவர்க்கரையும் அவர்களுடைய சமூக சீர்திருத்தத்துக்காகப் புகழ்ந்து பேசியிருக்கின்றனர்.

அண்ணல் அம்பேத்கர் ஆசிரியராக இருந்த 'ஜனதா' பத்திரிகையின் சிறப்புப் பதிப்பில் (ஜனதா - ஏப்ரல், 1993, சிறப்புப் பதிப்பு, பக்-2) தலித்களுக்காக சாவர்க்கர் செய்யும் சேவையைக் குறிப்பிட்டு, அவர் புத்தருக்கு ஒப்பான பெரியவர் என கட்டுரை வெளியிடப்பட்டது.

இரத்தினகிரியில் பிரிட்டிஷ் அரசால் ஊர் அளவில் சிறைக் காவலில் வைக்கப்பட்டிருந்த வீரசாவர்க்கர் வியப்பூட்டும் அழைப்பு ஒன்றை அண்ணல் அம்பேத்கருக்கு அனுப்பினார். இரத்தினகிரியில் சேத் பகோஜி கீர் கட்டியிருந்த புதிய கோயிலைத் திறந்து வைக்க வருமாறு அம்பேத்கரை அழைத்திருந்தார்.

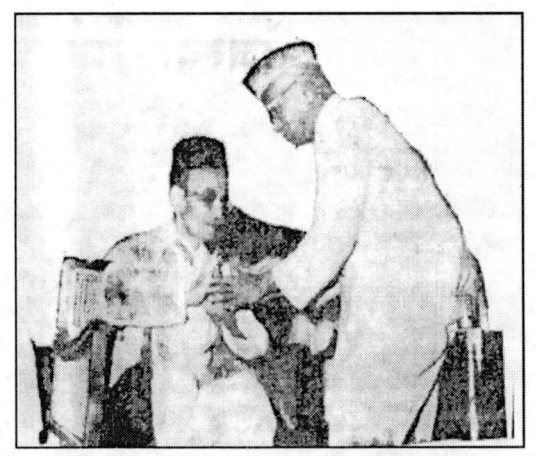

வீரசாவர்க்கருடன் என்.வி.காட்கில்

வீரசாவர்க்கருடன் போபட்கர்

எல்லா சமுதாய மக்களுக்கும் ஆலயத்தில் உரிமை உண்டு என்பதை நிலைநாட்ட வீர சாவர்க்கர் கட்டிய பதிதபாவன் ஆலயம்

பதிதபாவன் ஆலயத்தின் தற்போதைய தோற்றம்

சமபந்தி விருந்தில் வீரசாவர்க்கர்

முன்னரே வேறு நிகழ்ச்சிகளுக்கு ஒப்புக் கொண்டிருப்பதால் அந்த அழைப்பை ஏற்க இயலாமைக்கு ஆழ்ந்த வருத்தம் தெரிவித்து அம்பேத்கர் பதில் எழுதினார். அதில், 'சமூக மாற்றத்துக்காக நீங்கள் செய்துவரும் தொண்டினைப் பாராட்டுவதற்கு இந்த வாய்ப்பைப் பயன்படுத்திக் கொள்ள விரும்புகிறேன்' என்று கூறிய அம்பேத்கர் வீரசாவர்க்கரைப் பற்றிய மற்றொரு முக்கியமான தகவலை நமக்குத் தருகிறார்.

அம்பேத்கர் மேலும் கூறுகிறார் : 'தீண்டப்படாதவர்கள் இந்து சமூகத்தில் இரண்டறக் கலந்திட வேண்டுமானால் தீண்டாமையை

எல்லா சமுதாய மக்களுக்கும் பூணூல் அணிவதை
உரிமையாக்குகிறார் வீரசாவர்க்கர்

மட்டும் அகற்றினால் போதாது. அதற்காக நால்வருணத்தை அழித்திட வேண்டும். இந்த உண்மையை உணர்ந்துள்ள மிகச் சிலருள் நீங்களும் ஒருவர் என்ற வகையில் நான் மகிழ்கிறேன்' என்று வீரசாவர்க்கருக்கு எழுதிய கடிதத்தில் குறிப்பிட்டிருந்தார்.[6]

வீரசாவர்க்கர் பல இடங்களில் ஜாதியை ஒழிக்கும் ஒரு வழியாக சமபந்தி விருந்தை நடத்தியிருக்கிறார். அதுமட்டுமல்ல மகர்களுடன் இணைந்து, அவர்கள் கைப்பட சமைத்து தந்த மாட்டிறைச்சியையும் உண்டு ஜாதி ஒழிப்புக்காகப் போராடியிருக்கிறார். இதைப் பற்றி வசந்த்மூன் கூறுகிறார் : 'மேன்டீஸ் என்பது மகர்களின் பாரம்பரியக் கலை. 1938 வாக்கில் சுதந்திரப் போராட்ட வீரர் சாவர்க்கர் நாக்பூர் வந்தார். அவருக்கு ஆட்டுக்கறி விருந்து தருவதென மக்கள் முடிவு செய்தார்கள். பிதே பெண்கள் பள்ளியில் அதற்கான ஏற்பாடுகள் நடந்தன. ஏராளமான பேருக்கு விருந்து சமைப்பதற்கு மகர் புராவைத் தவிர வேறெங்கும் ஆட்கள் கிடைப்பது கடினம். ஆகவே எங்கள் குடியிருப்பைச் சேர்ந்த பெண்கள்தான் சாவர்க்கருக்கு ஆட்டுக்கறி சமைத்தார்கள். டாக்டர் பாபா சாகிப் அம்பேத்கர் நாக்பூர் வரும் போதெல்லாம் ஆட்டுக்கறியும் மேன்டீஸூம் சாப்பிடுவார். சவார்க்கருக்கும், அம்பேத்கருக்கும் விருந்து பரிமாறிய பெரும்பாலான பெண்கள் இந்தச் சம்பவத்தை நினைவுகூர்வார்கள்'[7] என்று வசந்த்மூன் கூறுகிறார்.

அண்ணல் அம்பேத்கர் சௌதார் குளத்தில் தண்ணீர் எடுக்கும் உரிமையை நிலைநாட்டியபின் அங்கு கலவரம் ஏற்பட்டது. ஆதரவு - எதிர்ப்பு என இரு அணிகள் ஏற்பட்டது. அண்ணல் அம்பேத்கருக்கு ஆதரவு அணியில் முழு மனத்துடனும் அஞ்சாமலும் போராட்டத்தை ஆதரித்த தலைவர் சாவர்க்கர்தான். தீண்டாமை கண்டிக்கப்பட வேண்டியதும் ஒழிக்கப்பட வேண்டியதும் ஆகும் என்று அவர் வலியுறுத்தினார். இவ்வாறு செய்ய வேண்டியது காலத்தின் தேவை கருதி மட்டுமன்று; இதுதான் உண்மையான மதக் கட்டளையாகவும் இருக்கிறது. இது ஒரு கொள்கையாக, இன்றியமையாத செயலாக இருப்பதுடன் இது ஒரு சமூக நீதியாகவும் இருக்கிறது. இதை ஒருவகை உதவி என்று மட்டும் கருதாமல் மனிதநேயத் தொண்டு என்றும் எண்ணிச் செய்திடவேண்டும். இவ்வாறு சாவர்க்கர் கருத்துரைத்தார்.

ஒரு மனிதனைத் தொடுவதால் புனிதம் கெட்டுவிடுகிறது என்பதை விட பசுவின் மூத்திரத்தால் ஒருவன் தீட்டிலிருந்து புனிதமடைகிறான் என்பது அருவருப்பானதும் கண்டிக்கத்தக்கதும் ஆகும். ஆதலால் மகதில் தீண்டப்படாதவர்கள் நடத்திய சத்தியாக்கிரகம் சரியானதே. தம் மதத்தைச் சேர்ந்த சொந்த சகோதரர்களுக்குரிய மனித உரிமைகளை முழுமையாக மீண்டும் தரவேண்டியது நல்ல சமய உணர்வுள்ள

| 80 |

இந்துக்களின் நீங்காக் கடமையாகும் என்று சாவர்க்கர் மேலும் கூறினார்.[8]

வீரசாவர்க்கர் அண்ணல் அம்பேத்கரின் பல கருத்துகளுக்கு ஆதரவாகவே குரல் கொடுத்துவந்தார். அதில் ஒன்றுதான் அண்ணல் அம்பேத்கர் பரிந்துரைத்த அசோக சக்கரத்துக்கு ஆதரவளித்த சம்பவமும்.

தேசியக் கொடியைத் தேர்ந்தெடுப்பதற்காக நியமிக்கப்பட்ட குழு காவிக் கொடியை பரிந்துரைத்தது. ஆனால் காந்திஜி அதை ஏற்றுக் கொள்ளவில்லை. மக்களின் ஆதரவில்லாததால் அண்ணலும் அதை சிபாரிசு செய்யவில்லை. அசோகசக்கரத்தை அண்ணல் அம்பேத்கர் பரிந்துரைத்தார். ஆனால், காந்திஜியோ ராட்டையை பரிந்துரைத்தார். சாவர்க்கரும் கொடிக்குழுவின் தலைவரான டாக்டர் ராசேந்திரப் பிரசாத்துக்கு காந்தியத்தின் சின்னமான ராட்டைக்குப் பதிலாக அசோகச் சக்கரத்தை ஏற்கவேண்டும் என்று வேண்டுகோள் விடுத்திருந்தார்.[9]

இறுதியில் அசோகச் சக்கரத்துடன் மூவர்ணக்கொடி ஏற்றுக்கொள்ளப் பட்டது. இதைப் பற்றி நாதுராம் கோட்சே தன்னுடைய வாக்கு மூலத்தில் குறிப்பிட்டிருப்பது சுவாரஸ்யமான தகவல். கோட்சே கூறுகிறார் : 'இந்து மகாசபையின் செயற்குழு கூட்டமும், அகில இந்திய இந்துப் பேரவைக் கூட்டமும் டெல்லியில் 1947 ஆகஸ்ட் 9 வாக்கில் நடத்தப்பட்டன. வீரசாவர்க்கர் தலைமை வகித்தார். 1947 ஆகஸ்ட் 15 அன்று மக்கள் எல்லோரும் தங்கள் வீடுகளில் பகவா கொடியை ஏற்றுமாறு கேட்டுக் கொண்டது. வீரசாவர்க்கர் மேலும் ஒருபடி சென்று சக்கரத்துடன் கூடிய மூவண்ணக் கொடி தேசியக் கொடியாக அங்கீகரிக்கப்படவேண்டும் என்று வற்புறுத்தினார். நாங்கள் அவருடைய மனப்போக்கை வெளிப்படையாக எதிர்த்தோம். அதுமட்டுமன்று, வீரசாவர்க்கர் 1947 ஆகஸ்ட் 15 அன்று இந்து சங்கத்தாரில் பெரும்பாலோரின் முடிவை ஒதுக்கி வைத்துவிட்டு சக்கரத்துடன் கூடிய இந்தப் புதிய கொடியைத் தம்முடைய வீட்டின் மேல் ஏற்றினார். பகவா கொடியையும் உடனாக ஏற்றினார்.[10]

அதாவது தேசியக் கொடியாக மூவர்ணக் கொடியையும் தங்களின் அமைப்பின் கொடியாக பகவா கொடியையும் வீரசாவர்க்கர் ஏற்றினார்.

1941ல் ஜூலை மாதத்தின் கடைசி வாரத்தில் வைசிராய் இந்தியப் பிரதிநிதிகளாக எட்டுப்பேரை புதியதாகச் சேர்த்து அவருடைய நிர்வாக கவுன்சிலை விரிவுபடுத்தினார். பாதுகாப்பு ஆலோசனைக் குழு என்ற ஒன்றையும் ஏற்படுத்தினார். அதில் அம்பேத்கரை உறுப்பினராகச் சேர்த்தார். அதில் அம்பேத்கர் பேசும்போது வைசிராயின் நிர்வாக கவுன்சிலில் தீண்டப்படாத வகுப்பு மக்களுக்குப் பிரதிநிதித்துவம்

அளிக்கப்படாமை அவர்களுக்கு இழைக்கப்பட்ட தீங்காகும். நம்பிக்கைத் துரோகமாகும் என்று இந்தியாவுக்கான செயலாளராக இருந்த அமெரிக்கு அம்பேத்கர் தந்தி அனுப்பினார். அம்பேத்கரின் இந்தக் கோரிக்கையை வீரசாவர்க்கர் ஆதரித்தார். அதுமட்டுமல்லாமல் அண்ணல் அம்பேத்கரை நிர்வாக கவுன்சிலில் சேர்க்க வேண்டுமென்று சாவர்க்கர் வைசிராய்க்குத் தந்தி அனுப்பினார்.[11]

1942 ஜூலை மாதத்தில் அண்ணல் அம்பேத்கர் நிர்வாகக் குழுவில் உறுப்பினராக நியமிக்கப்பட்டார். இதற்குமுன் இந்திய வரலாற்றில் தீண்டப்படாத வகுப்பைச் சார்ந்த ஒருவர் நாட்டை ஆளும் ஆட்சி அதிகாரத்தில் ஓர் உயர்ந்த பதவியைப் பெற்றதில்லை. இதைப் பாராட்டி நூற்றுக்கணக்கான பாராட்டு மடல்களும் தந்திகளும் அண்ணல் அம்பேத்கருக்கு வந்தன. அதில் முக்கியமானது வீரசாவர்க்கரின் பாராட்டுமடல்தான்.[12]

இரண்டாம் உலகப்போரின்போது இந்தியர்கள் பிரிட்டிஷ் ராணுவத்தில் சேரக்கூடாது என்று காங்கிரஸ் மற்றும் பல்வேறு தரப்பில் வலியுறுத்தப் பட்டது. ஆனால், இரண்டுபேர் மட்டுமே இந்தியர்கள் சேரவேண்டும் என்று அழைப்பு விடுத்தனர். ஒருவர் வீரசாவர்க்கர். மற்றொருவர் அண்ணல் அம்பேத்கர். இதுபற்றி வசந்த்மூன் கூறுகிறார் : ‘இரண்டாம் உலகப் போரின்போது பிரிட்டன் ராணுவத்தில் சேரும்படி சவார்க்கரும் அம்பேத்கரும் இந்துக்களுக்கு வேண்டுகோள் விடுத்தனர்.’[13]

1941ல் ராணுவத்தில் மகர் படைப்பிரிவை ஏற்படுத்துமாறு அரசுக்கு வேண்டுகோள் விடுத்தார் அம்பேத்கர். அதன்பின் அரசு தனி மகர் படைப்பிரிவை ஏற்படுத்திட முடிவு செய்தது. உங்களுடைய நலனையும் நாட்டின் நலனையும் கருத்தில்கொண்டு இந்த வாய்ப்பைப் பயன்படுத்திக் கொள்ளுங்கள் என்று மகர்களுக்கு அம்பேத்கர் அழைப்பு விடுத்தார். மிக விரைவில் மகர் படைப்பிரிவு உருவாக்கப்பட்டது. இந்துக்கள் போர்த்தொழில் புரியும் இனமாக மீண்டும் உருவெடுக்க வேண்டும் என்று தணியாத வேட்கை கொண்டிருந்த சாவர்க்கர், அம்பேத்கரின் சிறந்த வழிகாட்டுதலின் கீழ் மகர் சகோதரர்கள் அவர்களுடைய போர்த்திறனில் சிறப்புற்று விளங்குவார்கள் என்றும் அவர்கள் ராணுவத்தில் சேர்ந்துள்ளமை இந்தியாவின் ஒற்றுமைக்கு உதவும் என்றும் கூறினார்.[14]

The Indian war of Independence - 1857 என்ற புத்தகத்தை எழுதியவர் வீரசாவர்க்கர். அந்தப் புத்தகம் முதலில் 1909ல் ஹாலந்தில் வெளியிடப் பட்டது. இரண்டாவது பதிப்பு லாலா ஹர்தயாள் என்பவரால் கதார் கட்சியின் சார்பில் அமெரிக்காவில் வெளியிடப்பட்டது. மூன்றாவது பதிப்பு சர்தார் பகத் சிங் வெளியிட்டார். நான்காவது பதிப்பு

நேதாஜியால் 1943ல் வெளியிடப்பட்டது. சுதந்திரத்துக்காகப் போராடிய வீரம் மிக்கவர். அந்தமான் சிறையில் பிரிட்டிஷ் அரசாங் கத்தால் சிறையில் அடைக்கப்பட்டவர். அப்படிப்பட்ட தேசபக்தருக்கு காங்கிரஸ் அரசால் மிகப் பெரிய அவமானம் ஏற்படுத்தப்பட்டது. முக்கியமாக பண்டிட் நேருவால்.

ஜனவரி 30, 1948 அன்று காந்திஜி கோட்ஸேவால் சுட்டுக் கொல்லப் படுகிறார். ஆறு நாட்கள் கழித்து பிப்ரவரி 5ம்தேதி இக்கொலையில் சம்பந்தம் இருப்பதாகச் சொல்லப்பட்டு 65 வயதான சாவர்க்கர் கைது செய்யப்படுகிறார். காந்திஜி கொலையில் சாவர்க்கருக்குத் தொடர் பிருந்ததாக எந்தவிதமான ஆதாரமும் காங்கிரஸ் அரசால் கொடுக்கப் பட முடியவில்லை. பின்பு ஜனவரி 10, 1949-ல் குற்றமற்றவர் என்று விடுவிக்கப்பட்டார்.

போபட்கர் என்பவர் தாம் சாவர்க்கர் தரப்பில் வாதிட்ட வழக்கறிஞர். சாவர்க்கர் வழக்கை வெற்றிகரமாக முடித்த பிறகு பூனேவுக்குச் சென்ற போது அவரது நண்பர்கள் அவருக்கு ஒரு விருந்து கொடுத்தனர். அப்போது எப்படி வழக்கில் வென்றீர்கள் என்று கேட்டபோது, கோட்ஸே மீதுதான் குறிப்பாகத் தெளிவாகக் குற்றப்பத்திரிகைத் தாக்கல் செய்யப்பட்டு உறுதி செய்யப்பட்டது. ஆனால் சாவர்க்கரின் மீது அத்தகைய குறிப்பிட்ட குற்றச்சாட்டுகள் இல்லை. இப்பிரச்னையை எப்படி தீர்ப்பது என்று யோசித்துக் கொண்டிருந்தபோது எனக்கு ஒரு தொலைபேசி அழைப்பு வந்தது.

'அன்னா சாஹேப் போபட்கர் பேசுகிறேன்'

'நான் டாக்டர் அம்பேத்கர் பேசுகிறேன். இன்றைக்கு 6.30 அளவில் (மதுரா) ரோடில் ஆறாவது மைல்கல் அருகில் வந்து என்னைச் சந்திக்கவும்'.

போபட்கர் அதற்குப் பதில் சொல்லும் முன்னரே தொலைதொடர்பு துண்டிக்கப்பட்டது.

மாலை போபட்கர் தனது காரில் குறிப்பிட்ட இடத்துக்குச் சென்றார். ஆனால், இவருக்கு முன்பே அங்கு அம்பேத்கர் இருந்தார். காரை அவரே ஓட்டி வந்திருந்தார். கூட யாரும் இல்லை.

அம்பேத்கர் அவரை காரில் ஏறுமாறு சைகை செய்தார். காரை ஓட்டிக் கொண்டு ஒருமைல் தூரம் சென்று நிறுத்தினார். பிறகு அவர் போபட்கரைப் பார்த்துச் சொன்னார்.

'உங்களுடைய கட்சிக்காரர் மீது எந்தக் குற்றச்சாட்டும் இல்லை. வலுவில்லாத ஆதாரங்களை வைத்துக்கொண்டு வழக்கை ஜோடித்

திருக்கிறார்கள். அமைச்சரவையில் உள்ள பலருக்கு வெறும் சந்தேகத்தின் பெயரால் சாவர்க்கர் மீது குற்றம் சாட்டக்கூடாது என்ற கருத்து உள்ளது. ஆனால், மிகப் பெரிய தலைவர் ஒருவரின் பிடிவாதத் தினால் சாவர்க்கர் இதில் சேர்க்கப்பட்டிருக்கிறார். தைரியமாக நீங்கள் வழக்காடுங்கள். நிச்சயமாக நீங்கள் வெற்றி பெறுவீர்கள்' என்று சொல்லி முடித்தார்.

*அதற்குப் பிறகு அவர் காரைத் திருப்பி ஓட்டி வந்த இடத்துக்கே திரும்ப வந்து என்னை விட்டுவிட்டுச் சென்றார்.*[15]

அண்ணல் அம்பேத்கரின் அறிவுறுத்தல் போபட்கருக்கு ஒரு தெளிவைத் தந்தது. வீரசாவர்க்கரின் மேல் அண்ணல் அம்பேத்கருக்கு அப்படி யென்ன ஒரு அக்கறை? ஏனென்றால் தாழ்த்தப்பட்ட மக்கள் மற்ற உயர் சமூக மக்களைப்போல உரிமைகளைப் பெற்று வாழவேண்டும் என்று தொடர்ந்து போராடி வருபவர் வீரசாவர்க்கர் என்பது அண்ணல் அம்பேத்கருக்குத் தெரியும்.

அண்ணல் அம்பேத்கரின் பொன்விழா 1942 ஏப்ரலில் கொண்டாடப் பட்டது. பலரிடம் இருந்து பாராட்டுதல்கள் வந்தன. பாராட்டுதல்கள் நிறைந்த சிறந்த மதிப்புரை சாவர்க்கரிடமிருந்து கிடைத்தது. அது மிகவும் குறிப்பிடத்தக்கதாக இருந்தது. ஓர் அரசியல் சமூகப் புரட்சி யாளரான சாவர்க்கர் மற்றொரு புரட்சியாளரான அம்பேத்கரின் செயல் களை மதிப்பீடு செய்திருந்தார். பொன்விழா காணும் அம்பேத்கரை சாவர்க்கர் மனதாரப் பாராட்டினார்.

''அம்பேத்கரின் சிறந்த ஆளுமையும் மேதைத்தன்மையும் வழிநடத்திச் செல்லும் திறமையும் மக்களை அணி திரட்டும் ஆற்றலும் அவர் இந்நாட்டின் பெறற்கரிய பெருஞ்செல்வம் என்பதை மெய்ப்பிக் கின்றன. தீண்டாமை ஒழிப்பில் அம்பேத்கர் ஆற்றியுள்ள அரும்பணி, மதிப்பிட முடியாததாகும். கோடிக்கணக்கான தீண்டப்படாத வகுப்பு மக்களிடம் மனித உரிமை உணர்ச்சி பொங்கும் தன்னம்பிக்கையை ஊட்டியவர் அவர். இவ்வரிய செயல்கள் நாட்டுப்பற்றையும் மானுட நேயத்தையும் வளர்ப்பதை நோக்கமாகக்கொண்டவையாகும்.

தீண்டப்படாத வகுப்பு மக்களிடையே ஒப்பாரும் மிக்காரும் இல்லாத இத்தகைய தலைவர் தோன்றியிருப்பது தன்னம்பிக்கையிழந்த மனநிலையிலிருந்து இம்மக்களை மீட்டெடுத்துப் புத்துயிரூட்டி, தாங்கள் உயர்ந்தவர்கள் என்று கூறிக் கொள்ளும் வீண் கர்வம் கொண்ட ஜாதி இந்துக்களின் சவால்களைச் சந்திப்பதற்குத் தயார் செய்வதற்காக வேயாகும். அம்பேத்கரையும் அவருடைய தொண்டினையும் மிகவும் மதித்துப் போற்றுகிறேன். அவர் நோய்நொடியின்றி நெடுங்காலம் வாழ்ந்து மேலும் சாதனைகளைப் படைக்கவேண்டும் என விரும்புகிறேன்'' என்று வியந்து கூறி சாவர்க்கர் அம்பேத்கரைப் பாராட்டினார்.[16]

பம்பாய் மாகாண இந்துமகாசபை அம்பேத்கரின் பொன்விழாவை யொட்டி அவரைப் பாராட்டிச் சிறப்புத் தீர்மானத்தை நிறைவேற்றியது.[17]

அண்ணல் அம்பேத்கருடைய மதமாற்றத்தை வீரசாவர்க்கர் முதலில் ஆதரிக்கவில்லை. பௌத்தம் என்று முடிவானவுடன் தன்னுடைய எதிர்ப்பு நிலையைக் கைவிட்டார்.

இந்தியாவைத் தன் தாயாகவும் புனித பூமியாகவும் கருதுபவனே இந்து என்று இலக்கணம் வகுத்த வீரசாவர்க்கர் டாக்டர் அம்பேத்கரின் மதமாற்றம் உண்மையில் இந்து மதத்தில் தன்னை இணைத்துக் கொண்டது போன்றதேயாகும்; பௌத்த அம்பேத்கர் என்பதும் இந்து அம்பேத்கர் என்பதும் ஒன்றேயாகும் என்று கூறினார். வேதங்களை மறுக்கிற ஆனால் இந்துத் தத்துவத்தின் வட்டத்துக்குள் இயங்குகிற ஒரு மதத்தையே அம்பேத்கர் தேர்ந்தெடுத்துள்ளார். ஆகவே இதை ஒரு மதமாற்றமாகக் கருதமுடியாது என்றும் சாவர்க்கர் கூறினார். ஒரு மதத்திலிருந்து இன்னொரு மதத்துக்கு மாறுவது பிரச்னைகளைத் தீர்க்காது என்றும் குறிப்பிட்டார்.

பௌத்தம் குறித்து வீரசாவர்க்கருக்கும், அண்ணல் அம்பேத்கருக்கும் வேறுவேறான கருத்து இருந்தது. பௌத்த சமயம் போதித்துள்ள அகிம்சைத் தத்துவம் குறித்து வீரசாவர்க்கர் எழுதிய தொடர் கட்டுரை களைப்பற்றி அம்பேத்கர் அவருடைய உரையில் மிகவும் கடுமையாகத் தாக்கிப் பேசினார். ஆனாலும் இருவருக்கிடையில் இருந்த மதிப்பு குறைந்துவிடவில்லை.

அண்ணல் அம்பேத்கர் உயிர்நீத்தபோது 'உண்மையில் இந்தியா ஒரு மாபெரும் மனிதனை இழந்துவிட்டது' என்றார் வீரசாவர்க்கர்.

வீரசாவர்க்கரின் பிறந்தநாள் நூற்றாண்டு விழா வந்தது. சமுதாயத்தில் சமத்துவம் நிலவச் செய்யவேண்டும் என்ற அவரது கனவை எடுத்துக் கூற வித்தியார்த்தி பரிஷத் ஊழியர்களுக்கு இந்த விழா வரப்பிரசாதமாக வந்து சேர்ந்தது. சாவர்க்கர் ரத்னகிரி என்னும் ஊரில் 'பதித பாவன மந்திர்' (வீழ்ந்தோரைக் கைதூக்கிவிடும் இறைவன் ஆலயம்) ஒன்றை நிர்மாணித்திருந்தார். அங்கிருந்து வித்யார்த்தி பரிஷத் ஊழியர்கள் 'சமதா ஜ்யோதி யாத்திரை' (சமத்துவ ஜோதி யாத்திரை) ஒன்றைத் தொடங்கி மகாராஷ்டிர மாநிலம் முழுவதும் 4200 கிலோமீட்டர் தொலைவு பயணம் செய்து 1983 மே 28 அன்று அதாவது சாவர்க்கரின் நூறாவது பிறந்தநாள் விழா அன்று பம்பாய் சென்றடைந்தார்கள். இந்த யாத்திரை டாக்டர் அம்பேத்கரின் சமாதியாகிய சைத்ர பூமியில் முடிவடைந்தது.

சமுதாய மறுமலர்ச்சி இயக்கத்தின் மாபெரும் தலைவர்கள் இருவரின் இதயங்கள் ஒன்று போலத் துடித்ததை, உணர்ச்சிகரமாக எடுத்துக்

காட்டியது இந்த நிகழ்ச்சி. 'சமதா ஜ்யோதி யாத்திரை வரும் பாதை யெல்லாம் தாழ்த்தப்பட்ட மக்களும், எழுத்தாளர்களும், வழக்கறிஞர்களும், கல்வியாளர்களும் சமுதாயத்தின் அனைத்துத் துறையினருமே மனதார மகிழ்ச்சியோடு வரவேற்றார்கள். சமுதாயத்தின் பிரச்னையை வித்யார்த்தி பரிஷத் உண்மையோடும் ஆக்கப்பூர்வமாகவும் அணுகிக் குரல் கொடுக்கிறது என்பதை சமுதாயத்தின் அனைத்துப் பிரிவினரும் அங்கீகரிப்பதை இந்த வரவேற்பு தெளிவாக்கியது.[18]

---

## ஆதாரக் குறிப்புகள்


1. டாக்டர் அம்பேத்கர் வாழ்க்கை வரலாறு, தனஞ்செய்கீர்,பக்.75

2.நூல் : டாக்டர் பாபா சாஹேப் அம்பேத்கர், வசந்த்மூன், பக்.123

3.V.D.Savarkar, Samagra Savankar Vangmaya, Vol-3, ed, SR, Date, Maharashtra Prantik Hindu Sabha, Pune, pp-497-9

4.V.D.Savarkar, Samagra Savankar Vangmaya, Vol-3, 1930, Essays on the abolition of caste, p-444

5. (V.D.Savarkar, Samagra Savankar Vangmaya, Vol-3, 1927, p-483)

6. டாக்டர் அம்பேத்கர் வாழ்க்கை வரலாறு, தனஞ்செய்கீர், பக்.334)

7. ஒரு தலித்திடமிருந்து, வசந்த் மூன், பக்.261

8. டாக்டர் அம்பேத்கர் வாழ்க்கை வரலாறு, தனஞ்செய்கீர், பக்.109)

9. டாக்டர் அம்பேத்கர் வாழ்க்கை வரலாறு, தனஞ்செய்கீர், பக்.585

10. கோட்ஸேயின் வாக்குமூலம், பக்.30

11. டாக்டர் அம்பேத்கர் வாழ்க்கை வரலாறு, தனஞ்செய்கீர், பக்.498)

12. டாக்டர் அம்பேத்கர் வாழ்க்கை வரலாறு, தனஞ்செய்கீர், பக்.513

13. ஒரு தலித்திடமிருந்து, வசந்த் மூன், பக்.168

14. டாக்டர் அம்பேத்கர் வாழ்க்கை வரலாறு, தனஞ்செய்கீர், பக்.497

15. பாபா சாஹப் அம்பேத்கர், வீர் சாவர்க்கர் மற்றும் மஹாத்மா காந்தி கொலை வழக்கு, கட்டுரை, வேதபிரகாஷ், பார்க்க https:/ / ambedkarstudies.wordpress.com

16. டாக்டர் அம்பேத்கர் வாழ்க்கை வரலாறு, தனஞ்செய்கீர், பக்.509

17. டாக்டர் அம்பேத்கர் வாழ்க்கை வரலாறு, தனஞ்செய்கீர், பக்.509

18. ஆர்.எஸ்.எஸ். ஆற்றும் அரும்பணிகள், ஹொ.வே.சேஷாத்ரி, பக்.186

# எஸ்.கே.போலே

**பா**பா சாஹேப் போலே என அழைக்கப்படும் எஸ்.கே. போலேவின் முழுப்பெயர் சீதாராம் கேசவ் போலே. தாழ்த்தப்பட்டவர்களின் உரிமை, தொழிலாளர்கள் உரிமை, மகளிர் உரிமை போன்றவற்றில் தீவிரமாகப் போராடி வந்தவர்.

அண்ணல் அம்பேத்கர் எல்பின்ஸ்டன் உயர்நிலைப் பள்ளியில் மெட்ரிகுலேஷன் தேர்வில் தேர்ச்சி பெற்றார். மொத்தம் 750 மதிப்பெண்களுக்கு 282 மதிப்பெண்கள் பெற்றிருந்தார். தீண்டப்படாத மாணவன் ஒருவன் தேர்ச்சி பெற்று இவ்வளவு மதிப்பெண் பெற்றிருப்பது பெரும் சாதனையாகக் கருதப்பட்டது. இது ஒரு விழாவாகக் கொண்டாடப்பட்டது. அதற்குத் தலைமை தாங்கியவர் சமூகச் சீர்திருத்தவாதியான எஸ்.கே.போலேதான்.[1]

1920களில் பிராமணரல்லாதார் கட்சியின் தலைவரான எஸ்.கே.போலேதான் முதன்முதலாக நிலப்பிரபுத்துவ எதிர்ப்புச் சட்டத்தை முன்னெடுத்தார்.[2]

எஸ்.கே.போலே முன்மொழிந்த முக்கியமானதொரு தீர்மானம் 1923 ஆகஸ்ட் 4ஆம்நாள் பம்பாய் மாகாணச் சட்டசபையில் நிறைவேறியது. தனிச்சிறப்பும் பொறுமையும் கூர்ந்த அறிவுமுடைய சமூக சீர்திருத்த வாதியான போலே 1906-ல் ஆரிய சமாஜத்தினருடன் பல ஜாதி விருந்தில் தீவிரமாகப் பங்கேற்றதாக அவருடைய பண்டாரி ஜாதியினர் அவரை ஜாதி விலக்கம் செய்யப்

போவதாக மிரட்டியதையும் துணிச்சலுடன் எதிர்த்து நின்றார். அவர் ஒடுக்கப்பட்ட வகுப்பு மக்களின் மேம்பாட்டுக்காகத் துணிவான நடவடிக்கைகளை மேற்கொண்டார். தன் தீர்மானத்தை முன்மொழிந்து பேசியபோது தீண்டாமை இந்தியாவின் புகழுக்கு ஒரு பெரிய களங்கம் என்று குறிப்பிட்டார். மேலும் தென்னாப்பிரிக்காவில் கருப்பர்களுக் கெனத் தனிக்குடியிருப்புப் பகுதிகளை ஏற்படுத்துவதை நாம் எதிர்க்கின்றோம். அதற்கு முன்பாக நம்முடைய சொந்த நாட்டை முதலில் சீர்திருத்தவேண்டும். நம்முடைய நலனையும் நாட்டின் நலனையும் கருத்தில்கொண்டு நாம் ஒடுக்கப்பட்ட வகுப்பு மக்களைநல்ல முறையில் நடத்தவேண்டும் என்று கூறினார்.

நீங்கள் உங்களைத் திருத்திக்கொள்ளாவிட்டால் தீண்டப்படாத மக்கள் என்றோ ஒருநாள் உங்களை எதிர்த்து சத்தியாகிரகத்தில் இறங்கி விடுவார்கள் என்று எச்சரித்தார். தன் சொந்தச் சகோதரர்களான தீண்டப் படாதவர்கள் பற்றி ஜாதி இந்துக்கள் கொண்டுள்ள கண்ணோட்டத்தில் புதிய மாற்றம், புதிய அத்தியாயம் தொடங்கப்படவேண்டும் என்றும், இதற்காக அரசு உறுதியான நடவடிக்கைகளை எடுக்கவேண்டும் என்றும் வலியுறுத்திப் பேசினார்.

அரசின் நிதியிலிருந்து கட்டப்பட்டுப் பராமரிக்கப்படுகிற அல்லது அரசாங்கத்தால் நியமிக்கப்பட்ட அமைப்புகளால் நிர்வகிக்கப்படுகிற பொதுக்குடிநீர் வசதிகள், கிணறுகள், தரும சத்திரங்கள் மற்றும் பொதுப்பள்ளிகள், நீதிமன்றங்கள், அலுவலங்கள், மருத்துவமனைகள் ஆகிய எல்லா இடங்களையும் தீண்டப்படாதவர்கள் பயன்படுத்த அனுமதிக்கவேண்டும் என்பதுதான் போலேயின் புகழ்மிக்க தீர்மானத்தின் வடிவமாகும்.

இத்தீர்மானம் பம்பாய் ஒடுக்கப்பட்ட வகுப்பு மக்களின் மனங்களில் மகிழ்ச்சி பெருக்கெடுத்தோடச் செய்தது. அவர்கள் தங்கள் நன்றியுணர்வைக் காட்டிட வேண்டி ஜெ.அட்டிமான் எம்.எல்.சி. தலைமையில் போலேவுக்கு ஒரு பாராட்டுவிழா நடத்தினர். அவர்களின் விடியலுக்காகச் சிறப்பான தொண்டாற்றி வருவதைப் பாராட்டும் அடையாளமாகத் தங்கப் பதக்கத்தைப் போலேவுக்கு அணிவித்தனர்.

இத்தீர்மானத்தை நிறைவேற்றியதன் விளைவாகப் பின்வரும் ஆணையை அனைத்துத் துறைத் தலைவர்களுக்கும் பம்பாய் அரசு அனுப்பியது. "சட்டசபையில் நிறைவேற்றப்பட்ட தீர்மானத்தின் தொடர்ச்சியாகப் பம்பாய் அரசு எல்லாத் துறைத் தலைவர்களுக்கும் இந்த ஆணையை அனுப்புவதில் மகிழ்ச்சிகொள்கிறது. அரசுக்குச் சொந்தமான அல்லது அரசால் நிர்வகிக்கப்படுகிற எல்லாப் பொது இடங்களிலும் இத்தீர்மானத்தின்படிச் செயல்படவேண்டும் என்று அனைத்துத் துறைத் தலைவர்களையும் அரசு அறிவுறுத்துகிறது.

உள்ளாட்சி அமைப்புகள் அவற்றின் அதிகார எல்லைக்குட்பட்ட பகுதியில் இத்தீர்மானத்தைச் செயல்படுத்துவது பற்றி உரிய முடிவு எடுக்குமாறு மாவட்ட ஆட்சியாளர்கள் அறிவுரை வழங்கவேண்டும்'' என்பதே அந்த அரசு ஆணையாகும். பம்பாய் வளர்ச்சிக் கழகத்தின் தலைவர், பம்பாய் நகராட்சி ஆணையர் ஆகியோரும் அவரவர் ஆட்சி அதிகார எல்லைக்குட்பட்ட பொது இடங்களில் இத்தீர்மானத்தைச் செயல் படுத்துவது பற்றிச் சம்பந்தப்பட்ட நிர்வாக உறுப்பினர்களின் ஒப்புதல் பெற்று முடிவு எடுக்குமாறு அரசினால் கேட்டுக் கொள்ளப்பட்டனர்.[3]

போலேவின் தீர்மானத்துக்குப் பின்னரும் பெரும்பாலான நகராட்சி களிலும் உள்ளாட்சிகளிலும் தீண்டப்படாத வகுப்பு மக்களுக்குரிய உரிமைகள் வழங்கப்பட்டதாகத் தெரியவில்லை. இத்தீர்மானங்கள் நல்லெண்ணெத்தைக் காட்டிக் கொள்ளமட்டும் பயன்பட்டனவே தவிர தீண்டப்படாத வகுப்பு மக்களின் தேவைகளை நிறைவேற்றுவதற்கான நடவடிக்கைகளை அவ்வமைப்புகள் மேற்கொள்ளவேயில்லை. ஏற்கனவே நிறைவேற்றப்பட்ட தீர்மானம் செத்ததுபோல் ஆகிவிட்ட தால், 1926 ஆகஸ்ட் 5ஆம் நாள் பம்பாய் சட்டசபையில் போலே மீண்டும் ஒரு தீர்மானத்தைக் கொண்டுவந்தார். மூன்று ஆண்டுகளுக்கு முன் இது தொடர்பாக இம்மன்றம் நிறைவேற்றிய தீர்மானத்தை நடைமுறைப் படுத்தாத நகராட்சிகளுக்கும் உள்ளாட்சி அமைப்புகளுக்கும் அரசு மானியத் தொகையை வழங்கக்கூடாது என்று இத்தீர்மானம் கோரியது.[4]

போலேயின் தீர்மானத்தின்படி கொலபா மாவட்டத்தில் மகத் என்னும் இடத்தில் மாநாடு நடத்தி சௌதார் குளத்தில் தண்ணீர் எடுத்து தனது சமுதாயத்துக்கு உள்ள உரிமையை நிலைநாட்டிட முடிவெடுத்தார். அதன்படியே மாநாடும் நடைபெற்றது. மாநாட்டில் போலேயின் தீர்மானத்தை நடைமுறைப்படுத்தவேண்டும் என்று தீர்மானம் இயற்றி அரசைக் கேட்டுக் கொண்டார்.

பம்பாயில் பொதுஇடத்தில் வைக்கப்பட்டிருந்த கணபதியின் உருவ வழிபாட்டு உரிமைக்காக அம்பேத்கர் போராடினார். பழமைவாதிகள் எதிராக இருந்தனர். சுமார் ஆயிரம் தீண்டப்படாத இந்துக்கள் பந்தலுக்கு வெளியே கூடினர். உள்ளே சென்று கணபதியை வழிபட அனுமதிக்கவேண்டும் என்று வற்புறுத்தினர். அண்ணல் அம்பேத்கரும், போலேவும் மற்ற உள்ளூர்த் தலைவர்களும் அவ்விடத்துக்கு வந்தனர். பேச்சுவார்த்தையின் முடிவில் எல்லோரும் வழிபடலாம் என்ற உரிமையை நிலைநாட்டினர்.[5]

1938-1945 வரை போலே பம்பாய் நகர இந்து மகாசபையின் தலைவராக இருந்தார். 1947 ஜூலை மாதம் 10ஆம் நாள் பம்பாய் விமான நிலையத்தில் பம்பாய் நகர இந்து மகாசபையின் தலைவர்கள், தொண்டர்களுடன் போலேவும் சென்று அண்ணல் அம்பேத்கரைச்

சந்தித்தார். அப்போது அண்ணல் அம்பேத்கர் அரசியல் அமைப்புச் சட்ட அவையின் கொடி வடிவமைப்புக் குழுவில் ஓர் உறுப்பினராக இருந்தார். அதனால் ஓம் பொறித்த காவி நிறக்கொடியை தேசியக் கொடியாக அறிவிக்கத் தாங்கள் பேசவேண்டும் என்று கோரிக்கை வைத்தார். அவர்களிடம் அம்பேத்கர் காவிக்கொடியை ஏற்றுக்கொள்ள வேண்டும் என்று போராட்டங்கள் வெடிக்குமாயின் அக்கொடிக்கு ஆதரவாகப் பேசுவதாக அம்பேத்கர் உறுதி கூறினார். இதற்கு முன் அம்பேத்கருடைய இல்லத்தில் சந்தித்துப் பேசியபோதும் இதில் ஆர்வம் கொண்டவர்களிடமிருந்தும் நெருக்குதலும் போராட்டமும் பெரிய அளவில் ஏற்பட்டால்தான் காவிக்கொடிக்கு ஆதரவாகப் பேச முடியும் என உறுதியளித்தார்.

காங்கிரஸ்காரர்களுடைய மனதிலும் காவிக் கொடிதான் தேசியக் கொடியாக வரவேண்டும் என்ற எண்ணம்கூட இருந்தது.

1931ல் அகில இந்திய காங்கிரஸ் மாநாடு கராச்சியில் நடந்தபோது காங்கிரஸுக்கு ஒரு அதிகாரப்பூர்வமான கொடி தேவை என்று தீர்மானம் நிறைவேற்றப்பட்டது. இதற்கிடையே ஒரு கொடியைத் தேர்வு செய்வது சம்பந்தமாகக் கருத்துத் திரட்ட ஏழுபேர் கொண்ட குழு அமைக்கப்பட்டது. சர்தார் படேல், மௌலானா ஆசாத், மாஸ்டர் தாராசிங், ஜவஹர்லால் நேரு, டி.பி.காலேல்கர், டாக்டர் என்.எஸ்.ஹர்டிக்கர் மற்றும் டாக்டர் பட்டாபி சீதாராமய்யா ஆகியோர் கொடி சம்பந்தமான குழுவின் உறுப்பினர்கள்.

குழு அளித்த அறிக்கையில், '...புதுக்கொடியை சிபாரிசு செய்வதனால் எவ்விதக் குழப்பமும் வராமல் தவிர்க்கவேண்டும். கொடி நமக்கே உரியதாக, கலையம்சத்துடன், நீள் சதுரமாக, மத அடிப்படையற்றதாக இருக்கவேண்டும் என்று கருதுகிறோம். நமது தேசியக்கொடி ஒரே நிறத்தை உடையதாக (அதில் பொறிக்கப்படும் பொருளின் வர்ணத்தைத் தவிர) இருக்க வேண்டும் என்பதில் ஒருமித்த கருத்து உள்ளது. இந்தியர்கள அனைவர்க்கும் ஏற்புடைய ஒரு வர்ணம் உண்டு என்றால், மற்ற எதையும் விட நமக்கே உரியது என்று ஒன்று உண்டு என்றால் அதுதான் கேசரி (காவி) வர்ணம். இந்தத் தொன்மையான தேசத்தின் நெடிய பாரம்பரியத்தோடு தொடர்புடைய நிறம் அது. இந்த அடிப்படையில் நமது தேசியக் கொடி, அதில் பொருத்தப்படும் பொருளின் நிறத்தைத் தவிர்த்துக் காவி நிறத்தில் இருக்கவேண்டும். அந்தப் பொருள் ராட்டை என்பதும் அது நீல நிறத்தில் இருக்கும் என்பதும் ஒருமனதாக ஏற்றுக் கொள்ளப்படுகிறது. ஆக நமது தேசியக் கொடி கேசரி (காவி) நிறத்தில் இருக்கும். மேற்புறமாக இடதுகால் பகுதியில் நீல நிற ராட்டை பொறித்திருக்கும் என்று சிபாரிசு

செய்யப்படுகிறது.' இதுதான் காங்கிரஸ் கொடி குழு சிபாரிசு செய்தது. ஆனால் காந்திஜி அதை நிராகரித்தார்.

அதேபோல் காவிக்கொடிக்கு ஆதரவாகப் பெரிய அளவில் நெருக்குதல்களும் போராட்டங்கள் எழவில்லை. அதனால் அசோகச் சக்கரம் பொறித்த மூவண்ணக் கொடிக்கு அவருடைய முழு ஆதரவையும் அளித்தார் அண்ணல் அம்பேத்கர்.

கடைசியாக அசோக சக்கரத்துடன் மூவர்ணக் கொடியாகப் பின்பு மாறியது.

---

### ஆதாரக் குறிப்புகள்

1. டாக்டர் அம்பேத்கர் வாழ்க்கை வரலாறு, தனஞ்செய்கீர், பக்.26
2. அம்பேத்கர் - ஒரு புதிய இந்தியாவுக்காக...., கெயில் ஓம்வெத், பக்.97
3. டாக்டர் அம்பேத்கர் வாழ்க்கை வரலாறு, தனஞ்செய்கீர், பக்.73
4. டாக்டர் அம்பேத்கர் வாழ்க்கை வரலாறு, தனஞ்செய்கீர் பக்.89
5. டாக்டர் அம்பேத்கர் வாழ்க்கை வரலாறு, தனஞ்செய்கீர், பக்.189

## திலகரின் மகன் ஸ்ரீதர் பந்த்

**சு**தந்தரம் எனது பிறப்புரிமை என்று முழங்கிய திலகர் சமூக சீர்திருத்தத்தில் பழமைவாதியாகவே இருந்தார். ஆனால் அவருடைய மகன் ஸ்ரீதர் பந்த் அவருக்கு நேரெதிராகச் செயல்பட்டுவந்தார். தீண்டப்படாதார் நலனில் அக்கறை கொண்டவராகச் செயல்பட்டு வந்தார்.

லோகமானிய பாலகங்காதரத் திலகரின் மகன் ஸ்ரீதர் பந்துக்கும் அண்ணல் அம்பேத்கருக்கும் தொடர்பு ஏற்பட்டது. ஸ்ரீதர் பந்த் அம்பேத்கரின் நண்பரானார். அவரிடம் பெருமதிப்பும் கொண்டிருந்தார். அவர் சமூக சீர்திருத்தங்களை ஊக்குவித்தார். 1927 செப்டம்பர் மாதம் 'கேசரி' அறக்கட்டளை உறுப்பினர்களின் எதிர்ப்பையும் பொருட்படுத்தாமல் திலகரின் புகழ்பெற்ற கெய்க்வாடு வாடாவில் நடைபெற்ற ஒரு நிகழ்ச்சிக்குத் தீண்டப்படாத வகுப்பு இளைஞர்களின் இசைக் குழுவை ஸ்ரீதர் பந்த் அழைத்தார். சமூக சீர்திருத்தத்தில் துணிச்சலாகச் செயல்பட்டு வரும் ஸ்ரீதர்பந்தைத் தீண்டப்படாத வகுப்பு மக்கள் மிகவும் பாராட்டினார்கள்.

1927 அக்டோபர் 2ஆம் நாள் பூனாவில் தீண்டப்படாத வகுப்பு மாணவர் மாநாடு நடைபெற்றது. அதில் அண்ணல் அம்பேத்கர் தலைமை தாங்கினார். இம்மாநாட்டில் ஸ்ரீதர்பந்த் திலகர் கலந்துகொண்டு பேசினார்.

ஸ்ரீதர்பந்த் திலகரின் அழைப்பின்பேரில் அம்பேத்கர் தேநீர் விருந்தொன்றில் கலந்துகொண்டார். இந்த விருந்து

கெய்க்வாடாவில் நடைபெற்றது. இந்த விருந்து நடந்த சில மாதங்கள் கழித்துத் துடிப்பான அந்த இளைஞர் எல்லோரும் துயரப்படக்கூடிய தன்மையில் தன் வாழ்க்கையை முடித்துக்கொண்டார். இறப்பதற்குச் சில மணி நேரத்துக்கு முன் தன் அருமை நண்பர் அம்பேத்கருக்கு ஸ்ரீதர் பந்த் ஒரு கடிதம் எழுதினார்.[1]

---

### ஆதாரக் குறிப்புகள்

1. டாக்டர் அம்பேத்கர் வாழ்க்கை வரலாறு, தனஞ்செய்கீர், பக்.130-131

# எல்.பி.போபட்கர்

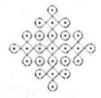

**எல்.**பி.போபட்கர் என்பவர் புனேயில் இருந்த மிகப்பெரிய மற்றும் பிரசித்தி பெற்ற வழக்கறிஞர் ஆவார். இந்துத்துவவாதி. எல்.பி.போபட்கர் இந்து மகாசபையில் மிக முக்கியமான தலைவராக விளங்கியவர். 1934 முதல் 1942வரை மகாராஷ்டிரா இந்து மகாசபைத் தலைவராகப் பொறுப்பேற்றிருந்தார். 1946ல் 31வது மாநாட்டில் கோரக்பூர் இந்து மகாசபையின் தலைவராகப் பணியாற்றினார். போபட்கர் மற்றும் அம்பேத்கர் இருவரும் அக்டோபர் 1926ல் நடந்த தேஷாச்சி துஷ்மன் வழக்கில் எதிரெதிராக இருவரும் வாதிட்டாலும் நண்பர்களாக இருந்தனர்.

சமூக சீர்திருத்தத்தின் மூலம் இந்துமதத்தை வலிமையாக்க முடியும் என்று நம்பினார் எல்.பி.போபட்கர். அவர் கலப்புத் திருமணத்துக்கு ஆதரவாக எழுதினார். தீண்டாமையை ஒழிக்கவேண்டும் என்று பல்வேறு கட்டுரைகளை எழுதிப் பிரசாரம் செய்தார். 1905ல் பூனா முனிசிபல் நகராட்சியில் தீண்டப்படாதாரும் எல்லாக் குளங்களையும் பயன்படுத்தவும், தீண்டப்படாதவர்களுக்குக் குளங்களைத் திறந்துவிடவும் ஒரு தீர்மானத்தைக் கொண்டுவந்தார்.[1]

சௌதார் குளத்தில் அண்ணல் அம்பேத்கர் தண்ணீருக்கான உரிமையை நிலைநாட்டிய பிறகு ஆதரவு எதிர்ப்பு என்று இரண்டு பிரிவுகள் உருவாயின. அண்ணலுக்கு ஆதரவாகப்

பல பொதுக்கூட்டங்கள் பம்பாய் நகரிலும் கிராமங்களிலும் வட்டத் தலைநகரங்களிலும் பெருநகரங்களிலும் நடைபெற்றன. அண்ணல் அம்பேத்கருக்கு ஆதரவாக பூனா நகரத்தில் நடைபெற்ற ஒரு கூட்டத்தில் எல்.பி.போபட்கர் பேசும்போது, 'என் வாழ்நாளிலேயே இதற்கு ஒரு விடிவு ஏற்படும். அப்போது இந்த மண்ணிலிருந்தே தீண்டாமை மறைந்துவிட்டிருக்கும். தீண்டாமை ஒரு பழைய வரலாற்றுச் செய்தியாக மாறிவிடும்' என்று குறிப்பிட்டார்.[2]

பம்பாயில் தேர்தல் 1937ல் நடந்தபோது அம்பேத்கர் புனே நகரில் போட்டியிட்ட எல்.பி.போபட்கரை (Democratic Swaraj Party) ஆதரித்தார். அண்ணல் அம்பேத்கர் சாதாரணமாக யாரையும் ஆதரிக்கமாட்டார். ஆனால் அம்பேத்கர் போபட்கரை இந்தத் தேர்தலில் ஆதரித்தார். அண்ணல் அம்பேத்கர் தன் நிலையைத் தெளிவுபடுத்துகையில், 'ஜனநாயக சுயராஜ்யக் கட்சியும் சுதந்திரத் தொழிலாளர் கட்சியும் புதிய சட்டத்தைப் பயன்படுத்திக்கொண்டு அதிகபட்ச நன்மையைப் பெற்றுவிடவேண்டும் என்று ஒரேமாதிரியான எண்ணம் கொண்டுள்ளன. இந்தச் சட்டத்தின் மூலம் நமக்குக் கிடைக்கிற அரசியல் அதிகாரத்தை ஏற்று நாட்டில் பெரும்பான்மைச் சமூகத்தினரின் துயர் நீக்க நாம் அதைப் பயன்படுத்தமுடியும்' என்று சுட்டிக்காட்டினார்.

எல்.பி.போபட்கர் தீண்டாமையை ஒழிக்கப் போவதாக உறுதி கூறியிருந்தார். அம்பேத்கரை ஆதரிக்கவும் வாக்குத் தந்திருந்தார். மராட்டிய இலக்கியச் சக்கரவர்த்தி எனப்பட்ட என்.சி.கேல்கரும் அவரைப் போன்ற பிற தலைவர்களும் அம்பேத்கர் வேட்பாளராக நிற்பதற்கு சுயராஜ்ஜியக் கட்சியின் முழு ஆதரவும் உண்டென அறிவித்தார்கள். இந்தத் தேர்தலில் அண்ணல் அம்பேத்கர் பம்பாய் நகரில் ஈ, எஃப் இரு தொகுதிகளில் வேட்பாளராக நின்றார். அம்பேத்கரை கம்யூனிஸ்ட் கட்சியும் எதிர்த்தது.[3]

---

ஆதாரக் குறிப்புகள்

1. The Myth of the Lokamanya : Thilak and mass politics in maharashtra, p.188

2. டாக்டர் அம்பேத்கர் வாழ்க்கை வரலாறு, தனஞ்செய்கீர், பக்.108-109

3. டாக்டர் பாபா சாஹேப் அம்பேத்கர், வசந்த்மூன், பக்.133-134

# ஆர்.எஸ்.எஸ்.சிந்தனையும் அம்பேத்கர் சிந்தனையும்

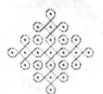

இந்தியாவில் ஏதாவது ஒரு இயக்கம் இமயம் முதல் கன்னியாகுமரி வரை அண்ணல் அம்பேத்கர் பெயரைத் தினம் தினம் உச்சரித்துப் போற்றி வருகிறது என்றால் அது ஆர்.எஸ்.எஸ். அமைப்பு மட்டுமே. தினமும் காலை வேளையில் ஆர்.எஸ்.எஸ். அமைப்பில் ஏகாத்மதா ஸ்தோத்திரம் என்ற பாடல் பாடுவார்கள். அதில் புலே, அண்ணல் அம்பேத்கர், நாராயணகுரு போன்றவர்களின் பெயர்களை உச்சரித்துப் போற்றிப் பாடிவருகிறார்கள்.

எப்போதுமே ஒரு புனிதச் செயலைச் செய்ய விஜயதசமி நாளையே தேர்ந்தெடுப்பர். அது இந்து ஆழ்மனதின் வெளிப்பாடு.

1925 விஜயதசமி நன்னாளில் ஆர்.எஸ்.எஸ். அமைப்பு டாக்டர் கேசவ பலிராம் ஹெட்கேவரால் ஆரம்பிக்கப் பட்டது. 1956ல் பௌத்த மதமாற்றத்தை விஜயதசமி நன்னாளில்தான் அண்ணல் அம்பேத்கரும் நிகழ்த்தினார்.

மே 1939ல் புனேவில் 'சங்க சிக்ஷ்ட வர்க' என்ற நிகழ்ச்சி நடந்தது. அப்போது அம்பேத்கர் தலைமை தாங்க அழைக்கப்பட்டார். பங்குகொண்ட அம்பேத்கர், 'இங்கு தீண்டப்படாதவர்கள் யாராவது இருக்கிறார்களா என்று ஹெட்கேவாரைப் பார்த்துக் கேட்டார். அதற்கு

ஹெட்கேவார் இங்கு இருப்பவர்கள் எல்லோருமே இந்துக்கள் அவ்வளவுதான் என்றார். ஸ்வயம் சேவகர்கள் மற்றவர்களது ஜாதி பற்றி கேட்காமல் சமத்துவம் மற்றும் சகோதரத்துவம் என்ற ரீதியில் இருப்பது கண்டு வியக்கிறேன்'[1] என்றார் அம்பேத்கர்.

ஜாதியும் தீண்டாமையும் ஒழிய வேண்டுமானால் கலப்பு மணமும் கலந்துண்ணலும் முக்கியமானவை என்பது அண்ணல் அம்பேத்கரின் தீர்க்கமான முடிவு. இதை ஆர்.எஸ்.எஸ். சொல்வதோடல்லாமல், செயலிலும் செய்துகாட்டி வருகிறது.

## கலப்பு மணம்

டாக்டர் ஹெட்கேவர் சமத்துவம், ஒற்றுமை, சகோதரத்துவம் என்ற அடிப்படையை ஆர்.எஸ்.எஸ். உறுப்பினர்களுக்கு வலியுறுத்தி வந்தார். உயர்ஜாதி, தாழ்ந்த ஜாதி, தீண்டாமை ஆகியவை ஆர்.எஸ். எஸுக்குள் நுழையாமல் பார்த்துக்கொண்டார். இளம்பெண்களை வயதானவர்களுக்கு மணமுடித்து வைப்பதை எதிர்த்தார். கலப்பு மணங்களை ஊக்குவித்தார்.[2]

கோல்வல்கர் மற்றும் டாக்டர் ஹெட்கேவர் போல தேவரஸும் கலப்புத் திருமணத்தில் கட்டாயம் கலந்துகொள்வார்.[3]

ஆர்.எஸ்.எஸ். அமைப்பின் மூன்றாவது தலைவர் பாலாசாஹேப் தேவரஸ் அவர்கள் 7-5-1974ல் புனா நகரில் ஆற்றிய சொற்பொழிவில் 'முன்னாளில் ஒரே ஜாதியினருக்குள்ளேயே சேர்ந்து உணவருந்தும் பழக்கம் இல்லாமல் இருந்தது. தற்போது பல ஜாதியினர்களும் சேர்ந்து உண்ணும் பழக்கம் வந்துள்ளது. இந்த மாற்றத்துக்கான பெருமை ஜுங்கா பாகர் சங்கம், இதற்காகவே ஏற்படுத்தப்பட்ட சமுதாய வேலை செய்பவர்கள் மற்றும் ஆர்.எஸ்.எஸ். ஆகியவற்றைச் சேரும். ஆங்கிலக் கல்வியும்கூட இதற்கு உதவியது. ஆர்.எஸ்.எஸ். முகாம்கள், பொது நிகழ்ச்சிகள் மூலமாகவும் இந்த வேற்றுமை களையப்பட்டது. ஜாதிகளுக்குள் மணம் செய்து கொள்வதும் நடக்கிறது.

எந்தவிதத் தயக்கமும் இல்லாமல் கலந்து உண்வது போல் கலப்பு மணங்களும் நடந்தால் அது நமது சமுதாயத்தில் உள்ள ஜாதி வித்தியாசங்களைக் களையவும் சமுதாய ஒற்றுமையை ஏற்படுத்தவும் உதவியாக இருக்கும். ஆனால், கலப்புத் திருமணம் என்பது கலப்பு விருந்தைப் போன்று எளிதல்ல. இதை மனதில் கொண்டு அவசரப் படாமல் ஒரு ஒழுங்குமுறையில் செயல்பட வேண்டும். ஏனெனில் திருமணம் என்றவுடன் இயற்கையாகவே பொருத்தம் உள்ளதா என்ற கேள்வி எழும். யார் யாரை வேண்டுமானாலும் திருமணம் செய்து கொள்ள முடியாது. கல்வி, பொருளாதார, சமுதாய ரீதியில்

ஒருவருக்கொருவர் சமநிலை ஏற்படும்போது நல்ல பொருத்தம் என்று கூறப்படுகிறது. இது குடியிருப்புகள் நெருக்கமாக இருக்கும்போது தான் நடைமுறையில் சாத்தியமாகிறது.

ஒருவருக்கொருவர் நெருங்கிப் பழகும் வழக்கமிருந்தால்தான் சாத்தியமாகும். இப்போதுள்ள எல்.ஐ.சி.காலனி, வங்கி அலுவலர் குடியிருப்பு, ரயில்வே காலனி, ஆசிரியர் காலனி போன்ற எண்ணற்ற குடியிருப்புகள் இவ்வகை நடைமுறைக்குப் பெரிதும் பங்களிக்கின்றன.

இதோடுகூட ஜாதி சமயபேதமில்லாமல் அவர்களது பொருளாதார நிலையும் உயரும்போது, கல்வி எல்லோருக்கும் பொதுவானதாகும் போது கலப்புத் திருமணம் இயற்கையாகவே நடக்கும். சட்ட திட்டங்களும் பணத்தைக் கொண்டு ஏமாற்றுவதும், விளம்பர யுக்திகளும் இந்த மாற்றத்தைக் கொண்டுவரமுடியாது. இது மிகவும் கவனமாகக் கையாளப்படவேண்டிய விஷயம். முரட்டுத்தனமாகவோ உடனடியாகவோ தீர்வு காணமுடியாது. நாம் அனைவரும் இதை மனதில் கொண்டு இந்த சமுதாய மாற்றம் வர நம் சக்திக்கேற்ப பங்களிக்க வேண்டும். இந்த மாற்றம் வர காலம் ஆனாலும் இது கட்டாயம் நிகழும்"[4] என்று கூறினார்.

ஆர்.எஸ்.எஸ். கலப்புத் திருமணத்தில் நம்பிக்கையுடையது என்பதற்கும் செயலில் காட்டிய சம்பவங்கள் பற்றிய பல்வேறு ஆதாரங்கள் உள்ளது. அதில் இரண்டு மட்டும் இப்போது பார்க்கலாம்.

ஆந்திரப் பிரதேசத்தில் இரண்டு மூன்று ஜில்லாக்களுக்குப் பொறுப்பாக உள்ள விபாக் பிரசாரகர் ஒருவரின் சகோதரர். அவரும் ஸ்வயம் சேவகர்தான். இவர் தமது மகளை ஒரு தலித் இளைஞருக்குத் திருமணம் செய்து கொடுக்க விரும்பினார். இந்த யோசனையை ஒரு தலித் இளைஞனுக்கும் அவனுடைய குடும்பத்தாருக்கும் அவர் தெரிவித்தார். அவர்கள் அனைவருக்கும் பெரிய ஆச்சரியம். உயர்ஜாதிக் குடும்பத்தினர் இப்படியும்கூட சம்பந்தம் பேச வருவார்களா என்று வியந்தாலும், மகிழ்ச்சியோடு சம்மதம் தெரிவித்தார்கள். இரு வீட்டாரும் உற்றார் உறவினரோடு திருமணத்துக்கு வந்து புதுமணத் தம்பதிகளை மனதார ஆசீர்வதித்தார்கள்.[5]

மற்றொரு நிகழ்ச்சி.

கர்நாடகத்தில் மங்களூர் நகரில் கல்லூரி விரிவுரையாளராகப் பணி புரியும் ஒரு ஸ்வயம்சேவகரின் சக ஆசிரியராக ஒரு தலித் இருந்தார். அவர் நல்ல பண்பாளராக இருப்பது கண்டு அவருக்கே தமது தங்கையைத் திருமணம் செய்து வைக்க முடிவெடுத்தார் ஸ்வயம்

சேவகர். தமது பெற்றோர்களையும் உற்றார்களையும் சம்மதிக்க வைத்தார். கல்லூரியில் மற்ற ஆசிரியர்களுக்கும் மாணவர்களுக்கும் ஒரே வியப்பு. தலித் மணமகனுக்கும்தான். திருமணம் ஒரு பெரிய சமுதாயத் திருவிழா போல நடந்தது. இந்த நிகழ்ச்சி எவ்வளவு அபார முக்கியத்துவம் வாய்ந்தது என்பதைத் திருமணத்துக்கு வந்த ஒவ்வொரு வரும் உணர்ந்துகொண்டார்கள்.[6]

## ஜாதி ஒழிப்பு

ஜாதியையும் தீண்டாமையையும் ஒழிக்கவேண்டும் என்பதில் அண்ணல் அம்பேத்கருக்கும் குருஜிக்கும் ஒரே கருத்துதான் இருந்தது. இந்த இந்து சமுதாயத்தை ஜாதியின் அடிப்படையில் அமைக்காமல், மொழியின் அடிப்படையில் அமைக்காமல், இந்து என்பதன் அடிப்படையில் மட்டுமே புனரமைக்க வேண்டும் என்பதில் ஆர்.எஸ்.எஸ். அமைப்புக்கு மாற்றுக் கருத்து இல்லை. ஜாதியைக் கட்டுடைக்க வேண்டும் என்பதில் உறுதியாக இருக்கிறது ஆர்.எஸ்.எஸ். இந்த தேசத்தை ஜாதி அலங்கோலப்படுத்தி வருவதை அவ்வப்போது குருஜி அம்பலப்படுத்தினார். குருஜி கூறுகிறார் : 'கடந்த ஆயிரமாண்டுகளாக நமது தேசிய வாழ்க்கையை அலங்கோலப்படுத்தி வந்த அதே சாபக்கேடு - பரஸ்பர வெறுப்பு, பொறாமை என்னும் நஞ்சு -இன்று மாநிலம், கட்சி, மொழி, ஜாதி ஆகிய பலப்பல புதிய வேஷங்களுடன் கோரத் தாண்டவமாடி வருகிறது'[7] என்று கூறினார்.

ஜாதியிடம் பற்று ஓங்கி வருவதையும் அது தேசிய வாழ்க்கையை சிதறடித்து வருவதையும் குருஜி மனவேதனையுடன் குறிப்பிடுகிறார் : 'நாடு முழுவதன் மீதும் தன்னலமற்ற பக்தி பூண்டிருக்க வேண்டும் என்ற மிக உயர்ந்த, தீவிரமான கருத்து அகன்று போய்விட்டது. நமது உள்ளங்களில் அது வகித்திருந்த இடத்தைச் சிறிய, மட்டரகமான விஷயங்கள் வந்து பிடித்துக்கொண்டன. கட்சி, மொழி, மாகாணம், ஜாதி, கிளை ஜாதி ஆகியவற்றிடம் உள்ள பற்று ஓங்கி வருகிறது. அது நமது தேசிய வாழ்க்கையைச் சிதைத்துக் கந்தல் கந்தலாக ஆக்கி விட்டது. இதில் வருத்தம் தரும் விஷயம் என்பது நமது மேல்மட்டத் தலைவர்கள் தமது சொந்த லாபங்களை நிறைவேற்றிக் கொள்வதற்காக இத்தகைய ஒற்றுமைக் குறைப்பு நடவடிக்கைகளுக்கெல்லாம் தலைமை தாங்கி நடத்துகிறார்கள்'[8] என்று கடுமையாகச் சாடினார்.

ஜாதியால் இந்து சமுதாயம் சிதறிப்போய்விட்டது என்று குற்றம் சாட்டுகிறார் குருஜி : 'நமது ஹிந்து சமுதாயம் சிதறிப்போய் சிறுசிறு துண்டுகளாகக் காட்சியளிப்பதைக் காண்கிறோம். ஜாதி, குலம், வழிபாட்டுப் பிரிவு, மொழி - இவைபோன்ற கணக்கற்ற பிரிவுகள், ஒற்றுமையின்மையின் அப்பட்டமான அடையாளம்'[9] என்றார்.

ஜாதி அமைப்பு இடித்துத் தள்ளப்பட வேண்டியது என்பதுதான் ஆர்.எஸ்.எஸ். அமைப்பின் கருத்து. இதுபற்றி குருஜி கூறுகிறார்: 'ஒருமரம் தனது காய்ந்துபோன இலைகளையும், பட்டுப்போன கிளை களையும் உதிர்த்துப் புதிய இலைகளையும், கிளைகளையும் வெளிக் கொணர்வதைப் போல சமுதாயம் இன்றிருக்கும் வர்ண வியவஸ்தாவை உதிர்த்துவிட்டு, அதன் இடத்தில் சமுதாய நலனுக்கு உகந்த புதிய சமுதாய அமைப்பினை ஏற்படுத்திக் கொள்ளட்டும். இது சமுதாயத்தின் இயற்கையான வளர்ச்சி முறையேயாகும்.... பழைய வீட்டினை இடித்துத் தள்ளிவிட்டுப் புதிய வீட்டினை அமைப்பது போல, தேவையற்ற சமுதாய அமைப்பினை இப்போதே இத்தருணமே முடிவடையச் செய்யவேண்டும்'[10] என்று ஆணித்தரமாகக் கூறுகிறார்.

ஜாதியைப் பற்றி மனவேதனையுடன் குறிப்பிடுகிற குருஜி அதை ஒழிக்க ஆர்.எஸ்.எஸ். என்ன செய்கிறது, செய்திருக்கிறது என்பதையும் குறிப்பிடுகிறார்.

1948, நவம்பர் 2ஆம்தேதி புதுடெல்லியில் குருஜி வெளியிட்ட அறிக்கையில் '....ராஷ்ட்ரீய ஸ்வயம்சேவக சங்கம் என்று பெயரிட்டு நமது வேலையைத் துவக்கினோம். நமது கடந்த காலத்தைச் சரியாக உணர்ந்து பெருமைப்பட வேண்டும். அதன் உயர்வை நோக்கி இயங்குவதற்காகக் கவனத்தை ஈர்க்க வேண்டியிருந்தது. நாம் ஒரே மக்கள். ஒரு பொதுவான தாய்நாட்டுடனும் ஒரு பாரம்பரியத்துடனும் ஒரு கலாசாரத்துடனும் வாழ்வதால் நாம் ஒரு ராஷ்ட்ரமாக இருந்தோம் என்ற நினைவை மீண்டும் எழுப்புவதற்கான முயற்சியை இந்த சங்கம் செய்தது. வழிபாட்டு முறைகள், நம்பிக்கைகள், ஜாதி, சமயம், அரசியல், பொருளாதாரம், மொழி வேறுபாடுகள் ஆகிய அடிப்படை களில் ஏற்பட்டுள்ள எல்லாப் பிரிவினை சுபாவங்களையும் இது அழித்தது' என்று கூறுகிறார்.[11]

ஆர்.எஸ்.எஸ். ஜாதியை அங்கீகரிப்பதில்லை என்பதைப் பல தடவை குருஜி சொல்லியிருக்கிறார்.

1960 நவம்பர் 10ல் புதுடெல்லியில் பஞ்சாபி மொழி அகாலிதளத்தின் பஞ்சாபி சுபா கோரிக்கை குறித்துத் தனது கருத்தைத் தெளிவுபடுத்தும் நோக்கில் வெளியிட்ட அறிக்கையில், ராஷ்ட்ரீய ஸ்வயம்சேவக சங்கம், ஏகாத்ம (ஒருமை வாய்ந்த) அகண்ட ஹிந்து ராஷ்ட்ரத்தை ஆதரிப்பது. இதனால் ஜாதி, வழிபாட்டு முறைகள், மொழி, மாநில வேறுபாடுகளை அது அங்கீகரிப்பதில்லை. பஞ்சாபில் தலைதூக்கி யிருப்பது சோகம். ஜாதி, சம்பிரதாயரீதியாகவே யோசிப்பதன் காரண மாகவே, இந்த நிலை உருவாகியுள்ளது என்று குறிப்பிட்டிருந்தார்.[12]

ஆர்.எஸ்.எஸ். எப்படிப்பட்ட பயிற்சிகளைத் தங்கள் தொண்டர்களுக்கு கொடுத்துத் தயார்படுத்துகிறது என்பதை அறிந்துகொண்டால்தான் அது ஜாதியை ஒழிப்பதற்கு எந்த அளவுக்கு வேலை செய்கிறது என்பதை நாம் புரிந்துகொள்ள முடியும்.

ஸ்வயம் சேவகர்களுக்கு ஆரோக்கியமான பண்புப் பதிவுகளை அளித்து ஒருமைப்பாட்டுணர்வை வலுப்படுத்தி, மொழி, ஜாதி, வழிபடுமுறை, வட்டாரம் போன்ற பல்வேறு பிரிவுகள் காரணமாக ஏற்படும் பாகுபாடு களை நீக்குவதற்காக 'சங்க சிக்ஷா வர்க' எனப்படும் சங்கப் பயிற்சி முகாம்கள் பல்வேறு மட்டங்களில் நடைபெற்று வருகின்றன. ஸ்வயம் சேவகர்கள் முதல் இரண்டு ஆண்டு சங்கப் பயிற்சியைத் தங்கள் மாநிலங்களிலேயே பெறுகிறார்கள். மூன்றாம் ஆண்டுப் பயிற்சி அகில பாரத அளவில் நாடெங்கிலும் உள்ள அனைவர்க்கும் சேர்த்து நடத்தப் படுகிறது. இதனால் அகில பாரதக் கண்ணோட்டம் ஒவ்வொருவர் மனதிலும் ஏற்படுகிறது. நாகபுரியில் நடக்கும் இந்த மூன்றாம் ஆண்டு பயிற்சி முகாமில் வெவ்வேறு மொழி பேசுபவர்கள் ஒன்றாகத் தங்கி, உண்டு, உரையாடி, விளையாடி, ஒன்றாகப் பிரார்த்தனை செய்து, ஒரே இடத்தில் உறங்குகிறார்கள். தேசமே ஒரு குடும்பம் என்ற அனுபவம் பெறுகிறார்கள்.

இப்படி எல்லோரும் ஒன்றாவதன் மூலம் - நாம் ஒரே குடும்பம் என்ற சிந்தனையை உருவாக்குவதன் மூலம் ஜாதிப் பற்றிய எண்ணத்தைத் துடைத்தெறிகிறது. இதுமட்டுமல்லாமல் நாம் அனைவரும் ஒன்றே என்ற சிந்தனையை வளர்த்தெடுப்பதற்காக ஆர்.எஸ்.எஸ். பல்வேறு பணிகளைச் செய்து வருகிறது.

மகாராஷ்டிரத்தில் விதர்ப பகுதியில் உள்ள பெடேகாம் என்ற ஊரில் 1970 வாக்கில் ஒரு 'பாகவத சப்தாஹ' (ஏழு நாட்களில் கண்ணன் கதையைப் பாடிமுடிப்பது) நிகழ்ச்சி நடைபெற்றது. அதையடுத்து அன்னதானம் நடத்த வேண்டும். அனைவருக்கும் உணவு பரிமாறும் வேலையை அவ்வூர் ஸ்வயம்சேவகர்கள் செய்தார்கள். எல்லோரையும் ஜாதி வித்தியாசம் பாராமல் வரிசை வரிசையாக அமரச்செய்தார்கள். இது அதற்கு முன் நடைபெறாத சம்பவம். ஆசாரமான பிரிவினர் அதிர்ச்சி அடைந்தனர். ஆனால், ஸ்வயம்சேவகர்கள் இனிமையாக எடுத்துக் கூறி வலியுறுத்தியதால் மேற்கொண்டு எந்தச் சிக்கலும் இன்றி நிகழ்ச்சி நிறைவடைந்தது.

விஜயதசமி விழாக்காலங்களில் அனைவருடனும் சேர்ந்து கோயிலில் வழிபாடு செய்யும் வழக்கம் மெல்ல மெல்ல நடைமுறைக்கு வரலாயிற்று. படிப்படியாக சமுதாயத்தில் ஒரு சுமூகமான சூழ்நிலை உருவாக்கப்பட்டுவிட்டதால் கிராம வளர்ச்சித் திட்டங்களில் எல்லாப் பிரிவு மக்களும் ஆர்வத்தோடு ஈடுபடத் தொடங்குகிறார்கள்.[13]

விதர்ப பகுதியில் அக்கோலா மாவட்டத்தில் உள்ளது பம்பேரி என்ற ஊர். அவ்வூரின் ஜனத்தொகை 5000க்கும் குறைவுதான். இதுவரை அந்த ஊர் தலித் மக்கள் அம்பேத்கர் பிறந்த நாளன்று ஊர்வலமாகச் செல்ல முயற்சி செய்தால் மற்ற பிரிவு மக்கள் இவர்களை இழிவாகப் பேசி கோஷங்கள் எழுப்புவார்கள். சில சமயம் கலவரம்கூட மூண்டுவிடும். இதனால் ஊர்வலமே கூடாது என்று காவல்துறையினர் தடை செய்து விட்டார்கள். ஆனால் ஜில்லா சங்கசாலக் காவல் துறையினரிடம் பேசி, தடையை நீக்கச் செய்தார்.

அடுத்த ஆண்டு அம்பேத்கர் பிறந்தநாள் ஊர்வலத்தில் ஸ்வயம் சேவகர்களும் சங்கசாலக்கும் கலந்துகொண்டனர். மற்ற இந்துக்களும் கூட அநத் ஊர்வலத்தில் கலந்து கொண்டார்கள். மெல்ல மெல்ல இந்து ஒற்றுமை தழைக்கலாயிற்று. தலித் அல்லாத இந்துக்களும் அம்பேத்கர் பிறந்தநாள் விழாவில் சொற்பொழிவாற்றவும் முன்வந்தார்கள். இப்போதெல்லாம் ஸ்ரீராமநவமி, கீதா ஜெயந்தி போன்ற உற்சவங்கள் எல்லாம் தலித்துகள் உள்பட அனைத்துப் பிரிவு இந்துக்களும் ஆர்வத்தோடு பங்குகொள்ளும் பொது விழாக்களாக உருவாகி விட்டன. இப்படி உருவான சமுதாய சுமூக வாழ்வு அந்த ஊர் மக்களின் வாழ்க்கைத் தரத்தை உயர்த்துவதில் கணிசமாக உதவியுள்ளது.[14]

ஆர்.எஸ்.எஸ். அமைப்பு ஜாதியும் தீண்டாமையும் ஒழியவேண்டும் என்பதில் மிகுந்த அக்கறை கொண்டது. சமூகரீதியான இந்தக் கொடுமையானது சமயரீதியான தவறான கருத்தில் இருந்தும் ஊட்டம் பெறுகிறது. எனவே தர்மத்தின் உண்மையான குரலாகச் சராசரி மனிதர்களால் கருதப்படுகிற பரம்பரை மடாதிபதிகள் முன்வந்து இந்த மதவிரோதப் பழக்கத்தைத் திருத்தியமைக்க வேண்டும் என்பதில் குருஜி தெளிவாக இருந்தார். அதனால் பல்வேறு சம்பிரதாயங்களைச் சேர்ந்த ஒவ்வொரு மடாதிபதிகளுக்கும் தனித்தனியாக 20-12-1964ல் ஒரு கடிதம் அனுப்பினார்.

அதில் 'தற்காலத்தில் நம்நாட்டில் தீண்டாமை (ஜாதி அடிப்படையில் அல்லது பிறப்பின் அடிப்படையில்) குறித்து நிலவிவரும் விவாதங் களும் வெறுப்புணர்வுகளும் வளர்ந்து வருவது பூஜ்ய ஆச்சார்யார் களுக்குத் தெரியும். சிலகாலமாகவே, நமது சமுதாயத்தில் தர்மத்தில் பற்று குறைந்து வருகிறது. சமுதாய வேற்றுமைகள் வளர்ந்து வருகின்றன. ஹிந்துத்துவத்துக்கு எதிரான சுயநலம் கொண்ட சில சக்திகள் வேண்டுமென்றே பரப்பிவரும் வெறுப்புணர்வினால், நமது சமுதாயத்தின் பிரிவுகளுக்கிடையேயும் ஜாதிகளுக்கிடையேயும் நம்பிக்கை யின்மையும் வேற்றுமையுணர்வும் வளர்ந்து வருகின்றன. உண்மையில், சமுதாயத்தை ஒருங்கிணைந்ததாகவும் சக்தியுள்ளதாகவும் ஆக்கி

வளர்ச்சியும் பெருமையும் அடையச் செய்வதே தர்மத்தின் நோக்கமும் பணியும் ஆகும். நமது முன்னோர்களான சான்றோர்கள் அவ்வப்போது சமுதாயக் கோட்பாட்டை, காலத்துக்கேற்ற வகையில் சீர்திருத்திக் கொள்ளக் கட்டளையும் உரிமையும் அளித்து வழிகாட்டியுள்ளனர்.

கடந்த சில நூற்றாண்டுகளாகவே சமுதாயச் சீரமைப்பின் தேவை உணரப்பட்டு வந்துள்ளது. அதிவேகமாகக் காலம் மாறி வருகிறது. எதிர்பாராத சூழ்நிலைகளின் தாக்குதலாலும் தாங்க முடியாத சுமையினாலும், சமுதாயத்தின் பரஸ்பர அன்பு என்ற கட்டு உடைந்து விடும் நிலைக்கு வந்துவிட்டது. இந்த நிலையில் சமுதாயத்தில் அறை கூவலை ஏற்று, ஹிந்து சமுதாயம் முழுவதையும் தனது நடைமுறைப் பழக்கவழக்கங்களில் புத்துயிரூட்டக்கூடிய தன்னம்பிக்கை ஏற்படுத்தக் கூடிய ஏற்பாட்டை அளிப்பது ஒன்றே இன்றைய அதிமுக்கியமான முதல் கடமையாகிவிட்டது.

ஆச்சார்யார்களிடம் நாங்கள் வேண்டிக்கொள்வது, நமது தர்மத்தின் ஜகத்குரு அவர்களும் ஆச்சார்யார்களும் ஒன்றுகூடி சமுதாயத்துக்குச் சரியான வழிகாட்டினால், அதுஒரு புது யுகத்தைத் தோற்றுவிப்பதோடு அல்லாமல், நமது இந்த சனாதன சமுதாயத்துக்கு நெடுங்காலம் வரை புத்துயிரூட்டுவதிலும் வெற்றி பெறும்.

ஒருவேளை மற்ற ஆச்சார்யார்கள் இவ்வித ஏற்பாடும் வழிகாட்டுதலும் செய்யாவிட்டாலும்கூட, தாங்கள் தங்களது அதிகாரத்துக்குட்பட்ட பகுதிகளில் வழிகாட்டி ஏற்பாடு செய்தால் அது மிகவும் பயனுள்ளதாக இருக்கும். அதற்கான முழு அதிகாரமும் தங்களுக்கு உண்டு'[15] என்று எழுதுகிறார்.

இப்படித் தொடர்ந்து குருஜி ஜாதி ஒழிப்புக்காகவும் தீண்டாமை ஒழிப்புக்காகவும் பாடுபட்டு வந்தார்.

இந்து மகாசபையைச் சேர்ந்த டாக்டர் மூஞ்சேவுக்கும் அண்ணல் அம்பேத்கருக்கும் மிக நெருங்கிய தொடர்பு இருந்தது. டாக்டர் மூஞ்சே தீண்டாமை ஒழிப்பில் மிகுந்த அக்கறை கொண்டவராகச் செயலாற்றி வந்தார். தான் மதம் மாறப்போவதாக அறிவித்தபோது டாக்டர் மூஞ்சேவிடம் அண்ணல் அம்பேத்கர் மதம்மாற்றம் பற்றிய ஒரு அறிக்கையைக் கொடுத்தார். தொடர்ந்து இருவருக்கும் பேச்சுவார்த்தை நடைபெற்றது.

1939ல் பம்பாயில் நடைபெற்ற இந்து மகாசபை செயற்குழு கூட்டத்தில் ஹிந்து மிலிஷியா (Hindu Militia) என்ற ஒரு தொண்டர் அமைப்பினைத் துவக்குவது என்று முடிவு செய்யப்பட்டது. இந்த ஏற்பாட்டை டாக்டர் மூஞ்சே முன்னின்று செய்தார். அந்த அமைப்புக்கு டாக்டர்

கேசவபலிராம் ஹெட்கேவார் அவர்கள் பொறுப்பேற்க வேண்டும் என்று வலியுறுத்தப்பட்டது. இந்த அமைப்பு பற்றித் திட்டமிடு வதற்காக ஜாதவ், டாக்டர் பாபா சாஹேப் அம்பேத்கர், சர்.கோவிந்தராவ் பிரதான், ஸ்ரீஅண்ணா சாஹேப் போபட்கர் ஆகிய தலைவர்களின் கூட்டம் ஏற்பாடாகியிருந்தது.¹⁶ ஆனால் இதில் டாக்டர்ஜி அவர்கள் கலந்துகொள்ளவில்லை. இந்தக் கூட்டம் நடை பெற்றதா இல்லையா என்பது பற்றி மேலதிகத் தகவல்கள் இல்லை. இந்துக்களுக்காகத் தொடங்கப்படும் அமைப்புப் பற்றிக் கலந்து ஆலோசிக்க அண்ணல் அம்பேத்கரை அழைக்கும் அளவுக்கு டாக்டர் மூஞ்சே அண்ணலுடன் மிக நெருங்கிய தொடர்பில் இருந்தார்.

அண்ணல் அம்பேத்கரின் சமத்துவ தொண்டர் படை மகாராஷ்டிராவில் செயல்பட்டு வந்தது. அதில் முக்கியமானவராக வசந்த்மூன் செயல் பட்டு வந்தார். இவர்தான் அண்ணல் அம்பேத்கரின் எழுத்துகளைத் தொகுத்தவர். இவர் தன்னுடைய வாழ்க்கை வரலாற்றை எழுதிய போது ஆர்.எஸ்.எஸ். பற்றியும் எழுதியுள்ளார். அந்தக் காலகட்டத்தில் ஆர்.எஸ்.எஸ். பற்றி மக்கள் என்ன கருத்து கொண்டிருந்தார்கள் என்பதை ஒரு சம்பவத்தின் மூலம் விளக்குகிறார் வசந்த் மூன் : 'ஒருமுறை ஐந்து அல்லது ஆறு பையன்கள் வழக்கம்போல ரீஜண்ட் திரையரங்குக்குப் பக்கத்திலிருந்த சாலையைக் கடந்து கொண்டிருந்த போது உதவி கேட்டு ஒரு பெண் அலறும் சத்தம் கேட்டது. ஜன்யா, பாண்ட்யா, சங்கர், நான் (வசந்த்மூன்) என அனைவரும் ஓடினோம். ஓர் இளைஞன் மயங்கி கீழே விழுந்து கிடந்தான். நடுத்தர வயதுப் பெண்ணொருத்தி 'உதவுங்கள்' என்று அலறிக் கொண்டிருந்தாள். ஆனால், சுற்றிலும் நின்றுகொண்டிருந்த ஆட்கள் ஆச்சரியத்தோடு வேடிக்கை பார்த்துக் கொண்டிருந்தார்கள். நாங்கள் அந்த ஆளை ரிக்ஷாவில் ஏற்றி, பக்கத்திலிருந்த கிளினிக்குக்கு அழைத்து வந்தோம். வெள்ளையுடை அணிந்திருந்த அப்பெண் எங்களருகில் வந்து 'நீங்கள் ஆர்.எஸ்.எஸ். தொண்டர்களாகத்தான் இருக்கவேண்டும்' என்று சொன்னாள். அதற்கு நாங்கள் 'இல்லை. நாங்கள் ஸ்வயம் சேவக்குகள் அல்ல. சமத்துவத் தொண்டர் படையின் உறுப்பினர்கள்' என்று பதில் சொன்னோம். ஆச்சரியத்தோடு எங்களைப் பார்த்த அந்தப் பெண், 'சுயம் சேவக்கின் தொண்டர்கள்தாம் இம்மாதிரியான பணிகளைச் செய்வார்கள் என்று நான் நினைத்திருந்தேன்' என்று சொன்னாள்.¹⁷

மக்களுக்கான சேவை அமைப்பாகத்தான் அப்போது பொதுமக்களிடம் ஆர்.எஸ்.எஸ். அறியப்பட்டிருந்ததை வசந்த்மூன் வெளிப் படுத்துகிறார். ஆர்.எஸ்.எஸ். அமைப்புக்கும் அம்பேத்கரின் சமத்துவ தொண்டர் படைக்கும் ஏற்பட்ட மோதல்களையும், பிறகு இணக்கமான உருவான சூழ்நிலையும் ஆர்.எஸ்.எஸ். தலைவர்கள் அம்பேத்கரின்

பிறந்தநாள் விழாவின்போது பங்கெடுத்த நிகழ்ச்சிகளையும் வசந்த் மூன் அசைபோடுகிறார் : 'மகர்புராவுக்கு முன்பிருந்த மைதானத்தில், அதாவது இன்றிருக்கும் வசந்த் திரையரங்கின் பின்புறம் - சமத்துவத் தொண்டர் படையின் எங்கள் பகுதி கிளைக்கூட்டம் நடந்தது. 1938 வாக்கில் ஆஷாராம் பைதாங்கர், சதாநந்த் டாங்கேர் போன்றவர்களால் நிறுவப்பட்டதுதான் இந்தக் கிளை. இதற்கு முன்பு மகர்புராவைச் சேர்ந்த பையன்கள் ஆர்.எஸ்.எஸ்ஸில் சேர்ந்திருந்தனர். இதன் கூட்டம் இதே மைதானத்தில் மேற்குப்பதியில் நடக்கும். பால்ரேஜ் ஆர்.எஸ். எஸ்ஸின் அமைப்பாளராக இருந்தார்.[18]

மகர்புராவில் சமத்துவத் தொண்டர் படை ஆரம்பிக்கப்பட்டவுடன் மகர் சிறுவர்கள் ஆர்.எஸ்.எஸ். அமைப்பிலிருந்து விலகி சமத்துவ தொண்டர் படையில் சேர்ந்தனர். ஒரு தடவை விளையாடும்போது சமத்துவ தொண்டர் படைக்கும், அப்பகுதியைச் சேர்ந்த ஆர்.எஸ்.எஸ். அமைப்புக்கும் தகராறு ஏற்பட்டது. இதற்காக வழக்குப் போடப் பட்டது. ஆனால் ஆர்.எஸ்.எஸ்காரர்களால் தொடர்ந்து வழக்கை நடத்த முடியவில்லை. இரண்டு, மூன்று நாட்களுக்குள் கதேடி போன்ற முக்கிய ஆர்.எஸ்.எஸ். முன்னோடிகள் தாங்களாகவே எங்கள் குடியிருப்புக்கு வந்தார்கள். சமரசத்துக்கு அவர்கள் முயற்சியெடுத் தார்கள். 'நமக்கிடையே இனி எந்தத் தகராறுகளும் இருக்கக்கூடாது'

தகராறு செய்ய வேண்டும் என்ற எண்ணம் எங்களுக்கில்லை. அவரவர் எல்லைக்குள் அவரவர் விளையாடிக் கொள்ளலாம்.'

உடனே அனைவரும் மைதானத்துக்குச் சென்றனர். மைதானம் இரண்டாகப் பிரிக்கப்பட்டது. மேற்குப் பகுதியில் அவர்கள் விளையாடினார்கள். கிழக்குப் பகுதியில் நாங்கள் விளையாடினோம். மீண்டும் நிலைமை சுமூகமானது. அவர்கள் நிகழ்ச்சிகளில் நாங்கள் பங்கெடுத்தோம். எங்கள் நிகழ்ச்சிகளுக்கு அவர்கள் வந்தார்கள். தாதா ஜோசி, பட்டுர்கர், அசோக் குப்தே போன்ற ஆர்.எஸ்.எஸ். தலைவர்கள் இன்றும்கூட எங்களுடன் உறவு வைத்திருக்கிறார்கள்.[19]

மேலும் வசந்த்மூன் கூறுகிறார் : 'ஒவ்வோர் ஆண்டும் அம்பேத்கர் ஜெயந்தியை பத்து நாட்கள்வரைக் கொண்டாடுவது வழக்கம். குடியிருப்பிலிருந்த மக்களின் ஆதரவோடு தொண்டர்படை உறுப்பினர்கள் இந்த விழாவை நடத்துவார்கள். நிகழ்ச்சி தொடங்கு வதற்கு முன்பு உரை நிகழ்த்துவதைப் பழக்கமாக வைத்திருந்தோம். உரை நிகழ்த்துவதற்கு தலித் தலைவர்கள் மட்டுமே அழைக்கப் படவேண்டும் என்பது எங்களின் தொடக்ககாலப் புரிதலாக இருந்தது. முதன் முறையாக பர்தியில், அம்பேத்கர் ஜெயந்தியன்று தலித் அல்லாத மராத்திப் பேராசிரியர்களைப் பேச அழைத்தோம். உரையைக் கேட்கப்

பெரும் கூட்டம் திரண்டது. அந்தக் காலகட்டத்தில் தலித் சமூகங்களில் ஒரு பேராசிரியர்கூட இருக்கவில்லை.

எம்.எஸ்.தேஷ்முக், பேராசிரியர் கோட்லே, ஏ.என்.தேஷ்பாண்டே போன்றவர்களை அழைத்திருந்தேன். 1954ஆம் ஆண்டு தேஷ்முக் ஒருமுறை என்னிடம் 'மூன், அம்பேத்கர் வாழ்க்கை வரலாற்றுப் புத்தகம் இருந்தால் தா படிக்க வேண்டும்' என்று கேட்டார். அம்பேத்கர் வரலாறு குறித்து கெயிர் மோட் எழுதி வந்த நூலின் ஒரு பகுதி அப்போதுதான் வெளியாகி இருந்தது. நான் அதை அவருக்குத் தந்தேன். இதை வைத்து அவர் ஓர் அற்புதமான உரை நிகழ்த்தினார். ஆர்.எஸ்.எஸ்ஸின் தாட்டோபந்த் தெங்காடி, கம்யூனிஸ்ட் கட்சியைச் சேர்ந்த பாய்பரதன் போன்றோர்களும் ஜெயந்தி விழாவன்று உரை நிகழ்த்தியிருந்தார்கள்' என்று கூறுகிறார்.[20]

அண்ணல் அம்பேத்கருக்கு எதிரி ஆர்.எஸ்.எஸ். என்று இன்றும் பிரசாரம் செய்யப்படுகிறது. ஆனால், அம்பேத்கரின் முக்கியமான தொண்டர் ஆர்.எஸ்.எஸ். தலைவர்களை அழைத்து அம்பேத்கரின் பிறந்தநாள் விழாவின்போது பேச அழைக்கிறார் என்றால் அம்பேத்கருக்கு எதிராக ஆர்.எஸ்.எஸ். இருந்திருக்குமானால் வசந்த் மூன் அழைத்திருப்பாரா? அவர்களுடன் உறவு வைத்திருப்பாரா?

ஆர்.எஸ்.எஸ். மட்டுமல்லாமல் பல்வேறு சமூக சீர்திருத்தவாதிகளும் அண்ணல் அம்பேத்கருடன் இணைந்து பணியாற்றிருக்கின்றனர்.

1927 மார்ச் மாதம் 19, 20 ஆகிய நாட்களில் கொலாபா மாவட்டத் தீண்டப்படாத மக்கள் மாநாட்டை மகதில் நடத்துவது என்று முடிவெடுக்கப்பட்டது. அதுபோலவே மாநாடும் நடந்தது. மாநாட்டின் இரண்டாவது நாள்தான் முனிசிபல் கிணற்றுக்குச் சென்று அதிலிருந்து தண்ணீர் குடிக்கலாமென்று அனந்தராவ் சித்ரே எதிர்பாராமல் அழைப்பு விடுத்தார். நான் முடிவு செய்திருந்ததைப் போல அதற்கான நேரம் வந்தபோது நான் அந்த குண்டைப் போட்டேன் என்று அவர் அந்நிகழ்வைப் பற்றிப் பின்னர் விவரித்தார். சித்ரே தலித் வகுப்பைச் சேர்ந்தவர் அல்ல. அதுபோலவே அம்பேத்கர் எந்த ஒரு சமுதாயத்துக்கும் எதிரியல்ல. அப்படி அவர் நினைத்ததும் இல்லை. அதனால்தான் பல சமூக மக்களும் பிராமணர்கள் உள்பட அவருடன் இணைந்து பணியாற்றினர். தான் எந்த ஒரு சமுதாயத்துக்கும் எதிரி அல்ல என்பதை அண்ணல் அம்பேத்கரே தெளிவுபடுத்தியுள்ளார்.

சௌதார் குளத் தண்ணீர் எடுக்கும் உரிமைப் போராட்டத்துக்காக இரண்டாவது முறை சத்தியாகிரகம் நடைபெற இருந்தபோது மராட்டியத்தின் பார்ப்பனர் அல்லாதார் தலைவர்களான ஜவல்கர்,

ஜெதே ஆகியோர் சத்தியாகிரகத் திட்டத்துக்குத் தங்களின் முழு ஆதரவை அளிப்பதாகக் கூறினார்கள். ஆனால், இதில் பார்ப்பனர்கள் இடம் பெறவே கூடாது என்று ஒரு நிபந்தனையை விதித்தார்கள். ஆனால் அண்ணல் அம்பேத்கர் இந்த நிபந்தனையை ஏற்றுக்கொள்ள வில்லை. அண்ணல் கூறும்போது, பிராமணர்கள் அனைவருமே தீண்டப்படாத வகுப்பு மக்களுக்கு எதிரிகள் என்ற எண்ணம் தவறான தாகும். பிராமணிய மனப்பான்மை கொண்டிருப்பவர்களே வெறுக்கப் படத்தக்கவர்கள். உயர்ந்த ஜாதி, தாழ்ந்த ஜாதி என்று வேறுபடுத்துவது பிராமணியம். இதுதான் மனிதனைத் தொட்டால் தீட்டு என்ற சிந்தனையை வளர்த்தெடுத்தது. சமூகத்தில் சிலருக்கு இதுதான் சிறப்பு உரிமைகளை அளித்தது. சமனற்ற நிலையைத் தோற்றுவித்தது என விளக்கினார். ஜாதியில் உயர்வு தாழ்வு கற்பிக்கும் மனப்பான்மை கொண்ட பிராமணர் அல்லாதவரை நான் வெறுக்கிற அதே நேரத்தில் இந்த உயர்வு தாழ்வு உணர்வு இல்லாமல், சிறப்பு உரிமைகளையும் அதிகாரத்தையும் விட்டொழித்த பிராமணரை வரவேற்கிறேன்'[21] என்று கூறினார்.

இந்தப் போராட்டத்தின் போதுதான் (23-12-1927) மனுஸ்மிருதி தீ வைத்து எரிக்கப்பட்டது. மனுஸ்மிருதியை எரிக்க வேண்டும் என்ற கருத்து பிராமணரான சஹஸ்ரபுத்தேதான் முதலில் வெளிப்படுத்தினார்.[22]

பிராமணரான சஹஸ்ர புத்தே பின்னர் 1930ல் அம்பேத்கர் உருவாக்கிய ஜனதா என்கிற இதழின் ஆசிரியராக நியமிக்கப்பட்டார்.[23]

அண்ணல் அம்பேத்கருக்கு காயஸ்தர்களுக்கு மத்தியிலும் செல்வாக்கு இருந்தது (மகாராஷ்டிராவில் இவர்கள் சந்திரசேனியா காயஸ்தா பிரபுக்கள் என்பதாகும். சி.கே.பிகல் என்கிற சுருக்கப் பெயரிலும் அறியப்படுகின்றனர்). பஹிஷ்கிருத் ஹிதகர்ணி சபையில் சி.கே.பி. செயல்பாட்டாளரான ஆனந்த்ராவ் சித்ரேவும், மாநாடு நகர சபைத் தலைவரான சுரேந்திரநாத் திப்சியும் சிகேபி துடிப்புள்ள செயல் வீரர்களாக இருந்தனர். பம்பாயில் தொழிலாளர் தலைவரான என்.எம்.ஜோஷி தலைமையில் இயங்கிய சோஷியல் சர்வீஸ் லீக்கின் செயல்பாட்டாளரும் பிராமணருமான சஹஸ்ர புத்தே போன்றவர்கள் எல்லாம் அம்பேத்கரின் வலிமையான ஆதரவாளர்களாக இருந்தனர். இவர்களில் சித்ரேவும் திப்சியும் அம்பேத்கரின் சுதந்திர லேபர் பார்ட்டி உறுப்பினர்களாக சட்டசபைக்குத் தேர்ந்தெடுக்கப்பட்டனர். சஹஸ்ர புத்தே பின்னர் 1930ல் அம்பேத்கர் உருவாக்கிய ஜனதா என்கிற இதழின் ஆசிரியராக நியமிக்கப்பட்டார்.[24]

ஜாதி இந்துக்களுக்கு மத்தியில் காயஸ்தர்களுக்கு இருந்து ஆதிக்க சக்தி பெரிதாக இருந்தது. மேல்ஜாதியினருக்கு மத்தியில் அவர்கள்தான் அம்பேத்கரை வெளிப்படையாக ஆதரித்தனர். பிராமணரல்லாதோர்

இயக்கங்களின் முன்னேற்றத்துக்காக அம்பேத்கரை ஆதரித்து பிரசாரக் கட்டுரைகளை எழுதி வெளியிட்டவர்களில் கேசவராம் சீதாராம் தாக்கரே கவனத்துக்குரியவராக இருந்தார். இவரது மகனான பால்தாக்கரேதான் சிவசேனாவின் தலைவரானார்.[25]

பி.கே.அட்ரி என்ற பள்ளி ஆசிரியரான இந்தப் பார்ப்பனர், எழுத்தாளராகவும், பத்திரிகை ஆசிரியராகவும், நாடக ஆசிரியராகவும் திகழ்ந்தவர். ஆச்சார்யா அட்ரி என்று அழைக்கப்பட்டார். டாக்டர் அம்பேத்கரின் இறுதிச் சடங்கின்போது இவர் பேச அழைக்கப்பட்டதிலிருந்தே தலித் முன்னோடிகளுக்கும் அம்பேத்கருக்கும் இவர் அளித்த வந்த ஆதரவின் முக்கியத்துவத்தைத் தெரிந்துகொள்ளலாம்.

எஸ்.எம்.மேதே என்பவர் பூனாவைச் சேர்ந்த பார்ப்பன எழுத்தாளர். சீர்திருத்தவாதி. தீண்டப்படாத மக்களின் முன்னேற்றத்துக்காக இவர் தந்து வந்த வலுவான ஆதரவின் காரணமாக மகர்மேதே என்று அழைக்கப்பட்டவர்.

தாழ்த்தப்பட்டவர்களுக்காகத் தனித்தொகுதியை முதன்முதலில் கேட்டவர் பெருந்தலைவர் எம்.சி.ராஜா. அதேபோல் இந்து மகா சபையின் மூஞ்சேவும் ஆரம்பகாலத்தில் தனித் தொகுதிகளுக்காக வாதிட்டவர்தான்.[26]

பின்னர் எம்.சி.ராஜா தனித்தொகுதியைக் கைவிட்டபோது மூஞ்சேவும் கைவிட்டார்.

தாழ்த்தப்பட்ட ஜாதியினருக்குத் தனித்தொகுதி வேண்டும் என்கிற கருத்துக்கு ஒருமுறை ஆதரவளித்திருந்த மூஞ்சேவும் இந்து மகா சபையும் காந்தியைவிட முற்போக்குவாதிகள் என்று அம்பேத்கர் வெளிப்படையாக அறிவித்தார்.[27]

## நாம் அடிமைப்பட்டது எப்படி?

பாரதம் எப்படி, யாரால் அடிமைப்பட்டது என்பதைப் பற்றி ஸ்ரீகுருஜியும் அண்ணல் அம்பேத்கரும் ஒரே கருத்தைக் கொண்டிருந்தனர் என்பது வியப்பான செய்தியாகும்.

ஸ்ரீகுருஜி கூறுகிறார் : 'உள்நாட்டுக் கருத்து வேறுபாடுகளால் ஏற்பட்ட பிளவுகளும் நம்பிக்கைத் துரோகமும் இந்தப் படைபலத்தைப் பலவீனப்படுத்தின. தாய்நாட்டின் பாதுகாப்புக்காக நடந்த இந்தப் போரை நீடித்து நடத்த அவ்வப்போது கிடைக்க வேண்டிய உதவிகள் நாட்டின் இதர பகுதிகளில் இருந்து கிடைக்கவில்லை. ஹிந்து தற்காப்பு சக்தி தளர்ந்து நிலைகுலைந்து போனதற்கு இவையே காரணங்கள்.

முஸ்லீம்களின் முதலாவது படையெடுப்பு என்ற முதல் அதிர்ச்சிக்குப் பிறகும்கூட, நமது நாடு விழித்தெழுந்து ஒற்றுமைப்பட்டு நிற்கவில்லை. கருத்து வேறுபாடுகளும் பிளவுகளும் துரோகமும் நிறைந்த தற்கொலைக் கதை தொடர்ந்து நீடித்தது. புனிதமான சோமநாதபுர ஆலயத்தைக் கொள்ளையடித்து அவமதிக்கப் புறப்பட்ட கஜினி முகமதுவுக்கு நமது சொந்தத் தலைவர்களே வழிகாட்டிகளாகவும் துணைவர்களாகவும் செயல்பட்டார்கள். ஏன் முகமது கோரியை அழைத்ததே ஒரு ஜயச்சந்திரன்தானே! இவ்வாறாக நமது புனிதத் தலைநகரமான ஹஸ்தினாபுரத்தில், நமது சமயத்தில் நம்பிக்கையற்ற பகைவனான ஒருவனின் ஆட்சியை நிலைநாட்ட உதவியது ஒரு ஹிந்து மன்னனேதான். ஜயச்சந்திரனின் கும்பல் விரைவாகப் பெருகியது. அக்பரின் பரந்த சாம்ராஜ்ஜியத்துக்கு ஆதாரத் தூணாக விளங்கியவர் ராஜா மான்சிங். அந்தக் காலத்தில் சுதந்திர ஜோதியை அணைய விடாமல் தன்னந்தனியே காத்துவந்த ராணா பிரதாப்பின் மீது பாய்ந்து வந்து தாக்கியது இந்த மான்சிங்தான். மதவெறிக்குப் பெயர் பெற்ற ஔரங்கசீப்பின் வலிமைக் கரங்களாக விளங்கிய மிர்ஸா ராஜா ஜெய்சிங், ஜஸ்வந்த் சிங் போன்ற அனைவரும் ஹிந்துத் தளபதிகள் தான். ஔரங்கசீப்பின் சார்பில் சிவாஜியை அழிப்பதற்காக வந்தவர்களும் இவர்கள்தான்.

...தற்கொலைக்கு ஒப்பான இந்தத் துரோக வரலாறு பிரிட்டிஷார் வந்த பிறகும் மாற்றமின்றித் தொடர்ந்தது. முஸ்லீம் படையெடுப்பிலிருந்து படிப்பினை கற்க மறந்தோம்.

...ஆகவே வரலாற்றின் தீர்ப்பு தெளிவாக உள்ளது. தவறாகப் புரிந்துகொள்ள முடியாத அளவுக்குத் தெளிவாக உள்ளது. தேசிய விழிப்புணர்வு அற்ற நிலை. ராஷ்ட்ரமென்னும் உயிருள்ள உடலின் பிரிக்க முடியாத உறுப்புகள் நாம் என்ற உணர்ச்சி இல்லை. அதன் விளைவாக பரஸ்பர வெறுப்பு, கருத்து முரண்பாடு, பொறாமை, சிறு சுயநலன்களை அடைய ஒருவரை ஒருவர் அழித்துக்கொள்ளும்போக்கு - இவைதான் கடந்த ஆயிரமாண்டுகளுக்கும் மேலாக நமது ஜீவநாடியை அரித்துத் தின்றுவிட்டன.

முஸ்லீம்களோ ஆங்கிலேயர்களோ நமக்கு எதிரிகளாக இருக்க வில்லை. நாம்தான் நமக்கு எதிரிகளாக இருந்துள்ளோம்'28 என்று குருஜி கூறுகிறார்.

இதையேதான் அண்ணல் அம்பேத்கரும் பாராளுமன்றத்தில் கூறுகிறார். '...என்னை மிகவும் கலக்கமடையச் செய்யும் நிலைமை எதுவென்றால் இந்தியா தன் சுதந்திரத்தை இழந்தது முதல் முறையொன்றும் அல்ல. இந்திய மக்களே செய்த துரோகத்தாலும் காட்டிக்கொடுக்கும்

கயமைத்தனத்தாலும் இந்தியா தன் சுதந்திரத்தைப் பல தடவை இழந்தது. முகமது பின் காசிம் சிந்துவின்மீது படையெடுத்தபோது சிந்துவின் மன்னன் தாகிரின் படைத்தளபதிகள் முகம்மது பின் காசிமின் கையாட்களிடம் கையூட்டு பெற்றுக்கொண்டு அவர்களுடைய அரசருக்காகப் போரிட மறுத்தனர். ஜெயச்சந்திரன் முகம்மது கோரியை இந்தியா மீது படையெடுத்து வந்து பிருதிவிராஜனுக்கு எதிராகப் போரிடுமாறு அழைத்தான். அவனுடைய உதவியையும் சோலங்கி மன்னர்களின் உதவியையும் அளிப்பதாகக் கோரிக்கு உறுதி கூறினான். சிவாஜி இந்துக்களின் விடுதலைக்காகப் போராடிக் கொண்டிருந்த போது மற்ற மராட்டியத் தலைவர்களும் இராசபுத்திர அரசர்களும் முகலாயப் பேரரசின் பக்கம் நின்று சிவாஜிக்கு எதிராகப் போரிட்டனர். பிரிட்டிஷார் சீக்கிய அரசர்களுக்கு எதிராகப் போரிட்டபோது, சீக்கியர்களின் தலைமைத் தளபதி செயல்படாமல் வாளாவிருந்தார். சீக்கிய அரசைக் காத்திட அவர் உதவவில்லை.

1857இல் இந்தியாவின் பெரும் பகுதியில் ஆங்கிலேயருக்கு எதிராகச் சுதந்திரப் போராட்டம் நடந்தபோது சீக்கியர்கள் எதுவும் செய்யாமல் வேடிக்கை பார்த்துக் கொண்டிருந்தனர். ஆகவே நாட்டின் நலனை விடத் தங்கள் தங்கள் கட்சியின் நலனை இக்கட்சிகள் முன்னிறுத்தாத வாறு இந்திய மக்கள் மனத்திட்பத்துடன் கண்காணிக்க வேண்டும். அவ்வாறு இல்லாவிட்டால் நாட்டின் சுதந்திரம் இரண்டாவது முறையாக இடருக்குள்ளாகிவிடும். மீண்டும் மீட்கவே முடியாத நிலை ஏற்பட்டுவிடக்கூடும். கடைசிச் சொட்டு இரத்தம் இருக்கும்வரை நம்முடைய சுதந்திரத்தைக் காத்திடுவோம் என்று நாம் உறுதி பூணுவோம்'[29] என்று முழங்கினார்.

இந்த தேசத்தின் மீது இருபெரும் தலைவர்களும் ஒரே கருத்தைக் கொண்டிருந்தனர். மீண்டும் அதே துரோக வரலாறு ஏற்பட்டுவிடக் கூடாது என்பதில் அக்கறை கொண்டு செயலாற்றி வந்தனர்.

## கோவா விடுதலை

இந்தியா சுதந்தரம் அடைந்தாலும் சில பகுதிகள் இந்தியாவுடன் சேராமல் தனித்து இயங்கி வந்தன. அதில் ஒன்று கோவா மாநிலம் ஆகும். கோவா இந்தியாவுடன் இணைய வேண்டும் என்று தொடர்ந்து குரல் கொடுத்து அதற்காகப் போராட்டம் நடத்தியது ஆர்.எஸ்.எஸ். அமைப்புதான்.

1955, ஆகஸ்டு 20 அன்று மும்பையில் கோவா விடுதலை தொடர்பாக குருஜி விடுத்த அறிக்கையில், 'கோவாவில் காவல்துறை நடவடிக்கை எடுப்பதற்கும் கோவாவை விடுதலை அடையச் செய்வதற்கும்

இதைவிட நல்ல வாய்ப்பு வேறு கிடையாது. இதனால் நமது சர்வதேச கௌரவம் கூடும். எப்போதும் நம்மை மிரட்டி வரும் அண்டை நாடுகளுக்கும் படிப்பினை கிடைக்கும்' என்று கூறினார்.[30]

ஆர்.எஸ்.எஸ். அமைப்புபோல கோவா இந்தியாவுடன் சேர வேண்டும் என்று குரல் கொடுத்த அமைப்பு அண்ணல் அம்பேத்கரின் தலைமையில் செயல்பட்டு வந்த ஷெட்யூல்டு வகுப்பினர் சம்மேளனம்.

பம்பாயிலுள்ள ஜெயராஜ் ஹவுஸில் 1955 ஆகஸ்ட் 21ல் ஷெட்யூல்டு வகுப்பினர் சம்மேளனத்தின் செயற்குழு கூட்டம் அண்ணல் அம்பேத்கர் தலைமையில் நடைபெற்றது. அக்கூட்டத்தில் பல தீர்மானங்கள் இயற்றப்பட்டன. அதில் முக்கியமான தீர்மானம் எட்டாவது தீர்மானம். அது கோவாவின் விடுதலையைப் பற்றிப் பேசியது.

தீர்மானம் எண்.8 (1) கோவா சத்தியாக்கிரகத்தில் நேர்ந்த மரணங்களுக்கு சம்மேளனத்தின் செயற்குழு வருத்தம் தெரிவிக்கிறது. கோவா விடுதலை பெறுவதற்கு சத்தியாக்கிரகம் சரியான வழியல்ல என்று செயற்குழு கருதுகிறது.

(2) குழு புரிந்துகொண்டதன்படி, சத்தியாக்கிரகம் என்பதில் சத்தியம் இரண்டு தரப்புக்கும் பொதுவானது. வித்தியாசம் ஆக்கிரகத்தில்தான் இருக்கிறது. இந்தச் சூழ்நிலையில் காந்திய முறையிலான சத்தியாக்கிரகம் சாத்தியமாகலாம். அதை முயற்சி செய்து பார்க்கலாம். சத்தியத்தைப் பற்றி உடன்பாடு இல்லாத இடத்தில் காந்திய முறையிலான சத்தியாக்கிரகம் பயனற்றது. எனவே கோவா சத்தியாக்கிரகத்தில் ஷெட்யூல்டு வகுப்பினர் கலந்துகொள்வதைச் செயற்குழு பரிந்துரைக்க முடியாது.

(3) கோவா இந்தியாவின் பகுதியாக வேண்டுமென்றும் போர்த்துகீசியர்கள் இந்தியாவை விட்டுச் செல்ல வேண்டும் என்றும் சம்மேளனத்தின் செயற்குழு கருதுகிறது. இந்த நோக்கம் நிறைவேற மூன்று வழிகள் உள்ளன. (1) விலைக்கு வாங்குதல், (2) குத்தகைக்கு எடுத்தல் அல்லது (3) யுத்தம். இந்த மூன்று வழிகளில் ஒன்றை அரசு ஏற்றுக் கொள்ளத் தயாரில்லை என்றால் நம்மிடம் வேறு எந்த ஆயுதம் உள்ளது என்பதை மக்களுக்குக் கூறுவது அரசின் கடமையாகும்.

சத்தியத்தை ஏற்றுக்கொண்டுள்ள இரண்டு தரப்புகளுக்கிடையே சத்தியாக்கிரக முறை சாத்தியம் என்று டாக்டர் பாபா சாஹேப் விளக்கினார். 'ஆக்கிரகா'வைப் பற்றித்தான் தரப்புகளுக்கிடையே கருத்து வேறுபாடு. இந்தியர்களுக்கு சுயாட்சி உரிமை உண்டு என்பதை பிரிட்டிஷ் மக்களும் இந்தியர்களும் ஏற்றுக்கொண்டதால்தான் ஆங்கிலேயர்களால் இந்தியர்களுக்குச் சுதந்திரம் கொடுக்க முடிந்தது.

ஆனால், கோவாவைப் பொறுத்தவரையில் கோவாவின் விடுதலையை போர்த்துக்கீசிய அரசு ஏற்றுக் கொள்ளவில்லை. எனவே கோவாவை விடுவிக்கும் ஆயுதம் என்ற ரீதியில் சத்தியாக்கிரகம் பயனற்றது மட்டு மில்லாமல் ஆபத்தானதும்கூட. துப்பாக்கி குண்டுகளுக்கும் படுகொலை களுக்கும் எமது மக்களைப் பலிகொடுக்கமாட்டேன். நமக்குத் துப்பாக்கிகள் கொடுத்தால் போராடுவோம். எனவே மேலே குறிப்பிட்ட தீர்மானத்தை நிறைவேற்ற விரும்புகிறோம். தீர்மானம் ஒருமனதாக நிறைவேற்றப்பட்டது.[31]

இதுமட்டுமல்லாமல் ஹைதராபாத் நிஜாமுக்கும் எச்சரிக்கைவிடுத்தவர் அண்ணல் அம்பேத்கர். சமஸ்தானங்கள் எல்லாம் இந்தியாவுடன் இணைந்திடவேண்டும் என்று குரல் கொடுத்தவர்களில் ஆர்.எஸ்.எஸ். அமைப்புக்கும் அண்ணல் அம்பேத்கருக்கும் முக்கியப் பங்கு உண்டு.

## தீண்டாமையும் ஜாதியும் ஒழியாமல் இருப்பதற்குக் காரணம் என்ன?

ஒருவன் தீண்டாமையை ஏன் கடைபிடிக்கிறான்? எதனால் தீண்டாமை ஒழியாமல் இருக்கிறது? இதைப் பற்றி ஸ்ரீகுருஜி ஆழமாகவே பேசுகிறார்.

''சராசரி மக்களிடையே தவறான ஒரு நம்பிக்கை நிலவுகிறது. தீண்டாமை என்பது சமயத்தின் ஒரு பகுதி. அதனைக் கைவிடுவது மகாபாவம் என்று அவர்கள் நம்புகிறார்கள். தீண்டாமையின் ஆணிவேராக இருப்பது இந்த நம்பிக்கைதான். சமயத்துறையில் பல மகான்களும் சமூக சீர்திருத்தவாதிகளும் பற்பல நூற்றாண்டுகளாக சமர்ப்பண உணர்வுடன் பாடுபட்டபோதிலும் இந்த நாசகரமான பழக்க மானது சராசரி மக்களின் மனத்தில் இன்றும் ஒட்டிக் கொண்டிருப்பதற்கு மூல காரணமே இந்த மதரீதியான முரண்பாடுகள்தான். குருநானக், ராமானுஜர், பஸவேஸ்வரர், சங்கரதேவ், ஸ்வாமி தயானந்தர், நாராயண குரு, காந்திஜி, வீரசாவர்க்கர் - இப்படிப் பட்டியல் நீண்டு கொண்டே போகிறது. இந்த மாமனிதர்கள் அனைவருமே ஹிந்து சமுதாயத்தின் மீது ஆழமாகப் படிந்துள்ள இந்தக் கறையைத் துடைப்பதற்காக முழுமூச்சாகப் பாடுபட்டிருக்கிறார்கள்.

இருப்பினும் இந்தக் களங்கம் நீடிக்கிறது. இன்றுகூட, மேல் ஜாதியினர் என்று தங்களைச் சொல்லிக் கொள்கிறவர்கள் தீண்டப்படாதோர் என்று அழைக்கப்படுபவர்களைத் தமக்குச் சமமாக நடத்த மறுக்கிறார்கள். ராஜஸ்தான் மாநிலத்தில், ஒரு கிராமத்தில் ஹரிஜன இளைஞர் ஒருவர் அடித்துக் கொல்லப்பட்டதாகப் பத்திரிகைகள் குறிப்பிட்டன. ஏனெனில், அவர் மீசை வளர்த்தாராம். க்ஷத்திரியர்களுக்கு மட்டுமே மீசை வளர்க்க உரிமை உண்டாம். நமது மதகுருக்களும்கூட இத்தகைய பழக்கங்களைக் கண்டிக்கவில்லை. அவர்களும்கூட இவற்றை எல்லாம் தர்மம் என்று தவறாகக் கருதிவிட்டதுதான் காரணம்.

சமூகரீதியான இந்தக் கொடுமையானது சமயரீதியான தவறான கருத்தில் இருந்தும் ஊட்டம் பெறுகிறது. எனவே, தர்மத்தின் உண்மையான குரலாக சராசரி மனிதர்களால் கருதப்படுகிற பரம்பரை மடாதிபதிகள் முன்வந்து இந்த மதவிரோதப் பழக்கத்தைத் திருத்தியமைக்க வேண்டும்''[32] என்று தீண்டாமை ஒழிவதற்கான வழியையும் குருஜி சொல்கிறார்.

தீண்டாமை ஒழியாமல் இருப்பதற்கான காரணத்தை ஸ்ரீகுருஜியின் கூரிய வார்த்தையோடு, ஜாதி ஒழியாமல் இருப்பதற்கான காரணத்தை அண்ணல் அம்பேத்கர் சொன்னதோடு ஒப்பிடலாம்.

அண்ணல் அம்பேத்கர் கூறுகிறார் :

'ஜாதி என்பது இந்துக்கள் கலந்து உறவாடுவதற்குத் தடையாக உள்ள கற்சுவரோ, கம்பி வேலியோ அல்ல. ஜாதி என்பது ஒரு எண்ணம். ஒரு மனநிலை. எனவே, ஜாதியை ஒழிப்பது ஒரு பௌதிகத் தடையை அழிக்கும் செயல் அல்ல. மக்களின் எண்ணத்தில் மாற்றம் ஏற்படுத்தும் செயல். ஜாதி ஒரு தீமையாயிருக்கலாம். மனிதனுக்கு மனிதன், மனிதத் தன்மையற்ற முறையில் நடந்து கொள்வதற்கு அது காரணமாயிருக் கலாம். ஆயினும் இந்துக்கள் ஜாதிமுறையைப் பின்பற்றுகிறார்கள் என்றால் அதற்குக் காரணம் அவர்கள் மனிதத் தன்மை அற்றவர்கள் என்பதோ விபரீத புத்தி கொண்டவர்கள் என்பதோ அல்ல. அவர்கள் ஆழ்ந்த மதப்பற்றுக் கொண்டவர்களாயிருப்பதனாலேயே ஜாதி முறையைப் பின்பற்றுகிறார்கள். ஜாதிமுறையைப் பின்பற்றுவது மக்களின் தவறு அல்ல. ஜாதிமுறையை அவர்கள் உள்ளத்தில் ஊறவைத்திருக்கும் மதத்தைத்தான் இதற்குக் குறை கூறவேண்டும். இது சரியான கருத்து என்றால் நீங்கள் எதிர்த்துப் போராட வேண்டியது ஜாதிமுறையைப் பின்பற்றும் மக்களை அல்ல. ஜாதியைப் போற்றுகிற மதத்தைக் கற்பிக்கும் சாஸ்திரங்களைத்தான் நீங்கள் எதிர்க்க வேண்டும்'[33] என்று மிகத் தெளிவாகவே அண்ணல் கூறுகிறார்.

இதில் சாஸ்திரங்கள் என்று அண்ணல் அம்பேத்கர் குறிப்பிடுவது ஜாதியை வலியுறுத்துகிற, தீண்டாமையை வலியுறுத்துகிற சாஸ்திரங்கள்தான் என்பதை நாம் புரிந்துகொள்ள வேண்டும்.

தீண்டாமை, ஏற்றத்தாழ்வுகள் ஒழிவதற்கு மடாதிபதிகள், பீடாதிபதிகள் முயற்சி மேற்கொள்ள வேண்டும் என்பதில் குருஜி ஆவலோடு இருந்தார். அதனால் 20-12-1964ல் சங்கர மட ஆச்சார்யார்களுக்கு ஒரு கடிதம் அனுப்பினார். அதில் 'தற்காலத்தில் நமது சமுதாயத்தில் உள்ள ஏற்றத்தாழ்வுகள், சீர்கேடுகள், பலரது மனதில் சந்தேகங்களினால் தோன்றியுள்ள உறுதியற்ற நிலை, தர்மத்தில் ஈடுபாடு குறைவு இவை தாங்கள் அறிந்ததே. குறிப்பாக ஒரு பிரிவினரை அவர்களது பிறப்பின் காரணமாகத் தீண்டத்தகாதவர்கள் என வெறுத்து ஒதுக்குவது

அனைவரும் அறிந்ததே. இதை வளர்ப்பதற்காக பல அரசியல் சுயநல சிந்தனைகள், தத்துவங்கள் தடுப்புச் சுவர்களை எழுப்ப முயன்று வருவது ஒருபுறமிருக்க, முழுமையான சமுதாயத்தின் கண்ணோட்டத்தில், வளர்ந்து வரும் வேற்றுமையுணர்வையும் தர்மத்துக்கு ஏற்பட்டுள்ள ஆபத்தையும் பற்றித் தீவிரமாக சிந்திக்க வேண்டியது அவசியம் எனத் தோன்றுகிறது.

சமுதாயத்தின் மனப்பான்மையைக் கட்டுக்கோப்புள்ளதாக்கி, ஒருங்கிணைந்த, ஆற்றல் மிக்க, இக-பர நன்மைகளைத் தரவல்ல தர்மத்தின் நடைமுறைகள் சிலவற்றில், இந்த லட்சியத்தைக் கருத்தில் கொண்டு மாற்றியமைப்பதும், புதிய நடைமுறைகளை அமல்படுத்தி பழைய தேவையற்ற, தீமை விளைவிக்கக்கூடிய நடைமுறைகளை விட்டுவிடுவதும், கடந்த காலத்தில் தேவைக்கேற்ப பூர்வாச்சார்யார் களினால் செய்யப்பட்டுள்ளது. எதிர்காலத்திலும் தேசகாலச் சூழ்நிலைக் கேற்ப இன்றியமையாத நடைமுறைகளை ஏற்றுக்கொண்டு, தேவையற்ற அல்லது தீமைதரும் நடைமுறைகளை விட்டுவிடுவதற்காக, தகுந்த ஏற்பாட்டைச் செய்யும் உரிமை அந்தக் காலத்தில் உள்ள ஆச்சார்யார் களுக்கும் தர்ம குருமார்களுக்கும் உண்டு என்பதை மகான்களும் முனிவர்களும் விளக்கி வழிகாட்டியுள்ளனர்.

அந்த வழிகாட்டுதல்களின்படி, இன்றைய ஹிந்து சமுதாயத்தின் பூஜ்யபாத தர்மாச்சார்யார்கள், தேசகாலச் சூழ்நிலைகளைத் தீவிரமாகச் சிந்தித்து, சமுதாயக் கோட்பாட்டுக்கான ஏற்பாடு செய்வதும் தனது செல்வாக்குள்ள துறைகளில் தாமதமின்றிப் பின்பற்றுவதற்கு உத்தர விடுவதும் அவர்களது உரிமையாகும். எந்த வகை ஏற்பாடுகள் தகுந்தவை என்பதைப்பற்றிக் கூறுவதற்கு எனக்கு உரிமை இல்லை. இது விஷயமாக நான் பணிவுடன் வேண்டிக்கொள்வதை மட்டுமே செய்கிறேன். இனி தங்கள் கட்டளைகளைச் சிரமேற்கொண்டு நடக்கச் சித்தமாக இருக்கிறோம்’[34] என்று எழுதுகிறார்.

அதாவது பிறப்பின் காரணமாக ஒரு பிரிவினரை தீண்டத்தகாதவர் என்று ஒதுக்குவது பழைய நடைமுறை. அதை தர்மாச்சார்யார்கள் மாற்றவேண்டும் என்று சங்கரமட சங்கராச்சார்யார்களுக்கு கடிதம் எழுதுகிறார். அந்த அளவுக்கு இந்து சமுதாயத்தில் சமத்துவம் மலர வேண்டும் என்று உண்மையான உறுதிப்பாடு கொண்டு செயல்பட்டது ஆர்.எஸ்.எஸ்.

### பாரதத்தை இணைக்கும் சக்தி

பாரதத்தை இணைக்கும் சக்தி எது என்பதில் ஆர்.எஸ்.எஸ். அமைப்பு தெளிவாகவே இருந்து வருகிறது. மொழி, ஜாதி, கலை, உணவு

போன்ற எந்த விஷயங்களும் பாரத மக்களை ஒன்றிணைக்கவில்லை. மாறாக, இமயம் முதல் கன்னியாகுமரி வரை ஆன்மிகத்தின் அடிப்படையில் எழுந்த கலாசாரமும் பண்பாடும்தான் பாரத மக்களை ஒன்றிணைக்கிறது என்பது ஆர்.எஸ்.எஸ். கருத்தாகும்.

குருஜி கூறுகிறார் : 'ஹிந்து ராஷ்ட்ரம் என்பது அரசியல் மற்றும் பொருளாதார உரிமைகளைச் சேர்த்துக்கட்டிய ஒரு வெறும் மூட்டை என்பதல்ல நம் கண்ணோட்டம். பண்பாடுதான் அதன் மையம். நமது தொன்மையான, மாண்புமிக்க, பண்பட்ட, வாழ்க்கை லட்சியங்களே அதன் மூச்சுக்காற்று'[35] என்று மிக மிகத் தெளிவாகவே குறிப்பிடுகிறார்.

அடிநாதமாக இருக்கக்கூடிய இந்தப் பண்பாட்டை எப்படி நிரூபிப்பது? அதையும் குருஜி ஒரு சம்பவத்தின்மூலம் விளக்குகிறார். பண்டித நேரு ஒரு நாத்திகர். இந்துமதத்தை ஏற்காதவர். அப்படிப்பட்ட நேரு அவருடைய மனைவி இறந்தபோது - அவருடைய புனித அஸ்தியை அந்நிய நாட்டிலே அதை எறிந்துவிட்டுத் திரும்பும்படி உபதேசித்த போதும் - நேரு அஸ்தியை பாரதத்துக்குக் கொண்டுவந்தார். பிரயாகையில் - கங்கையும் யமுனையும் புறக்கண்ணுக்குப் புலப்படாத சரஸ்வதியும் இணையும் சங்கமத்தில் கரைத்தார். இதுதான் அவருக்குள் இருந்த பாரதியப் பண்பாடு.

இந்த ஆன்மிகப் பண்பாடுதான் பாரதத்தை ஒன்றிணைக்கிறது என்பதை அண்ணலும் கூறுகிறார்.

1916 மே மாதம் 9ஆம் நாளன்று அமெரிக்கா நாட்டு நியூயார்க், கொலம்பியா பல்கலைக்கழகத்தில் நடந்த டாக்டர் ஏ.ஏ.கோல்டன் வைஸ்சரின் மானுடவியல் கருத்தரங்கில் படித்த ஆய்வுக் கட்டுரையில் அண்ணல் அம்பேத்கர் கூறுகிறார் :

''பண்பாட்டு ஒருமைப்பாட்டினால் இணைந்துள்ள இந்திய தீபகற்பத்துக்கு இணையாக ஒப்பிட்டுக் கூறக்கூடிய அளவுக்கு வேறு எந்த நாடும் இல்லை என்று துணிந்து கூறுவேன். இந்திய நாடு புவியியல் ஒருமைப்பாட்டினை மட்டுமே கொண்டிருக்கவில்லை. அதனினும் ஆழமும் அடிப்படையாகவும் உள்ளதான - இந்திய நாடு முழுவதையும் தழுவிய ஐயத்துக்கு இடமற்ற பண்பாட்டு ஒருமைப்பாட்டினைக் கொண்டுள்ளது''[36] என்று கூறுகிறார்.

பண்பாடும் கலாசாரமும் பாரதத்தை ஒன்றிணைக்கும் சக்தி என்பதில் ஆர்.எஸ்.எஸ்ஸுக்கும் அண்ணல் அம்பேத்கருக்கும் ஒரே கருத்துதான்.

### சுவாமி விவேகானந்தரைப் பற்றி

இந்திய தேசத்தை நேசிக்கும் எவரும் சுவாமி விவேகானந்தரைப் புறக்கணித்துவிட முடியாது. அவருடை பணியைத் தள்ளிவிட

முடியாது. அந்தவகையில் தேசப்பணியே தெய்விகப்பணியாக ஆற்றிவரும் ஆர்.எஸ்.எஸ். அமைப்பு சுவாமி விவேகானந்தரைத் தங்களுடைய வழிகாட்டியாகக் கொண்டிருக்கின்றனர். அதேபோல் அண்ணல் அம்பேத்கரும் சுவாமி விவேகானந்தரின் மேல் அளப்பரிய மரியாதையையும் நம்பிக்கையும் கொண்டிருந்தார்.

எம்.ஓ.மத்தாய் எழுதிய சுயசரிதையில், அம்பேத்கர் மத்தாயிடம் சொல்கிறார் : 'நம் நூற்றாண்டின் மாபெரும் இந்தியர் விவேகானந்தரே. அவரில் இருந்து நவ இந்தியா ஆரம்பிக்கிறது'[37]

அண்ணல் அம்பேத்கருக்கும் ஆர்.எஸ்.எஸ். அமைப்பினருக்கும் சுவாமி விவேகானந்தர் ஆதர்ச புருஷராக விளங்கியிருக்கிறார்.

## ஆதாரக் குறிப்புகள்

1. ஆர்.எஸ்.எஸ். ஆற்றும் அரும்பணிகள், ஹொ.வே. சேஷாத்ரி, பக்.13-14

2. ஆர்.எஸ்.எஸ். கடந்துவந்த பாதையும், செய்யவேண்டிய மாற்றங்களும், சஞ்சீவ் கேல்கர், தமிழில் சாருகேசி, பக்.51

3. ஆர்.எஸ்.எஸ். கடந்துவந்த பாதையும், செய்யவேண்டிய மாற்றங்களும், சஞ்சீவ் கேல்கர், தமிழில் சாருகேசி, பக்.147

4. சமுதாய சமத்துவம் - ஹிந்து ஒருங்கிணைப்பு, பக்.13-15

5. ஆர்.எஸ்.எஸ். ஆற்றும் அரும்பணிகள், ஹொ.வே. சேஷாத்ரி, பக்.190

6. ஆர்.எஸ்.எஸ். ஆற்றும் அரும்பணிகள், ஹொ.வே. சேஷாத்ரி, பக்.190

7. ஸ்ரீகுருஜி சிந்தனைக் களஞ்சியம், தொகுதி 11, பக்.284

8. ஸ்ரீகுருஜி சிந்தனைக் களஞ்சியம், தொகுதி 11, பக்.314

9. ஸ்ரீகுருஜி சிந்தனைக் களஞ்சியம், தொகுதி 11, பக்.331

10. http://www.organiser.org/dynamic/modules.php?name=Content-pa=showpage-pid=159-page=17

11. ஸ்ரீகுருஜி சிந்தனைக் களஞ்சியம், தொகுதி 10, பக்.32

12. ஸ்ரீகுருஜி சிந்தனைக் களஞ்சியம், தொகுதி 10, பக்.321

13. ஆர்.எஸ்.எஸ். ஆற்றும் அரும்பணிகள், ஹொ.வே. சேஷாத்ரி, பக்.173

14. ஆர்.எஸ்.எஸ். ஆற்றும் அரும்பணிகள், ஹொ.வே. சேஷாத்ரி, பக்.174

15. ஸ்ரீகுருஜி சிந்தனைக் களஞ்சியம், தொகுதி-7, பக்.46

16. டாக்டர் ஹெட்கேவார் வாழ்க்கை வரலாறு, நானா.ஹ.பால்கர், தமிழில் : இரா.வன்னியராஜன், பக்.691

17. ஒரு தலித்திடமிருந்து, வசந்த் மூன், பக்.94-95

18. ஒரு தலித்திடமிருந்து, வசந்த் மூன், பக்.105

19. ஒரு தலித்திடமிருந்து, வசந்த் மூன், பக்.121

20. ஒரு தலித்திடமிருந்து, வசந்த் மூன், பக்.211

21. டாக்டர் அம்பேத்கர் வாழ்க்கை வரலாறு, தனஞ்செய்கீர், பக்.124

22. அம்பேத்கர் - ஒரு புதிய இந்தியாவுக்காக...., கெயில் ஓம்வெத், பக்.42

23. அம்பேத்கர் - ஒரு புதிய இந்தியாவுக்காக...., கெயில் ஓம்வெத், பக்.37

24. அம்பேத்கர் - ஒரு புதிய இந்தியாவுக்காக...., கெயில் ஓம்வெத், பக்.37

25. அம்பேத்கர் - ஒரு புதிய இந்தியாவுக்காக...., கெயில் ஓம்வெத், பக்.95

26. அம்பேத்கர் - ஒரு புதிய இந்தியாவுக்காக...., கெயில் ஓம்வெத், பக்.57

27. அம்பேத்கர் - ஒரு புதிய இந்தியாவுக்காக...., கெயில் ஓம்வெத், பக்.63

28. ஸ்ரீகுருஜி சிந்தனைக் களஞ்சியம், தொகுதி 11, பக்.278

29. டாக்டர் அம்பேத்கர் வாழ்க்கை வரலாறு, தனஞ்செய்கீர், பக்.616-617

30. ஸ்ரீகுருஜி சிந்தனைக் களஞ்சியம், தொகுதி 10, பக்.303

31. டாக்டர் பாபா சாஹேப் அம்பேத்கர் : பேச்சும் எழுத்தும், தொகுதி - 35, பக்.562-63

32. ஸ்ரீகுருஜி சிந்தனைக் களஞ்சியம், தொகுதி 11, பக்.432

33. டாக்டர் பாபா சாஹேப் அம்பேத்கர் : பேச்சும் எழுத்தும், தொகுதி - 1, பக்.99

34. ஸ்ரீகுருஜி சிந்தனைக் களஞ்சியம், தொகுதி-7, பக்.45

35. ஸ்ரீகுருஜி சிந்தனைக் களஞ்சியம், தொகுதி-11, பக்.45

36. டாக்டர் பாபா சாஹேப் அம்பேத்கர் : பேச்சும் எழுத்தும், தொகுதி - 1, பக்.7

37. தி இந்து (தமிழ்) 12-1-2014

# ஸ்ரீ தத்தோபந்த் தெங்கடி

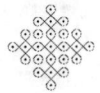

**ஸ்ரீ**தத்தோ பந்த் தெங்கடி அவர்கள் ஆர்.எஸ்.எஸ். பிரசாரக் ஆவார். சங்க பரிவாரத்தின் தொழிலாளர் அமைப்பான பாரதிய மஸ்தூர் சங்கத்தினை ஆரம்பித்தவர். அண்ணல் அம்பேத்கரைப் பேட்டி கண்டு ஆர்.எஸ்.எஸ். இதழான ஆர்கனைஸரில் பிரசுரித்தவர் தத்தோபந்த் தெங்கடி அவர்கள். பல்வேறு அமைப்புகளை உருவாக்கியவர். அதில் ஒன்றுதான் சமூகத்தில் ஒருங்கிணைப்பைக் கொண்டுவரச் செயலாற்றிக் கொண்டிருக்கும் 'சமாஜிக் சமரஸதா மஞ்ச்' (சமுதாய நல்லிணக்கப் பேரவை) என்ற அமைப்பாகும். இந்த அமைப்பு தத்தோபந்த் தெங்கடி அவர்களின் வழிகாட்டு தலின்படி 1983ல் உருவாக்கப்பட்டது. ஏப்ரல் 14 தொடக்க நாளாக அறிவிக்கப்பட்டது. ஆங்கில நாட்காட்டியின்படி, அதுவே அண்ணல் அம்பேத்கரின் பிறந்தநாளும்கூட. இந்து நாட்காட்டியின்படி அது ஹெட்கேவரின் பிறந்தநாள். சைத்ர சுத்த பிரதிபாத முதல்நாள். இந்த இரு பெரியவர்களின் பெயர்களை நினைவு கூர்ந்து சமரஸதா மஞ்ச் பேதமற்ற இந்து சமுதாயத்தை உருவாக்கப் போவதாகக் கூறியது.

1952ஆம் வருடம் நடைபெற்ற பொதுத்தேர்தலின்போது டாக்டர் அம்பேத்கர் பாம்பே வடகிழக்குத் தொகுதியில் போட்டியிட்டார். அது தாழ்த்தப்பட்ட மக்களுக்காக ஒதுக்கப்பட்டிருந்த தொகுதி. அவரை எதிர்த்து காங்கிரஸ் கட்சியின் சார்பில் போட்டியிட்டார் என்.எஸ்.

கஜ்ரோல்கர். இந்தத் தேர்தலில் குருஜி கோல்வல்கரின் வேண்டு கோளின்படி அம்பேத்கருக்குத் தேர்தல் வேலை செய்தவர் தத்தோபந்த் தெங்கடி. அம்பேத்கர் இந்தத் தேர்தலில் தோல்வியுற்றபோது தெங்கடி அவர்கள் தேர்தலில் முறைகேடுகள் நடந்திருப்பதாகத் தேர்தல் கமிஷனுக்குப் புகார் கடிதம் ஒன்றினை அனுப்பிவைத்தார். பல மாதங்களுக்குப் பிறகு அப்புகாரை விசாரிப்பதற்காக தில்லியில் இருந்து தேர்தல் ஆணைய அதிகாரி ஒருவர் பம்பாய் வந்தார். அவரிடம் தனது புகாரின் ஆதாரத்தை எடுத்துரைத்தார் தெங்கடி. அந்த அதிகாரியும் தேர்தலில் முறைகேடுகள் நடந்துள்ளன என்று ஒரு அறிக்கையையும் தேர்தல் கமிஷனுக்கு அனுப்பியுள்ளார். அதன் அடிப்படையில் வேறு எந்த நடவடிக்கையும் எடுக்கப்படவில்லை. இதை அறிந்த அம்பேத்கர் தத்தோபந்த் தெங்கடியைப் பற்றி விசாரித்துள்ளார். பின்னர் இருவரும் சந்தித்துப் பேசினர். 1952 துவங்கி அம்பேத்கரின் இறுதிக்காலம் 1956வரை 4 ஆண்டுகள் தெங்கடி அம்பேத்காருடன் மிக நெருங்கிய நட்புடன் பழகி வந்துள்ளார்.

1954ஆம் வருடம் பண்டார தொகுதியில் அம்பேத்கர் தேர்தலில் போட்டி யிட்டபோது அவருடைய தேர்தல் ஏஜென்டாக தத்தோபந்த் தெங்கடி பணியாற்றியுள்ளார். டாக்டர் அம்பேத்கர் அவர்கள் தத்தோபந்த் தெங்கடி அவர்களிடம் 'இந்து மதத்தின் கோட்பாடுகள் எதிலும் தீண்டாமை சொல்லப்படவில்லை' என்பதைப் பகிரங்கமாக அறிவித்திடவேண்டும் என்று தனது விருப்பத்தைத் தெரிவித்துள்ளார்.

தீண்டாமையை அகற்றிட வேண்டி ஆர்.எஸ்.எஸ் மேற்கொண்டு வருகிற முயற்சிகள் மீது எனக்கு முழுநம்பிக்கை இருக்கிறது. ஆனால் அது மெதுவாக நடக்கும். அதுவரை என்னால் காத்திருக்க இயலாது. எனது வாழ்நாள் முடிவதற்கு முன்பாகவே தீண்டாமை பிரச்னைக்குத் தீர்வு காணவே நான் விரும்புகிறேன்' என்று டாக்டர் அம்பேத்கர் தத்தோபந்த் தெங்கடி அவர்களிடம் தெரிவித்துள்ளார்.

அண்ணல் அம்பேத்கரின் இந்த விருப்பத்தை அப்படியே ஸ்ரீகுருஜியிடம் தெரிவித்தார் தெங்கடி அவர்கள். அதை மனதில் நிலைநிறுத்திய குருஜி அம்பேத்கரின் கருத்து சரிதான் என்று பதில் சொன்னார். அதைச் செயலில் காட்டவேண்டும் என்ற பெருவிருப்பத்தின் காரணமாக அன்றிலிருந்து தொடர்ந்து முயற்சித்து வந்தார். ஒவ்வொரு மடாதிபதிக்கும் தீண்டாமை ஒழிப்பின் அவசியத்தைப் பற்றி கடிதம் எழுதினார்; நேரில் சந்தித்துப் பேசினார். தொடர்ந்து இதற்காக உழைத்து வந்தார்.

இதற்காக ஒரு மாநாட்டை ஏற்பாடு செய்ய வேண்டும் என்ற நோக்கத்தில் பணிபுரிந்தார். மாநாட்டுக்கு முன்பு சங்கராச்சாரியர்கள்,

மத்வாச்சாரியர்கள், சிவாச்சாரியர்கள், ஜைனாச்சாரியர்கள் போன்ற முக்கியமான தர்மாச்சாரியர்களை அணுகி, உயர்வு - தாழ்வு, தீண்டத்தக்கவர் - தகாதவர் என்ற பாரபட்சங்களை சமூக, சமய நடவடிக்கை எதிலும் இல்லாமல் செய்து எல்லா இந்துக்களும் ஒரே குடும்பத்தார்போல் ஒற்றுமையாக இருக்கவேண்டும் என்ற பிரகடன வாசகத்தை எடுத்துக் கூறி அவர்களது ஒப்புதலும் கையொப்பமும் பெறப்பட்டது.

தீண்டாமைக்கு சாஸ்திரத்தில் இடமில்லை என்பதை அறிவிக்க-அண்ணல் அம்பேத்கரின் கனவை நினைவாக்க 13-12-1969ல் எல்லா சம்பிரதாய மடாதிபதிகளையும் அழைத்து கர்நாடகாவில் உள்ள உடுப்பியில் ஒரு மாநாட்டைக் கூட்டினார். விஸ்வ ஹிந்து பரிஷத் இந்த மாநாட்டுக்கு ஏற்பாடு செய்திருந்தது. அதில் சைவம், வீரசைவம், மத்வம், வைஷ்ணவம், ஜைனம், சீக்கியம் போன்ற எல்லாப் பிரிவு மடாதிபதிகளும் கலந்துகொண்டனர். அதில் மிகவும் பிரசித்திபெற்ற மடங்களின் சுவாமிகளும் கலந்துகொண்டனர். சித்கங்கா டும்குர் மடம், அட்மர் மடம் - உடுப்பி, கோகர்ண பர்ட்கலி மடம், முட்டுகஜேந்தரா, சுவாமி சென்னவீர சுவாமியின் வனவாசிமடம், சைவாச்சார்யா சுவாமி-உதிகர், தக்ஷிணபத், ஸ்ரீராமானந்த் கோஸ்வாமி-அஸ்ஸாம், புத்ராக்ஷித் தேர்-பெங்களூர் போன்றவர்கள் குறிப்பிடத்தக்கவர்கள்.

இந்த மாநாட்டில் 5000பேர் எதிர்பார்க்கப்பட்டனர். ஆனால், 15000க்கும் மேற்பட்டவர்கள் கலந்துகொண்டனர்.

இந்துக்களின் எல்லா தர்ம ஆச்சார்யார்களும் ஒரே மேடையில் தோன்றினார்கள். நாடெங்கிலும் இருந்து திரண்டு வந்திருந்த சன்யாசிகள், துறவியர்கள், மடாதிபதிகள், ஆன்மிகப் பெரியோர்கள் அனைவரும் ஒன்று சேர்ந்து ஒரே குரலில் ''ஹிந்து தர்மசாஸ்திரங்கள் எந்த ஒரு இடத்திலும் தீண்டாமையை அங்கீகரிக்கவில்லை'' என்று ஒருமனதாகத் தீர்மானம் ஒன்றினை நிறைவேற்றினர். அதனால் இந்து மதத்தில் தீண்டாமைக்கு இடமில்லை என்று அறிவித்தார்கள். பிறப்பின் அடிப்படையில் அனைவரும் சமம். பிறவியில் உயர்வு தாழ்வு காண்பது பாவச் செயலாகும் என்று பிரகடனம் செய்யப்பட்டது. தீர்மானம் இயற்றும் நிகழ்ச்சிக்குத் தலைவராக இருந்த கர்நாடக மாநில பொதுப்பணித்துறை கமிஷனின் உறுப்பினரான திரு.ஆர்.பரணையா ஐ.ஏ.எஸ் தீண்டத்தகாத ஜாதியைச் சார்ந்தவர். மனம் நெகிழ்ந்த அவர், மாநாட்டின் நிறைவுக்குப் பிறகு கண்ணீர் மல்க, ஸ்ரீகுருஜியை கட்டிப் பிடித்துக் கொண்டு, 'குருஜி எங்களைக் காப்பாற்றக் கடைசியில் நீங்கள் வந்துள்ளீர்கள்' என்றார். 'நான் மட்டுமல்ல, ஒட்டுமொத்த இந்து சமுதாயமும் உங்களுடன்தான்' என்று குருஜி பதிலளித்தார்.

பொதுவாக உணர்ச்சிகளை அதிகம் வெளிக்காட்டாமல் கட்டுப் பாட்டுடன் இருக்கும் கோல்வல்கர், அப்போது மிகவும் மகிழ்ச்சியுடன் நடனமே ஆடினார் என்று சொல்வதுண்டு. (*ஆர்.எஸ்.எஸ். கடந்துவந்த பாதையும், செய்யவேண்டிய மாற்றங்களும், சஞ்சீவ் கேல்கர், தமிழில் சாருகேசி, பக்.118)*

தீர்மானம் நிறைவேற்றிவிட்டோம் என்று குருஜி அமைதியாக இருந்துவிடவில்லை. சங்க ஸ்வயம் சேவகர்களுக்கு இதுபற்றிக் கடிதம் எழுதினார். தொடர்ந்து இதைப் பிரச்சாரம் செய்தார்.

இந்தச் சவாலை நாம் எப்படிச் சமாளிக்கப் போகிறோம்? உடுப்பி மாநாட்டில் வரையறுக்கப்பட்ட தீர்மானங்களையும் அருளாணை களையும், வெறும் புனிதமான பேச்சுகளால் மட்டும் அன்றாட வாழ்க்கையில் நடைமுறைப்படுத்திவிட முடியாது. வெறும் சொற்களாலேயோ அசைபோடுவதாலேயோ, பல நூற்றாண்டுகளாக உலவி வரும் தவறான கருத்துகள் ஓய்ந்துவிடாது. அயராது உழைக்க வேண்டும். சரியான முறையில் பிரசாரம் செய்ய வேண்டும். ஊர் ஊராக - கிராமம் கிராமமாக - வீடுவீடாகச் சென்று மக்களுக்கு விளக்கிச் சொல்லவேண்டும். இந்தத் தீர்மானங்களை அவர்கள் ஏற்றுக்கொண்டு நடைமுறைப்படுத்த வேண்டும் என்று சொல்லவேண்டும். நவீன காலத்தின் நிர்பந்தங்களுக்குப் பணிந்து சலுகை காட்டுகிறமாதிரி இது அமைந்துவிடக்கூடாது. மாறாக, இதுவே நமது நிரந்தரக் கொள்கை யாகவும் வாழ்க்கை முறையாகவும் மாறிவிடவேண்டும். கடந்த காலத்தில் செய்திருக்கும் தவறுகளுக்குப் பிராயச்சித்தம் செய்யும் வகையில் அடக்கத்தோடு இந்தப் பணி நடந்துவர வேண்டும். இதற்கேற்ப மக்களது மனம் மாறவேண்டும். கண்ணோட்டத்திலும் செயல்முறையிலும் தார்மீகரீதியான மற்றும் உணர்வுபூர்வமான நிலைகளில் மாற்றங்கள் ஏற்படுத்தப்படவேண்டும்.

ஒதுக்கித் தள்ளப்பட்டிருக்கும் மக்களுடைய பொருளாதார மற்றும் அரசியல் முன்னேற்றத்துக்காக வேலை செய்வது, அவர்களும் இதர மக்களுடன் தோளோடு தோள் இணைந்து நிற்கக்கூடிய நிலையை உருவாக்குவது என்பது பகீரதப் பிரயத்தனம்தான். ஆனால் நாம் விரும்புவதும் பாடுபடுவதும் வெறும் பொருளாதார மற்றும் அரசியல் சமத்துவம் மட்டுமல்ல. நாம் உண்மையான மாற்றத்தையும் முழுமை யான ஒருங்கிணைப்பையும் விரும்பவேண்டும். இந்த மாற்றமானது, அரசியல் சக்தியாலோ அரசின் திட்டங்களாலோ நிறைவேற்றப்படக் கூடியது அல்ல. அரசியல் கட்சிகள் ஒருங்கிணைப்பு என்ற பெயரில் ஒட்டுத்துணியைப் போன்ற ஒற்றுமையை உருவாக்குகிறார்கள். இது போன்ற சாமர்த்தியமான முறைகளால் இந்த ஒருங்கிணைப்பை

உருவாக்க முடியாது. இதற்காகக் கடுமையாக உழைக்கவேண்டும். உள்ளத்திலிருந்து உணர்வுகள் ஊற்றெடுத்து வரவேண்டும். நமது அன்றாட நடத்தையிலும் மாற்றம் ஏற்படவேண்டும். இதற்காக ஆன்மிகத்துறையிலும் தார்மிகத்துறையிலும் சமூக மட்டத்திலும் பணியாற்றுவது அத்தியாவசியத் தேவை.

*ஸ்ரீகுருஜி சிந்தனைக் களஞ்சியம், தொகுதி 11, பக்.438-39*

இதன் விளைவாகப் பல்வேறு மாற்றங்கள் சமூகத்தில் ஏற்படத் துவங்கியது.

1981 செப்டம்பரில் கர்நாடகத்தின் பெரிய மடாதிபதிகள் சிலர் ஒன்று சேர்ந்து ஒரு புரட்சிகர நடவடிக்கை மேற்கொண்டார்கள். அவர்கள் இதுவரை தங்களுடைய சீடர்களுக்கு மட்டுமே அளித்து வந்த மந்திரோபதேசத்தை இந்துக்கள் அனைவருக்கும் தலித்துகள் உள்பட அனைவருக்கும் வழங்கத் தீர்மானித்தார்கள். மடங்களில் அனைவரும் வந்து தரிசிக்கலாம் என்று அறிவித்தார்கள். அத்துடன் பூஜை, தீர்த்தம், பிரசாதம் ஆகிய விஷயங்களில் எல்லோருக்கும் சம உரிமை வழங்குவதாக அறிவித்தார்கள். இதுவரை அவரவர் உள்பிரிவு மக்களுக்கு மட்டுமே மடாதிபதிகளாக விளங்கியவர்கள் இந்த நடவடிக்கைகளினால் மெல்ல மெல்ல இந்து மடாதிபதிகளாக மாறி வருகிறார்கள். இந்தத் தீர்மானங்களையெல்லாம் இன்னும் ஏராளமான மடாதிபதிகள் செயல்படுத்தத் துவங்கிவிட்டார்கள். மடாதிபதிகள், சமயத் தலைவர்கள் ஆகியோர் தலித் சகோதரர்கள் வசிக்கும் பகுதிகளுக்கு விஜயம் செய்வது, அவர்களுடைய இல்லங்களுக்கு செல்வது, அவர்கள் வழிபடும் கோயிலில் பூஜை செய்வது போன்ற சமூக சீர்திருத்தத்தை முன்னெடுத்தனர்.

புறக்கணிக்கப்பட்ட தலித் சகோதரர்களிடையே பழகுவது அற்புதமான அனுபவம் என்று துறவிகள் கூறுகின்றனர். அந்த சகோதரர்களின் மனத்தூய்மை, ஆழ்ந்த பக்தி போன்று வேறு எங்குமே கண்டதில்லை என்கிறார்கள். அதமார் மடாதிபதி ஒருமுறை இப்படிக்கூட சொல்லி யிருக்கிறார் : ‘அந்த மாதிரி சந்தர்ப்பங்களில் நானே தூய்மை யடைவதாக உணர்ந்தேன். பணக்காரர்கள் வசிக்கும் பகுதிகளுக்குப் போனால் அவர்களின் தடபுடல் ஆரவாரங்களும் வெளிவேஷமான பக்தியும் என்னை மூச்சுத் திணறச் செய்துவிடும். நமது புறக்கணிக்கப் பட்ட சகோதரர்களின் பகுதிக்குச் செல்லும்போதுதான் அந்தக் களங்கம் துடைக்கப்படுவதாக உணர்கிறேன்’.

இந்த சமய, சமுதாய தாகத்தைத் தீர்க்கும் வகையில் இரண்டு பரிசோதனைகள் நடக்கத் துவங்கிவிட்டன. கர்நாடகத்தில் தென்

கன்னட மாவட்டத்தில் உள்ள நரிக்கொம்பு என்ற ஊரில் ஆண்டுதோறும் ஒருமாத காலம் 'வேத சிக்ஷ சிபிர்' (வேதப் பயிற்சி முகாம்) நடைபெறுகிறது. சிருங்கேரி அருகில் ஹரிஹரபுரா என்ற ஊரிலும் இதே போன்ற முகாம் நடைபெறுகிறது. எல்லா ஜாதிகளையும் சம்பிரதாயங்களையும் சேர்ந்த சுமார் 100 சிறுவர்கள் (இவர்களில் பலர் தலித்துகள்) இந்த இரண்டு முகாம்களிலுமே கலந்துகொண்டு வேதப் பயிற்சி பெறுகிறார்கள். சில ஜாதிக்காரர்களுக்கு வேதம் ஓதுவதில் ஈடுபாடு வராது, அவர்கள் வேதம் ஓதுவது சுலபமல்ல என்றெல்லாம் பேசிய வாதங்கள் அடிபட்டுப் போய்விட்டன. உண்மையில் இந்த முகாம்களிலேயே கணீரென்று வேத மந்திரங்களை ஓதியவர்கள் பின்தங்கிய பிரிவு குடும்பங்களைச் சேர்ந்த சிறுவர்கள்தான். சில குறிப்பிட்ட ஜாதிகளில் பிறந்தவர்களால்தான் ஸ்வர சுத்தமாக வேதம் ஓத முடியும். அவர்களுக்குத்தான் ஞாபகசக்தி அதிகம் என்பதெல்லாம் கட்டுக்கதை என நிரூபணமாகிவிட்டது.

சமஸ்கிருதம், வேதங்கள் மற்ற சமய சாஸ்திரங்கள் இவையெல்லாம் பிராமணர்களுக்கே உரிய சொத்து என்பதாகப் பல நூற்றாண்டு காலமாக நிலவி வந்த நம்பிக்கை எல்லாம் படிப்படியாக மாறிவிட்டது. வேதம் என்பது ஜாதி வித்தியாசமில்லாமல் எல்லா இந்துக்களுக்கும் பொதுவான பரம்பரைச்சொத்து என்ற உறுதியான நம்பிக்கை ஏற்படத் துவங்கியிருக்கிறது.

ஆந்திரப் பிரதேச மாநிலத்தின் கிராமப்புறங்களில் வசிக்கும் தலித்து களின் அனைத்துமுக வளர்ச்சியை ஊக்குவிக்கும் நோக்கத்துடன் திருமலை திருப்பதி தேவஸ்தானத்தின் உதவியுடன் விசுவ இந்து பரிஷத் 1982ஆம் ஆண்டு திருப்பதியில் ஒரு நிகழ்ச்சியை நடத்தியது. பின்தங்கிய பிரிவுகளைச் சேர்ந்த 150 ஊழியர்கள் (அவர்களில் சிலர் வனவாசிகள்) திருமலை திருப்பதி தேவஸ்தான வளாகத்தில் நடைபெற்ற இரண்டு வார கால தீவிரப் பயிற்சி முகாமில் பயிற்சி பெற்றார்கள். பயிற்சி பெற்றவர்களில் பலர் 'மலதாசரிகள்' என்று அழைக்கப்பட்ட கிராமப் பூஜாரிகள். அவர்கள் ஏற்கனவே தங்களுடைய ஊர்களில் சில சமயச் சடங்குகள் நடத்துவதில் ஈடுபட்டு வந்தவர்கள் தான். பூஜை, பெயர் சூட்டும் சடங்கு, தாய் மதம் திரும்பும் சடங்கு இவற்றில் அவர்களுக்குத் தேவையான பயிற்சி அளிக்கப்பட்டது.

பயிற்சியில் கலந்துகொண்ட அனைவருமே நடனமாடியபடியே பஜனை செய்வது முதலிய கூட்டு வழிபாட்டு நிகழ்ச்சிகளில் கலந்துகொண்டார்கள். பயிற்சியாளர்களின் அறிவைக் கூர்மையாக்குவதற்காகவும் அவர்களின் உணர்ச்சிகளைப் பண்படுத்துவதற்காகவும் சொற்பொழிவுகள், கதைகள், இந்து சமயக் கோட்பாடுகள் பற்றிய கலந்துரையாடல்கள்,

இந்து சமுதாய ஒற்றுமையின் அவசியம் பற்றிய கருத்தரங்குகள் போன்ற நிகழ்ச்சிகள் நடத்தப்பட்டன. புறக்கணிக்கப்பட்ட பிரிவைச் சேர்ந்த மகான்கள், வீரர்கள் ஆகியோரின் வாழ்க்கைச் சம்பவங்கள், புகழ்பெற்ற சமுதாய சீர்திருத்தவாதிகள் தீண்டாமையை ஒழிப்பதற்கு இதுகாறும் செய்துவரும் முயற்சிகள் ஆகியவை விளக்கிக் கூறப்பட்டன.

சமுதாய மாற்றம் காண்பதில் கேரள ஸ்வயம்சேவகர்கள் பலதுறைகளில் துடிப்பாகச் செயல்பட்டு வருகிறார்கள். ஒரு காலத்தில் கேரளத்தில் நிலவிய பயங்கரமான தீண்டாமைப் பழக்கத்தைப் பார்த்த சுவாமி விவேகானந்தர், 'கேரளம் என்ன பைத்தியக்கார விடுதியா?' என்று அதிர்ந்து போய்க் கேட்டார். ஆனால், கேரளத்தில் உள்ள 9200 ஊர்களில் 3000 ஷாகாக்கள் நடைபெறத் துவங்கிய பிறகு எல்லா விதத்திலும் சமத்துவம் பரவத் தொடங்கியுள்ளது.

எர்ணாகுளத்தில் 1983ஆம் ஆண்டு நடந்த விசால இந்து சம்மேளனத்தில் மிக விமரிசையாக ஒரு பூஜை நடைபெற்றது. வைதீகமான சமயச் சடங்குகளிலும்கூட எவ்வளவு புரட்சிகர மாறுதல்கள் வந்து கொண்டிருக்கின்றன என்பதை அந்த பூஜை நிரூபித்தது. அந்த பூஜையில் தாழ்த்தப்பட்ட பிரிவினராகிய ஈழவ பூஜாரிதான் தலைமை வகித்தார். பரம்பரை பிராமண பூஜாரி வகுப்பைச் சேர்ந்த ஒரு நம்பூதிரி அவருக்கு உதவியாக இருந்தார். இந்த மாநாட்டுக்குப் பிறகு இன்னொரு முக்கியத்துவம் வாய்ந்த நிகழ்ச்சி நடைபெற்றது. ஆல்வாய் நகரில் ஸ்ரீநாராயண குரு ஸ்தாபித்த அத்வைத ஆசிரமத்தில், புறக்கணிக்கப்பட்ட பிரிவைச் சேர்ந்த பக்தர்களுக்காக, பூஜை மற்றும் சமயச் சடங்குகளை நடத்துவது எப்படி என்பது பற்றி ஒரு பயிற்சி வகுப்பு நடத்தப்பட்டது. சங்க பிரசாரகர் ஒருவர் துவக்கிய 'தந்த்ர வித்யா பீடம்' என்னும் சமயச் சடங்கு பற்றிய பயிற்சி பள்ளி இந்த பயிற்சி வகுப்பை நடத்துவதில் முன்னணி வகித்தது. பயிற்சி வகுப்பின் நிறைவு விழாவில் காஞ்சி காமகோடி பீடம் சங்கராச்சார்யர் ஸ்ரீஜெயேந்திர ஸரஸ்வதி ஸ்வாமிகள் தமது மடத்து முத்திரையுடன் கூடிய சான்றிதழ்களை பயிற்சி பெற்றவர்களுக்கு வழங்கினார். எர்ணாகுளத்தில் ஈழவ பக்தர்களுக்குச் சொந்தமான ஐயப்ப ஆலயத்தில் இந்த விழா நடைபெற்றது என்பது குறிப்பிடத்தக்கது.

தலித்துகளுக்கு ஆலயப் பிரவேசம் கிடைக்கச் செய்வதற்காக 1931-32ல் நடைபெற்ற ஆலயப் பிரவேச சத்யாக்கிரகத்தின் பொன்விழா கொண்டாடுவது என்று விசால இந்து சம்மேளனம் ஒரு தீர்மானம் நிறைவேற்றியது. அது சமூக ஏற்றத்தாழ்வுகளைத் தகர்த்தெறியும் மற்றொரு சாதனமாகப் பயன்பட்டது. சத்யாக்கிரகத்தின் பொன்விழா 1982 அக்டோபரில் குருவாயூரில் நடைபெற்றது. பழைய சத்யாக்

கிரகத்தில் கலந்து கொண்டவர்களில் 27பேர் இந்த நிகழ்ச்சியில் கலந்து கொண்டனர். அநேகமாக அவர்கள் அனைவருமே 75வயதுக்கும் மேற்பட்ட முதியவர்கள். அந்தக் காட்சியே மெய்சிலிர்க்கச் செய்யும் விதத்தில் அமைந்தது. மாநிலத்தின் தலைசிறந்த சிந்தனையாளர்களும் சமுதாயத் தலைவர்களும் இந்த நிகழ்ச்சியில் கலந்துகொண்டது, இந்த நிகழ்ச்சிக்கு சமுதாயம் அளித்த அங்கீகாரமாக விளங்கியது.

சில கம்யூனிஸ்டுத் தலைவர்கள் இதெல்லாம் ஆர்.எஸ்.எஸ். நடத்துகிற கூத்து என்று விமர்சனம் செய்தபோது கேரளத்தின் தலைசிறந்த நாளேடான 'மாத்ருபூமி'யின் இணையாசிரியர் வி.எம்.கோரத் இப்படி பதிலடி கொடுத்தார் : 'ஆர்.எஸ்.எஸ். நடத்துகிற நிகழ்ச்சியாக இருந்தால் என்ன தப்பு? இந்துக்களை ஒற்றுமைப்படுத்துவதற்காக நாடு தழுவிய அளவில் செயல்படும் இயக்கம் அது! இந்துக்களை ஒற்றுமைப்படுத்துவது என்பது காந்திஜி மனதார விரும்பிய ஒரு பணி. இந்து சமுதாயத்தில் நிலவிய பிரிவினைவாத மனப்பான்மையைக் களைந்து, இந்துக்களை ஒற்றுமைப்படுத்துவதற்காகத்தான் காந்திஜி குருவாயூரில் ஆலயப் பிரவேச சத்தியாக்கிரகத்தை நடத்தினார். காந்திஜி சுதந்திரப் போராட்டத்தில் முழுமூச்சாக ஈடுபட்டுவிட்டபடியால் இந்துக்களை ஒன்றுபடுத்தி அவர்களிடையே உள்ள ஆதிக்க மனப்பான்மையைக் களையும் பணியை டாக்டர் ஹெட்கேவர் மேற்கொண்டார். எனவே சத்தியாக்கிரகத்தின் பொன்விழாவைக் கொண்டாட ஆர்.எஸ்.எஸ். பொறுப்பு ஏற்றிருப்பது பொருத்தம்தான்'' என்றார்.

குருவாயூரிலேயே 1983 பிப்ரவரியில் மற்றொரு அற்புதமான சம்பவம் நடைபெற்றது. திருவனந்தபுரத்திலிருந்து 200 தலித்துகள் பாதயாத்திரை யாக குருவாயூருக்குப் புறப்பட்டார்கள். குருவாயூரிலுள்ள கிருஷ்ணன் ஆலயத்தில் பிராமணர்களுக்கு மட்டுமே உணவளிக்கும் பழக்கம் இருந்தது. இந்த பாரபட்சமான பழக்கத்துக்கு முற்றுப்புள்ளி வைப்பதற்காக இவர்கள் பாதயாத்திரை புறப்பட்டார்கள். அந்தக் குழுவின் தலைவர் சங்கத் தலைவர்களின் ஒத்துழைப்பையும் கோரியிருந்தார். அதனை ஏற்று, பாதயாத்திரையாக வருபவர்களுக்கு வழிநெடுக ஒத்துழைப்பு நல்குமாறு ஸ்வயம்சேவகர்களுக்கும் விசால இந்து சம்மேளன ஊழியர்களுக்கும் அறிவுறுத்தி ஆர்.எஸ்.எஸ். தலைவர்களும் விசால இந்து சம்மேளனத் தலைவர்களும் அறிக்கை வெளியிட்டார்கள். இப்படி ஒரு வரவேற்பு வழிநெடுக தங்களுக்குக் கிடைக்குமென்று பாதயாத்திரைக் குழுவினர் கனவிலும் கருதியிருக்கமாட்டார்கள். அந்த அளவு நல்ல வரவேற்பு அவர்களுக்குக் கிடைத்தது.

ஒவ்வொரு ஊரிலும் பாதயாத்ரீகர்களை ஸ்வயம்சேவகர்கள் வரவேற்று அவர்களோடு இனிமையாகப் பழகி, உணவு, தங்குமிடம் முதலிய ஏற்பாடு செய்து உபசரித்தார்கள். வழியில் பாதயாத்திரைக்

குழுவினரைப் பற்பல கோயில்களுக்கு அழைத்துச் சென்று, பஜனை நிகழ்ச்சிகளில் கலந்துகொள்ளச் செய்து, விருந்தும் அளித்தார்கள். சில ஊர்களில் குழுவினரை பூரண கும்பத்தோடு வரவேற்றார்கள். துவக்கத்தில் குழுவினருக்கு சங்கத்தைப் பற்றி என்ன அபிப்ராயம் இருந்தாலும் இப்போது அதெல்லாம் அடியோடு மாறி சங்கத்தின் மீது அவர்களுக்கு அன்பு பிறந்தது.

கோயில் நிர்வாகிகளும் பாதயாத்திரைக் குழுவினரை அன்புடன் வரவேற்றார்கள். ஆர்.எஸ்.எஸ். ஊழியர்களும் விசால இந்து சம்மேளன ஊழியர்களும் அவர்களைக் கோயிலுக்குள் மேளதாளத் தோடு அழைத்துச் சென்றார்கள். பஜனைப் பாடல்கள், இறைவன் திருநாமத்தை முழக்கியபடி அனைவரும் ஆலயத்துள் பிரவே சித்தார்கள். அனைவருக்கும் ஆலயத்தின் போஜன சாலையில் சாப்பாடு போடப்பட்டது. ஸ்வயம்சேவகர்களும் தங்களுடைய குடும்பத்தோடு வந்து பாதயாத்திரைக் குழுவினரோடு ஒன்றாக அமர்ந்து உணவருந் தினார்கள். இவர்களில் பலர் ஆசாரமான நம்பூதிரிக் குடும்பத்தைச் சேர்ந்தவர்கள். சுமூகமான சூழ்நிலையும் நல்லுறவும் நிலவுவது கண்ட மாநில முதலமைச்சரும் அவர்களோடு உணவருந்த அமர்ந்தார்.

மாத்ரு பூமி இவ்வாறு வர்ணித்தது : 'பாதயாத்திரைக் குழுவினரையும் விட இந்த நிகழ்ச்சியில் தீவிரமாகப் பங்கு கொண்டவர்கள் ஆர்.எஸ்.எஸ். ஸ்வயம்சேவகர்கள்!.'

சமரஸதா மஞ்ச் அமைப்பின்கீழ் ஆர்.எஸ்.எஸ். பூலே-அம்பேத்கர் யாத்திரை (இருவரும் இந்துமதத்தையும் குறிப்பாக பிராமணியத்தையும் பல வருடங்களாக விமர்சித்து வந்திருக்கிறார்கள்) என்ற ஒன்றை முன்னின்று நடத்தியது. இந்த யாத்திரை மகாராஷ்டிராவில் 47 நாட்கள் நடந்தது. 7000 கிலோமீட்டர் தூரத்தைக் கடந்தது. நோக்கம் சமூக விழிப்புணர்வும் ஒற்றுமையும்தான். அதைத் தொடர்ந்து சாது கட்கேபாபா சமதா விருது வழங்கலும், சமரஸதா சாகித்ய பரிஷத் என்ற தேச ஒற்றுமை மற்றும் சமச்சீர் தன்மைக்கான இலக்கியப் பரிசும் நிறுவப்பட்டன.

நாடோடிகளாக மகாராஷ்டிரத்திலேயே அலைந்து திரிந்து வாழும் பராதிகள், பில்கள், கோபாலர்கள், மாரியைவலே, மேதங்கி ஜோஷி, தேவதாசிகள் போன்ற பழங்குடியினர் எந்தவி நிலையான வருமானமும் வீடும் இன்றி வறுமையில் உழன்றார்கள். அங்கே ஆர்.எஸ்.எஸ். தொண்டர்கள் அருமையாகப் பணியாற்றினார்கள். இந்த முயற்சிகளுக்கெல்லாம் சமூகம் அளித்த ஆதரவு அடித்தட்டு மக்களின் வரலாற்றில் புதிய அத்தியாயங்களாக அமைந்தன.

ஆர்.எஸ்.எஸ், சமரஸதா மஞ்ச் மற்றும் பாஜக போன்றவை ஒரு முயற்சி எடுத்தன. ஆர்.எஸ்.எஸ். மற்றும் பரிவார் இயக்கங்கள் ஒன்றிணைந்து ஒரு பிரசாரத்தைத் துவக்கியது. இந்தப் பிரசாரத்தின் நோக்கமே உயர்ஜாதி மக்களின் மனமாற்றமே சமுதாயத்தில் ஒற்றுமையை நிலைநாட்டமுடியும் என்பதை உணர்த்துவதுதான். இதற்காக மகாராஷ்டிர மாநிலத்தின் பல்வேறு பகுதிகளில் பல திட்டங்கள் மேற்கொள்ளப்பட்டன. இந்தப் பிரசாரத்தின் முதல் கட்ட நடவடிக்கையாக நாசிக் நகரில் உள்ள காலாராம் கோயில் முன்பாக பேரணி ஒன்று ஏற்பாடு செய்யப்பட்டிருந்தது. இதே கோயிலில் டாக்டர் அம்பேத்கரை அந்தக் கோயில் தலைமைப் பூசாரி கோயிலுக்குள் அனுமதிக்க மறுத்த காரணத்தால் அவர் 1930ம் ஆண்டில் மாபெரும் போராட்டம் ஒன்றை நடத்தினார் என்பது குறிப்பிடத்தக்கது. அந்தப் போராட்டத்தில் பல தலித்துகள் உயிரிழந்தனர்.

அதை நினைவுபடுத்தும்வகையில் ஆர்.எஸ்.எஸ். ஒரு பிரசாரப் பேரணிக்கு ஏற்பாடு செய்திருந்தது. பிரசார இயக்கம் தொடங்கிய போது அந்தப் பேரணி குறித்துக் கேள்விப்பட்ட கோயில் பூசாரி, அந்தப் பேரணியின் நோக்கத்தை அறிந்து அதற்காகச் சிறப்பு பூஜை செய்தார். கோயிலுக்குள் நடந்த அந்தப் பூஜையில் பல தலித் மக்கள் கலந்து கொண்டனர். அதன்பிறகு பக்தர்கள் கோயிலின் கருவறைக்குள் அழைத்துச் செல்லப்பட்டனர். முன்பு அம்பேத்கரைக் கோயிலுக்குள் நுழைய அனுமதி மறுத்த தலைமைப் பூசாரியின் பேரன்தான், அந்தக்கட்டத்தில் பூசாரியாக இருந்தவர் என்பது குறிப்பிடத்தக்கது. அவர் தனது பாட்டனார் செய்த தவறுக்கு மன்னிப்புக் கோரினார்.

நூல் : வலைவிரிக்கும் இந்துத்துவம், பத்ரி நாராயண் திவாரி, பக்.41

# அண்ணலுக்கு எதிரியா ஆர்.எஸ்.எஸ்?

**அ**ண்ணல் அம்பேத்கர் ஆர்.எஸ்.எஸ்ஸை எதிரியாக நினைத்துச் செயல்பட்டார் என்று பொதுவாகச் சில குற்றச்சாட்டுகள் உண்டு. அதேபோல் ஆர்.எஸ்.எஸ். அமைப்பும் அண்ணல் அம்பேத்கருக்கு நேர் எதிராக செயல்பட்டது என்பதுபோன்ற பொய் பிம்பத்தை இந்தியா முழுவதும் காங்கிரஸ், கம்யூனிஸ்ட்காரர்கள் தொடர்ந்து பிரசாரம் செய்து வந்ததன் விளைவாகப் பலர் அப்படியே நினைத்து வருகின்றனர். உண்மையில் ஆர்.எஸ்.எஸ். அமைப்போ அண்ணல் அம்பேத்கரை ஒருநாளும் எதிரியாக நினைத்து செயல்பட்டது கிடையாது. அண்ணல் அம்பேத்கரும் ஆர்.எஸ்.எஸ். அமைப்பை எதிரியாக நினைத்துச் செயல்பட்டது கிடையாது. ஆர்.எஸ்.எஸ். அமைப்பின்மீது முக்கியமாக ஆறு குற்றச்சாட்டுகள் கூறப்படுகிறது.

1. அண்ணல் அம்பேத்கர் ஆர்.எஸ்.எஸ். அமைப்பை எதிர்க்கவே சமதா சைனிக் தள் என்கிற தொண்டர் படையை ஆரம்பித்தார்.

2. ஆர்.எஸ்.எஸ். அமைப்புக்கு எதிராக நாக்பூரையே பவுத்த மதத்துக்கு மாறுவதற்கான இடமாகத் தேர்ந்தெடுத்தார் அண்ணல் அம்பேத்கர்

3. மராத்வாடா பல்கலைக்கழகத்துக்கு அம்பேத்கர் பெயரை வைக்கும்போது ஆர்.எஸ்.எஸ். எதிர்த்தது.

4. அண்ணல் அம்பேத்கர் எழுதிய ரிடில்ஸ் ஆப் இந்துயிசம் என்ற நூலை தடை செய்ய கோரி போராட்டம் நடத்தியது ஆர்.எஸ்.எஸ்.

5. ஆர்.எஸ்.எஸ். பிராமண இயக்கம்

6. இட ஒதுக்கீட்டைத் தொடர்ந்து எதிர்த்து வருகிறது ஆர்.எஸ்.எஸ்

இதுபோன்ற குற்றச்சாட்டுகள் எந்த அளவுக்கு உண்மை என்று பார்க்காமலேயே பலர் நம்பிவிடுகின்றனர். அதை அப்படியே பிரசாரமும் செய்கின்றனர். அதனால் இக்குற்றச்சாட்டுகளை விரிவாகவே நாம் ஆராயலாம்.

## ஆர்.எஸ்.எஸ்ஸை எதிர்க்க சமதா சைனிக் தள் ஆரம்பிக்கப்பட்டதா?

முஸ்லீம்நேசரான அ.மார்க்ஸ் போன்றவர்கள் தொடர்ந்து ஒரு பொய் பிம்பத்தைக் கட்டமைத்து வருகின்றனர். அ.மார்க்ஸ் எழுதுகிறார் : ''ஆர்.எஸ்.எஸுக்கு எதிராக 'சமதா சைனிக் தள்' என்னும் இயக்கத்தை அம்பேத்கர் உருவாக்கியபோது சீருடையாக காக்கி டிரவுசரும், சிவப்புச் சட்டையும் தேர்வு செய்யப்பட்டன''[1] என்று ஆதாரமே இல்லாமல் எழுதித் தள்ளுகிறார்.

சமதா சைனிக் தள் அமைப்பு எப்போது, எதற்காக ஆரம்பிக்கப்பட்டது என்பதையெல்லாம் ஆராயாமல் ஆர்.எஸ்.எஸ்ஸை அம்பேத்கருக்கு எதிராக நிறுத்துவதில் அ.மார்க்ஸ் தொடர்ந்து பேனாவில் மைக்குப் பதில் பொய்யை ஊற்றி எழுதிவருகிறார்.

ஆனால் உண்மை என்ன? சமதா சைனித்தள் அமைப்பு எதற்காக ஆரம்பிக்கப்பட்டது என்பதை அண்ணல் அம்பேத்கரே கூறுகிறார் :

1942 ஜூலை 20 அன்று நாக்பூரில் நடைபெற்ற மாநாட்டில் அம்பேத்கர் பேசியதாவது,

'மாநிலத்தில் மிகப் பெரும் தொண்டர் படை எழுப்பப்பட்டிருப்பதைக் கண்டு பெருமகிழ்ச்சி அடைகிறேன். இந்தத் தொண்டர் படை 1926 வாக்கில் பம்பாயில் முதலில் ஆரம்பிக்கப்பட்டது. சமதா சைனிக் தளம், நமது பொதுஅமைப்பின் பிரிக்க முடியாத அங்கமாகும். உண்மையிலேயே அதன் மிக வலிமைவாய்ந்த கருவியாகும். நமது இயக்கத்தின் நோக்கமும் குறிக்கோளும் முற்றிலுமாகத் தீவிர மாறுதலடைந்துள்ளது. நமது மக்களுக்கு இந்து சமுதாயத்தின் இன்றியமையாத கூறாக, சமமான இடத்தைப் பெற்றுத் தருவதே நமது குறிக்கோளாகும்.

தனித்த, மாறுபட்ட கூறாக இந்துக்களுடன் சம அந்தஸ்துக்காக நாம் நிற்கிறோம். நமது இயக்கத்தின் நோக்கங்கள், குறிக்கோள்களில் ஏற்பட்ட மாற்றத்தோடு சமதா சைனிக் தளத்தின் நோக்கங்களிலும் குறிக்கோள்களிலும்கூட மாற்றம் ஏற்பட்டுள்ளது. இந்தத் தொண்டர் படை அமைக்கப்பட்டதற்கு நமது இயக்கத்தின் மூல நோக்கமே காரணமாகும். அதாவது தாழ்த்தப்பட்ட வகுப்பினரிடையே இந்துக்

களுடன் சமூக சமத்துவம் என்ற கோரிக்கையை ஊட்டி வளர்ப்பதுதான் அந்த நோக்கம். அதன் பெயரே குறிப்பிட்டுக் காட்டுவதுபோல, இந்து சமுதாயத்தில் தாழ்த்தப்பட்டோரின் மறுசீரமைப்பைக் கொண்டுவரவே இந்த அமைப்பு உருவாக்கப்பட்டது. இந்துக்களிலிருந்து முற்றிலு மான பிரிவினையைக் கொண்டுவருவதன் மூலம், இந்துக்களுடன் சமூக சமத்துவத்தைப் பெறுவதே நோக்கமாகும். மதத்திலிருந்து பிரிவதன் மூலம் அதை அடைய விரும்புகிறோம்.

நாம் படிப்படியாகச் செல்ல வேண்டியிருக்கிறது. அரசியல் பிரிவினையைக் கோருவதன் மூலம் அரசியல் சமத்துவக் கோரிக்கையை முன்வைத்து நமது போராட்டத்தைத் துவக்க வேண்டியிருக்கிறது. தாழ்த்தப்பட்ட வகுப்பினர், தங்களது அரசியல் கோரிக்கைகளை வெளியிடுவதற்குத் தகுந்த பாதுகாப்பான மேடையை அவர்கள் பெற முடியவில்லையாதலால், இது மிகவும் கடினமான வேலையாக இருந்தது. இது முடியவே முடியாத காலம் ஒன்று இருந்தது.

காங்கிரஸ் இயக்கம் மிகவும் வலுப்பெற்றதாக இருந்தது. அதனால் பம்பாய் நகரில் அவர்கள் வேறு எந்தக் கட்சியும் எந்த அரசியல் கூட்டமும் நடத்த அனுமதிக்கமாட்டார்கள். அத்தகைய கூட்டங்களை காங்கிரஸ் தொண்டர்கள் வந்து கலைத்துவிடுவார்கள். யாரும் கூட்டம் நடத்த முன்வர மாட்டார்கள். இந்த அச்சுறுத்தலைச் சமாளிக்க, தொண்டர் படையின் முதலாவது பணியோடு ஒரு புதிய பணியையும் சேர்க்க முடிவு செய்தோம். அதாவது அவர்கள் அரசியலில் பங்கேற்க வேண்டும். காங்கிரஸ் தொண்டர்களின் கொந்தளிப்பான அடக்கு முறை நடவடிக்கைகளிலிருந்து நமது மேடைகளைக் காக்கவேண்டும். இது காங்கிரஸ் தொண்டர்களின் அச்சுறுத்தலைச் சமாளிக்க, மிகவும் பயனுள்ள திட்டமாக அமைந்தது."[2]

இதில் இரண்டு விஷயங்களைக் கவனிக்கவேண்டும். 1. சமதா சைனிக் தள அமைப்பு 1926ல் ஆரம்பிக்கப்பட்டிருக்கிறது. 2. காங்கிரஸுக்கு எதிராக ஆரம்பிக்கப்பட்டிருக்கிறது.

1925, விஜயதசமியில்தான் ஆர்.எஸ்.எஸ். ஆரம்பிக்கப்பட்டது. ஆரம் பிக்கப்பட்ட சில வருடங்களில் புகழ்பெறவோ, விரிவுபடுத்தவோபட வில்லை. அப்படியிருக்கையில் 1926ல் ஆரம்பிக்கப்பட்ட சமதா சைனிக் தளம் எப்படி ஆர்.எஸ்.எஸ். அமைப்புக்கு எதிராக ஆரம்பிக்கப் பட்டிருக்க முடியும்?

ஆனால், இவை பற்றியெல்லாம் கவலையேபடாமல் ஆர்.எஸ்.எஸ். அமைப்புக்கு எதிராக எழுதுவதுதான் பல எழுத்தாளர்களின் வேலையாகவே இருக்கிறது. அப்படிப் பொய்யாக எழுதப்பட்டதைப் பரப்ப கம்யூனிச, தலித்திய, இஸ்லாமிய, கிறிஸ்துவ அமைப்புகள் பல இருக்கின்றன. இதுவே இவர்களின் மூலதனம்.

## ஆர்.எஸ்.எஸ்ஸை எதிர்க்கவே பௌத்த மதத்துக்கு மாறும் நிகழ்ச்சி நாக்பூரில் நடத்தப்பட்டதா?

அண்ணல் அம்பேத்கர் பௌத்தத்துக்கு மாறுவதற்குத் தேர்ந்தெடுத்த இடம் நாக்பூர் ஆகும். இந்த நாக்பூர் ஆர்.எஸ்.எஸ். வலுவாக உள்ள இடம் மட்டுமல்ல; அதன் தலைமையகமும் அமைந்துள்ள இடமுமாகும். இந்த இரண்டையும் முடிச்சுப் போட்டு ஆர்.எஸ்.எஸ். அமைப்பை எதிர்ப்பதற்காகவே அண்ணல் அம்பேத்கர் நாக்பூரைத் தேர்ந்தெடுத்திருக்கிறார் என்ற விமர்சனம் அப்போதே எழுந்தது. இப்போதும் பல பேர் இதை எழுதிக்கொண்டு வருகிறார்கள். ஆனால் இந்த விமர்சனத்துக்கு அப்போதே அண்ணல் அவர்கள் பதில் கொடுத்துவிட்டார். அண்ணல் அம்பேத்கர் தாம் மதம் மாறியது சம்பந்தமான சொற்பொழிவை **1956** அக்டோபர் **15**ஆம் நாள் நிகழ்த்தினார். அதில் தெளிவாகவே இக்குற்றச்சாட்டை மறுத்தார் அண்ணல் அம்பேத்கர். அவர் கூறுகிறார் :

'பலர் பின்வரும் கேள்வியை என்னிடம் கேட்டனர். இந்த வைபவம் நடைபெறுவதற்கு நாகபுரியை ஏன் தேர்ந்தெடுத்தீர்கள்? இந்த விழா ஏன் வேறு ஏதேனும் ஊரில் நடைபெறவில்லை? ஆர்.எஸ்.எஸ்ஸின் (ராஷ்ட்ரிய ஸ்வயம் சேவக் சங்) ஒரு பெரிய பட்டாளம் நாகபுரியில் இருப்பதால் அவர்களைத் திக்குமுக்காடச் செய்யவே இந்த விழா இந்நகரில் ஏற்பாடு செய்யப்பட்டதாகச் சிலர் கூறுகின்றனர். இது உண்மை அல்ல. இந்தக் காரணத்துக்காக இந்த விழா நாகபுரியில் நடைபெறவில்லை. எங்கள் பணி பிரம்மாண்டமானது. வாழ்க்கையின் ஒவ்வொரு நிமிடமும் அதற்கு மிக முக்கியமானது. எனது மூக்கைச் சொறிந்துகொண்டு சகுனம் சரியாக இல்லை என்று கூற எனக்கு நேரம் கிடையாது.

இந்த இடத்தைத் தேர்ந்தெடுத்ததற்கான காரணம் வேறு. இந்தியாவில் புத்த மதத்தைப் பற்றிப் பிரசாரம் செய்தவர்கள் நாகா மக்களே என்பதை பௌத்த வரலாற்றைப் படிப்பவர்கள் தெரிந்து கொள்வார்கள். நாகர்கள் ஆரியர்களின் உக்கிரமான பகைவர்கள். ஆரியர்களுக்கும் ஆரியரல்லாதவர்களுக்கும் இடையே பல உக்கிரமான போர்கள் நடைபெற்றுள்ளன. நாகர்களை ஆரியர்கள் சுட்டெரித்த நிகழ்ச்சி களைப் புராணங்களில் படிக்கலாம். அகஸ்தியரால் ஒரே ஒரு நாகரை மட்டும் காப்பாற்ற முடிந்தது. அவரது வழித்தோன்றியவர்களே நாங்கள். மிகக் குரூரமான அடக்குமுறை, ஒடுக்குமுறையைச் சகித்துக் கொண்டு வந்த நாகா மக்களுக்கு இதிலிருந்து மீள ஒரு மாமனிதர் தேவைப்பட்டார். அந்த மாமனிதரை அவர்கள் கௌதம புத்தரில் கண்டனர். எனவே, அவர்கள் மகான் புத்தரின் போதனைகளை இந்தியா முழுவதிலும் பரப்பினர். அப்படிப்பட்ட நாகர்கள் நாங்கள்.

நாகா மக்களின் பிரதான உறைவிடம் நாகபுரியிலும் அதனைச் சுற்றிலுமே அமைந்திருந்தது. அதனால்தான் இந்த நகரம் நாகபுரி என்று அழைக்கப்படுகிறது. நாகர்களின் நகரம் என்று இதற்குப் பொருள். இந்த இடத்திலிருந்து சுமார் 27 மைல் தொலைவில் ஒரு குன்று இருக்கிறது. நாகார்ஜுன் குன்று என்பது அதன் பெயர். இதற்கு அருகில் ஓடும் நதியின் பெயர் நாகா நதி என்பதாகும். இங்கு வசிக்கும் மக்கள் காரணமாகவே இந்த நதி இப்பெயரைப் பெற்றது. நாகா மக்கள் வாழும் பிரதேசத்தின் வழியாகப் பிரவகித்துச் செல்லும் நதி நாகா நதி. இந்த இடத்தை அதாவது நாகபுரியைத் தேர்ந்தெடுத்ததற்கான பிரதான காரணம் இதுதான். இதைத் தவிர வேறு எவரையும் சினம் கொள்ளச் செய்யும் நோக்கம் ஏதும் எனக்கு அறவே இல்லை. அதுவும் ஆர்.எஸ்.எஸ். விவகாரம் என் மனதில் துளிகூட இடம் பெறவில்லை. இந்தரீதியில் எவரும் இதனை அர்த்தப்படுத்திக் கொள்ளக்கூடாது.[3]

ஆர்.எஸ்.எஸ். அமைப்புக்கும் மதமாற்றத்துக்கு நாக்பூர் இடம் தேர்வானதற்கும் எந்த சம்பந்தமும் இல்லை என்று அண்ணல் அம்பேத்கரே தெளிவுபடுத்தியிருந்தும்கூட இன்றும் இதே குற்றச் சாட்டைத் தொடர்ந்து பரப்பிக்கொண்டு வருகின்றனர்.

ஆர்.எஸ்.எஸ். அமைப்பினர் அம்பேத்கர் மீது மிகுந்த மதிப்பு வைத்திருந்தனர். தாம் ஆரம்பித்த சமூக சேவை மையங்களின் செயல் திட்டங்களுக்கு அம்பேத்கரின் பெயரைச் சூட்டியிருக்கின்றனர். 1989-ல் சில ஆர்.எஸ்.எஸ். பிரமுகர்களால் மஹாராஷ்டிராவில் டாக்டர் ஹெட்கேவார் மருத்துவமனை ஆரம்பிக்கப்பட்டது. அதில் டாக்டர் பாபாசாஹிப் அம்பேத்கர் வைத்யாகியா பிரதிஸ்தான், சாவித்ரிபாய் பூலே மகிளா ஏகாத்ம சமாஜ் மண்டல் என்ற பெயரில் இரண்டு நலத்திட்டங்கள் முன்னெடுக்கப்பட்டன.[4]

•

## ரிடில்ஸ் ஆப் இந்துயிசம் புத்தகத்தை ஆர்.எஸ்.எஸ். எதிர்த்ததா?

அண்ணல் அம்பேத்கர் நூல் தொகுப்பு 1978களில் இருந்து வெளிவரத் தொடங்கியது. அதில் நான்காவது தொகுப்பு இந்துமதப் புதிர்கள் என்ற தொகுப்பு. அதில் ராமரையும் கிருஷ்ணரையும் கடுமையாக அண்ணல் விமர்சித்திருந்தார். அதன் காரணமாக இந்தத் தொகுதியை வெளியிடக் கூடாது என்று மிகப் பெரிய போராட்டம் நடைபெற்றது. சிவசேனா கட்சி மிகக் கடுமையாக எதிர்த்தது. சிவசேனாவின் எதிர்ப்பை மையமாக வைத்துக்கொண்டு ஆர்.எஸ்.எஸ். அம்பேத்கரின் புத்தகத்தை வெளியிட எதிர்ப்பு தெரிவித்தது, அம்பேத்கருக்கு எதிரியாக ஆர்.எஸ்.எஸ். இருந்தது என்று இன்றுவரை ஆர்.எஸ்.எஸ்க்கு எதிராகப்

பிரசாரம் கடுமையாக நடந்து வருகிறது. ஆனால் ஆர்.எஸ்.எஸ். இந்தத் தொகுப்பை எதிர்க்கவில்லை என்பதைத்தான் வரலாறு காட்டுகிறது.

ஸ்ரீபாலா சாஹேப் தேவரஸ் 1987 டிசம்பர் 6ம் தேதி டாக்டர் அம்பேத்கர் சமாதிக்குச்சென்று நினைவஞ்சலி செலுத்தினார். அப்போது டாக்டர் அம்பேத்கரின் துணைவியார் திருமதி. மாயி (ஸவிதா அம்பேத்கர்) அவர்கள் தாமே வந்து தேவரஸ் அவர்களே வரவேற்றார். டாக்டர் அம்பேத்கர் எழுதிய 'ரிடில்ஸ் ஆஃப் இந்துயிஸம்' என்ற புத்தகம் எழுப்பிய கடுமையான விவாதத்தினால் மகாராஷ்டிரத்தில் உணர்ச்சிக் கொந்தளிப்பு ஏற்பட்டுக் கொண்டிருந்த நேரத்தில் இந்த சந்திப்பு நடந்தது குறிப்பிடத்தக்கது.[5]

அதுமட்டுமல்ல அந்தத் தொகுப்பை வெளியிட வேண்டும் என்றும் ஆர்.எஸ்.எஸ். கேட்டுக்கொண்டது. இந்தப் பிரச்னையைப் பற்றி அப்போது ஆர்.எஸ்.எஸ்ஸின் பிரிவான சமரஸதா மன்ச்சின் பொறுப்பாளராக இருந்த ரமேஷ் பதங்கே எழுதியிருப்பதை அப்படியே உங்கள் பார்வைக்கு வைக்கிறேன்.

ரமேஷ்பதங்கே எழுதுகிறார் :

'சமரஸதா மன்ச்சின் பணி தொடங்கியபோது இரண்டே ஆண்டுகளில் மகாராஷ்டிரம் ஒரு பற்றி எரியும் பிரச்னையைச் சந்திக்க நேர்ந்தது. மகாராஷ்டிரத்தின் காங்கிரஸ் ஆட்சி, டாக்டர் அம்பேத்கரின் நூல்களை வெளியிட முடிவு செய்திருந்தது. அதன்படி ஆண்டுதோறும் டாக்டர் அம்பேத்கர் இலக்கியத்திலிருந்து சில பகுதிகளை வெளியிட்டது. 1987ல் நான்காவது தொகுதி வெளியிடப்பட்டது. 'ரிடில்ஸ் ஆப் ராம் அண்ட் கிருஷ்ணா' என்ற தலைப்பில் ஓர் அத்தியாயம் உள்ளது. அதில் ராமனையும் கிருஷ்ணனையும் டாக்டர் அம்பேத்கர் மிகவும் கடுமையாக விமர்சித்துள்ளார். அவர்களது நடத்தையையும் மாசு படுத்தியுள்ளார். அவர் சீதையையும் விட்டுவைக்கவில்லை.

இப்பகுதி வெளியிடப்பட்ட பிறகு அதுபற்றி 'லோக்ஸத்தா'வில் மாதவ் கட்கரீ எழுதினார் : 'அரசாங்கம் ராமனையும் கிருஷ்ணனையும் பந்தனை செய்யும் இலக்கியத்தை வெளியிட்டு இந்துக்களின் மனதைப் புண்படுத்தியிருக்கிறது.' உண்மையைச் சொல்லப்போனால் கட்கரீயின் கூற்று ஒருவகையில் கேலி செய்வதாகத்தான் இருந்தது. ஏனெனில் கட்கரீ இந்துத்துவத்தை ஏற்றுக்கொண்டதேயில்லை. அவரோ முற்போக்குவாதிகளின் பாசறையில் வசிப்பவர். சரத்பவாரின் கூட்டாளி. இது மறைக்க முடியாதது. நான்காம் தொகுதியில் டாக்டர் அம்பேத்கர் எழுதியுள்ளவற்றை எதிர்ப்பதன் பின்னணியில் அவரது அரசியல் தந்திரம் ஒன்றும் இருந்தது.

சல்மான் ருஷ்டியின் ‘சாத்தானிக் வெர்சஸ்’ புத்தகம் பற்றி (அதைப் படிக்காமலே) இந்திய அரசு தடைவிதித்தது. 1984ல் ராமஜன்மபூமி மீட்பு இயக்கம் தொடங்கியிருந்தது. அயோத்தியில் ராமர் கோயில் பூட்டு திறக்கப்பட்டிருந்தது. விஸ்வ இந்து பரிஷத் இந்த இயக்கத்தைத் தொடங்கியது. 1985லிருந்து மகாராஷ்டிரத்தில் சிவசேனை இந்துத்துவத்தை அரசியல் தத்துவமாக ஏற்றுக் கொண்டிருந்தது. மகாராஷ்டிரத்தில் இந்துத்துவவாதி கருத்துக்கு மாசு என்ற சூழ்நிலை. அதேசமயம் ராஜீவ்காந்தி, ஷாபானு வழக்கில் உச்சநீதிமன்றத்தின் தீர்ப்பை மாற்றி புதிய சட்டம் கொண்டுவந்தார். இந்து சமுதாயத்தில் அதற்கு மிகவும் தீவிரமான எதிர்ப்புத் தோன்றியது.

சரத் பவார், எஸ்.பி.சவாண் இருவரிடையே பதவிப்போட்டி வலுத்துவந்தது. ‘ரிடில்ஸ்’ பிரச்னையின்போது சவாண் முதல்வராக இருந்தார். அவரை சிக்கலில் மாட்டிவிடும் நோக்கில் தலித்துகளுக்கும் பிற இந்துக்களுக்குமிடையே சண்டையை மூட்டிவிட இந்த அரசியல் சூழ்ச்சி.

கட்கரீ, தனது இந்த விருப்பத்தை நிறைவேற்றிக்கொள்ள, ‘ரிடில்ஸ்’ என்ற கருவியைப் பயன்படுத்திக்கொண்டார். சிவசேனை அப்போது இந்துத்துவவாதியாகிவிட்டிருந்தது. சிவசேனையின் இந்துத்துவம் அரசியல் அடிப்படையிலானது. அதுமட்டுமல்ல, தேர்தலில் அதிக வாக்குகளைப் பெறுவதற்காக இந்துத்துவத்தை அது ஏற்றது. அரசியல் கண்ணோட்டத்தில், இந்துத்துவத்தை முழுமையாகப் பயன்படுத்திக் கொள்வதற்காக சிவசேனை தீவிர முஸ்லீம் விரோதத்துடன் கூடவே தீவிர அம்பேத்கர் எதிர்ப்பையும் தொடங்கியது. மேலும் மகாராஷ்டிரத்தில் சாதாரண இந்துவுக்கு அம்பேத்கர்வாதிகளிடம் தனிப்பரிவு ஒன்றும் இல்லை. கட்கரீயின் கட்டுரை சிவசேனைக்கு வரப்பிரசாதமாயிற்று.

‘ரிடில்ஸ்’ அத்தியாயம் நாலாம் தொகுதியிலிருந்து அகற்றப்பட வேண்டும் என்று சிவசேனைத் தலைவர் கோரினார். ‘ராமரை, கிருஷ்ணரை நிந்தனை செய்வது நமது மத உணர்வைப் புண்படுத்துகிறது. யாராக இருந்தாலும் நம்மீது தாக்குதல் நடத்தினால் நாம் பொறுத்துக்கொள்ளமாட்டோம்’ என்ற நிலையை அவர்கள் மேற்கொண்டனர். பவார் மற்றும் கட்கரீயின் வலையில் அவர்கள் நன்கு சிக்கிக்கொண்டனர். சிவசேனை, இந்த நிலையை அறிவித்ததுமே, தலித் தலைவர்களும் விழித்துக்கொண்டனர். ராமதாஸ் ஆட்வலே, பிரகாஷ் அம்பேத்கர், கங்காதர் காடே போன்ற தலித் பிரமுகர்கள் ஒன்று சேர்ந்தனர். அவர்களைத் தூண்டிவிட, முற்போக்கு சோஷலிஸ்ட் சகோதரர்களின் சதிகாரக் கும்பலும் முற்றுகை யிட்டது. தலித்துகளைக்கொண்டு, இந்துத்துவவாதிகளைத் தாக்கும்

வாய்ப்பை நழுவவிடுவது புத்திசாலித்தனமல்ல என்று அவர்கள் எண்ணினார்கள்.

பிறகு 'ரிடில்ஸ்' பிரச்னையை வைத்து, மும்பையில் தலித்துகள் ஒரு பெரிய பேரணி நடத்தினர். அதில் ஆத்திரத்தைத் தூண்டிவிடும் வகையில் பேசினார்கள். அதன்பிறகு, சிவசேனை சார்பிலும் ஒரு மாபெரும் பேரணி நடத்தப்பட்டது. அதிலும் அதுபோன்ற அனல் கக்கும் சொற்பொழிவுகள் நடந்தன. இயல்பாகவே தலித்துகள் மற்றும் பிற ஜாதி இந்துக்களிடையே உள்ள சமுதாய இடைவெளி மிகப் பெரியது. பேரணி மற்றும் எதிர்ப்புப் பேரணிகளினால் இந்த இடைவெளி இன்னும் பெரிதாகிவிட்டது. இந்த துவேஷம் ஒவ்வொரு கிராமத்தையும் எட்டியது. சமுதாயம் முழுவதிலும் பதற்றமான சூழ்நிலை பரவியது. எங்காவது, ஏதாவது சிறு நிகழ்ச்சி நடந்தாலும் கூட, தனது சகோதரன் கழுத்தையேகூட நெறிக்குமளவுக்குத் தயாராகி விட்டனர். அரசியல் விபரீத விளையாட்டு தொடங்கிவிட்டதென்றால், பிறகு சமுதாய நலன் பற்றி யாரும் சிந்திப்பதில்லை.

...இன்றைய சூழ்நிலையில், சங்கம் தனக்கென்று நிலைப்பாடு எடுக்க வேண்டும் என எனக்குத் தோன்றியது. இந்து சமுதாயப் பிரச்னை களைப் பேசும் உரிமை, சிவசேனைக்கு மட்டுமே இல்லை. சங்கத்துக்கும் உண்டு. நாம் சொல்வதும் சமுதாயத்தின் முன் வைக்கப் பட வேண்டுமென்பது என் கருத்து. நான் சங்க ஊழியர்களிடமும் இதைத் தெரிவித்தேன். பிறகு எங்கள் கூட்டம் நடந்தது. நவ்லே, இதாதே, தாமு அண்ணா, ஸ்ரீபதி சாஸ்திரி, வஸந்த ராவ் கேல்கர் போன்றோருடன் கலந்துரையாடி ஒரு விஷயம் முடிவு செய்யப் பட்டது. சமரஸதா மன்ச்சின் நிலையைத் தெளிவுபடுத்தும் வகையில் நான், அதன் செயலர் என்ற முறையில் ஒரு கட்டுரை எழுத வேண்டும் என்பதே அந்த முடிவு. அதன்படி நான் 'விவேக்'கில் அம்பேத்கர் ராமனுக்கு எதிரி என்பது சமுதாயத்தைக் குழப்பும் வாதம் என்ற கட்டுரையை எழுதினேன். சமரஸதா மன்ச்சின் அதாவது சங்கத்தின் நிலை இக்கட்டுரையில் எடுத்துக் கூறப்பட்டிருந்தது.

கட்டுரையில் நான் தெளிவுபடுத்தியிருந்தவை இவைதான் : 1) டாக்டர் அம்பேத்கரின் 'ரிடில்ஸ்' நான்காவது தொகுப்பிலிருந்து அகற்றப்படக் கூடாது. 2) டாக்டர் அம்பேத்கர் இந்து சமுதாயத்துக்கு எதிரியல்ல. 3) இந்த விஷயத்தை இழுத்தடித்தால் அதனால் இந்து சமுதாயத்துக்குத் தீமையும் முஸ்லீம்களுக்கு லாபமும் ஏற்படும். 4) பவாரும் கட்கரீயும் தங்கள் அரசியல் சுயநலத்துக்காக, இந்து சமுதாயத்தினரை ஒருவருக் கொருவர் சண்டையிட வைக்கின்றனர்.

இந்துத்துவவாதியான சிவசேனைக்கு எதிராக, எந்தவொரு நிலையையும் எடுப்பது எளிதல்ல. கருத்துக் கண்ணோட்டத்தில்

அம்பேத்கர்வாதிகளைவிட, சிவசேனைக்காரர்கள் நமக்கு நெருக்க மானவர்கள். ஆனால் உடனடி லாபத்தைக் கருதுவதா, தொலைவிலுள்ள எதிர்காலத்தை எண்ணிப்பார்ப்பதா என்ற சிக்கலான பிரச்னை எழுந்தது. டாக்டர் அம்பேத்கரோ, ஸ்ரீகுருஜியோ ஒருபோதும் உடனடி லாபத்தைக் கருதியதில்லை. எனவே, நாமும் அதைக் கருதக்கூடாது என்பதுதான் எங்கள் நிலை.

என் கட்டுரை வெளியானதும் அது வரவேற்பைப் பெற்றது. நமது நிலைப்பாடு மக்கள் முன் வந்தது. இருப்பினும் சங்கத்தின் சில மூத்த ஊழியர்களுக்கு இந்தநிலை ஏற்புடையதாக இல்லை. அவர்களின் மனதிலும் சில கேள்விகள் இருந்தன. சங்கம் இந்தச் சண்டையில் தலையிடக்கூடாது என்ற கருத்துடையவர்களும் கணிசமான எண்ணிக்கையில் இருந்தனர். சங்கப்பணி செய்யும் ஊழியர்களுக்கு இது கவலை தருவதாக இருந்தது. சங்கப்பணியில் எங்களுக்கு முக்கியமான இடம் இருந்தது உண்மைதான். இருப்பினும் அதுசமயம் நாங்கள் இரண்டாம் நிலைப் பொறுப்புகளில் இருந்தவர்கள்தான். சமுதாய விஷயங்கள் நமக்குத் தெரியும். நாமும் சிந்திக்கிறோம். சீர்தூக்கிப் பார்க்கிறோம் என்பவை நிரூபிக்கப்பட வேண்டியிருந்தன. எனது கட்டுரைக்குக் காரணமான இந் நிகழ்ச்சி நடந்ததால் இந்த விஷயங்களும் நிரூபிக்கப்பட்டுவிட்டன.

சங்கத்தின் மூத்த ஊழியரான தெங்கடியிடம், புனேயில் ஒரு கேள்வி கேட்கப்பட்டது. 'ரிடில்ஸ் - வாதம் தொடர்பாகத் தங்கள் நிலை என்ன?' தெங்கடி பதிலளித்தார் : 'நீங்கள் 'விவேக்'கில் வெளியான ரமேஷ் பதங்கேயின் கட்டுரையைப் படித்தீர்களா? இல்லையென்றால் அதைப் படியுங்கள். அந்தக் கட்டுரையின் அடிப்படைக் கருத்துதான் எங்கள் கருத்து. கேள்விகேட்ட ஊழியர்களே பிறகு என்னிடம் இதைக் கூறினார்கள். தெங்கடி மிகுந்த அன்புடன் என் முதுகில் தட்டிக் கொடுத்துச் சொன்னார், 'இனி உன் கட்டுரைகளை நாம் மிகவும் ஆழ்ந்து படிக்கவேண்டும்.' இதை நினைக்கும்போது என் மனம் நெகிழ்கிறது.

ரிடில்ஸ் வாதம்' தொடர்பாக, இன்னொரு முக்கிய வேலையையும் நாங்கள் செய்தோம். பேரணிகளும், எதிர்ப்பேரணிகளும் தொடங்கிய பின், ஒரு கட்டத்தில் 'இப்போது சங்கம் இது விஷயத்தில் முன்வந்து ஏதாவது செய்ய வேண்டும்' என்று எங்களுக்குத் தோன்றியது. இதுபற்றி சங்கத்தின் மாநிலத் தலைவர் அல்லது மாநிலச் செயலாளர் அறிக்கை வெளியிட வேண்டிய கட்டாயம் ஏற்பட்டிருந்தது. இவ்வாறு பிரசாரம் செய்வதில் முற்போக்குவாதிகள் மிக முனைப்பாக உள்ளனர். ஆனால் சங்கத்தில் இவ்வாறு பிரசாரம் செய்வதில்லை. மாநிலத் தலைவர்,

அகிலபாரதத் தலைவரின் பிரதிநிதியாகவும், மாநிலச் செயலாளர், பொதுச் செயலாளரின் பிரதிநிதியாகவும் உள்ளனர். அவர்களது கருத்துகள் முழு சங்கத்தின் கருத்துகளாகக் கருதப்படுகின்றன. சங்கத்துடன் தொடர்புள்ள அனைத்து அமைப்புகளின் கருத்தாகவும் அது மதிக்கப்படுகிறது. அவற்றிற்கெதிராக எந்தவொரு அமைப்பின் கருத்தும் இருப்பதில்லை. ஆனால் முற்போக்குவாதிகள், சோஷலிஸ்டுகள் விஷயத்தில் இவ்வாறு இல்லை. அவர்களது கருத்து அவர்களது தனிப்பட்ட கருத்தாகவேதான் இருக்கிறது. அவர்களது அமைப்புக்கும் அவர்களுக்கும் தொடர்பு இருப்பதில்லை. இப்போது கேள்வி சங்க அறிக்கை எவ்வாறு வெளியிடுவது என்பதுதான்.

இதுபற்றி நான் இதாதே மற்றும் நவ்லேயுடன் சர்ச்சை செய்தேன். தாமு அண்ணாவையும் சந்தித்தேன். அவரிடமும் சங்க அறிக்கையின் தேவையை எடுத்துரைத்தேன். தாமு அண்ணாவுக்கு எந்தவொரு விஷயத்தையும் எடுத்துரைப்பதில் தடை எதுவும் வருவதில்லை. அவர் உடனே இந்த விஷயத்தை அங்கீகரித்தார். அதனால் அடுத்த பணிகள் எளிதாயின.

அப்போது ஸ்ரீபதி சாஸ்திரி, மாநிலச் செயலாளர் ஆகியிருந்தார். அவர் கையெழுத்திட்டு இந்த அறிக்கை வெளியிடுவதென முடிவாயிற்று. அதேசமயம், மும்பை, கே.சி.காலேஜ் ஹாலில் 'ரிடில்ஸ் வாதத்தை நிறுத்து' என்ற தலைப்பில் ஒரு கருத்தரங்கு நடத்தவும் முடிவு செய்யப்பட்டது.

'ரிடில்ஸ் வாதத்தை நிறுத்து' என்பது பற்றி சாமாஜிக் சமரஸதா மன்ச் சார்பில் கருத்தரங்கு ஏற்பாடு நடந்துவந்தது. அதேசமயம் 'தருண் பாரத்'தின் அப்போதைய ஆசிரியர் சுதீர் ஜோக்லேகர் 'ரிடில்ஸை நிறுத்து' என்ற தலைப்பில் தலையங்கம் எழுதினார். இந்தக் கட்டுரையில் வெளியிடப்பட்ட கருத்துகள், நிலவிவந்த கருத்துக் களுக்கு எதிராகவும் கடுமையாகவும் இருந்தது உண்மைதான். ஆனால், அது சமுதாய நன்மையை எடுத்து உரைத்தது. அப்போது இந்தத் தலையங்கம் நல்ல பாராட்டும் பெற்றது. அதுமட்டுமல்ல, இந்தத் தலையங்கத்துக்கு மும்பை மராட்டி பத்திரிகையாளர் சங்கம், அமரர் காகாசாஹேப் காடில்கர் நினைவு தலையங்கப் பரிசும்கூட அளித்தது.

மும்பையில் நானும், திலீப் கரம்பேல்கர் மற்றும் வஸந்தராவ் தாம்பேயும், கருத்தரங்கத்தில் பங்கேற்குமாறு வேண்டிக் கொள் வதற்காக பிரகாஷ் அம்பேத்கரையும், நீலகண்ட காடில்கரையும் சந்தித்தோம். பேராசிரியர் ராம் காப்ஸே, வாமன்ராவ் பரப் இருவரும் நம்மவர்களே. அவர்களையும் பங்கேற்க அழைத்தோம். இதற்கிடையில் மாநில செயலாளர் ஸ்ரீபதி சாஸ்திரி சமரஸதா மன்ச்சின் இதழான

‘சமரஸதா’ வெளியீட்டு விழாவில் நிகழ்த்திய சொற்பொழிவு அடங்கிய பிரசுரம் கிடைத்தது. அப்பிரசுரத்தை புனேயிலிருந்து கொண்டுவந்து நானே எல்லா முக்கிய பத்திரிகைகளுக்கும் அளித்தேன். ‘நவகால்’ நாளிதழ் இப்பிரசுரத்தை முதல் பக்கத்தில் குறிப்பிடத்தக்க விதத்தில் தலைப்புக்கொடுத்துப் பிரசுரித்தது. அதன் தலைப்பும் செய்தியும் கீழ்க்கண்டவாறு இருந்தன.

டாக்டர் அம்பேத்கர் இந்து சமுதாயத்தின் நண்பர், எதிரியல்ல! - ஸ்ரீபதி சாஸ்திரி

‘தற்போது மகாராஷ்டிரத்தில் டாக்டர் அம்பேத்கர் எழுதிய ‘ரிடில்ஸ் ஆப் ராம் அண்ட் கிருஷ்ணா’ அத்தியாயத்தை வைத்து பெரிய விவாதம் எழுந்துள்ளது. டாக்டர் அம்பேத்கரின் இந்த சர்ச்சைக்குரிய அத்தியாயத்தின் அடிப்படையில், டாக்டர் அம்பேத்கரை இந்து சமுதாயத்தின் எதிரி எனப் பறைசாற்றுவது மாபெரும் தவறு. டாக்டர் அம்பேத்கர் பற்றி இப்படி விஷமப் பிரச்சாரம் செய்வது அவரது சமுதாயப் பணியினைத் திரித்துக் கூறுவது ஆகும். டாக்டர் அம்பேத்கர் இந்து சமுதாயத்தை சமத்துவம், சகோதரத்துவம், சுதந்திரம் போன்ற வற்றின் அடிப்படையில் புனரமைப்பதற்கே தனது வாழ்நாள் முழுவதையும் செலவிட்டார். இதனால் அவரைப் பற்றிக் கருத்து வெளியிடும்முன், அவரது முழு வாழ்க்கையையும் படித்தறிவது அவசியம். அப்படிச் செய்யாமல் அவரது வெளியிடப்படாத கட்டுரை களின் அடிப்படையில் அவரைப் பற்றித் தவறான கருத்துக் கொள்வதும், அவற்றைப் பிரசாரம் செய்வதும் தொலைநோக்குக்கு அழகல்ல.

தலித்துகளுக்கும் மற்றவர்களுக்குமிடையே தோன்றியுள்ள இடைவெளி, நமது நாட்டுக்கு நன்மை தருவதல்ல. நமது சமுதாயத்தில் இத்தகைய பிளவு ஏற்படாமலிருக்க, மகாத்மா காந்தி தனது உயிரைப் பணயம் வைத்து முயற்சி செய்துள்ளார். டாக்டர் அம்பேத்கரும்கூட தலித்துகளின் நலனுக்காக இந்து சமுதாயத்தில் பிளவு உண்டாக்கும் வேலை எதையும் செய்யவில்லை. இன்றைய விபரீதமான சூழ்நிலையில் நமது சமுதாயத்தின் ஒருமைப்பாட்டைக் கட்டிக்காப்பது சமுதாயத்தில் சகோதர உணர்வுடன் ஒருவருக்கொருவர் அன்பு செலுத்துவது போன்றவை மிக மிக இன்றியமையாதவை. நாமனை வரும் இதே குறிக்கோளுடன் முழு முயற்சி செய்ய வேண்டும். இதுதான் நம்மனைவருக்கும் நல்லது.

துரதிருஷ்டவசமாக, பல அரசியல் தலைவர்கள் தமது குழுவின் நலத்துக்காகவும், தமது தலைமைப் பதவியைக் காத்துக் கொள்ளவும் டாக்டர் அம்பேத்கரின் கட்டுரைகளைத் தவறாகப் பயன்படுத்து கின்றனர். ஸ்ரீராமபிரானிடத்தும் ஸ்ரீகிருஷ்ணரிடத்தும் நமது

சமுதாயத்தின் கோடானுகோடி மக்களின் மனதில் அளவுகடந்த பக்தி உண்டு. இதை மனதில்கொண்டுதான் தலித் தலைவர்கள், இந்த மகாபுருஷர்கள் பற்றித் தங்கள் கருத்துகளை வெளியிட வேண்டும். தலித்துகளின் மதிப்புக்குரிய டாக்டர் அம்பேத்கர் பற்றி இகழ்ந்துரைப்பது சரியல்ல என்பது போலவே காரணமின்றி ஸ்ரீராமர், ஸ்ரீகிருஷ்ணர் பற்றியும் பழித்து உரைப்பதால் சமுதாயத்தின் அமைதி குலையக்கூடும்.

ரிடில்ஸ் பிரச்னையை வைத்து தலித்துகளும் மற்றவர்களும் ஒருவருக் கெதிராக மற்றொருவர் பலம் காட்டத் தொடங்கினால் அது சமூக விரோதிகளுக்குத்தான் சாதகம். கிறிஸ்தவ மிஷனரிகளும், முஸ்லீம்களும், கம்யூனிஸ்டுகளும் நமது சமுதாயத்தில் தோன்றும் பிளவைப் பயன்படுத்தக் காத்திருக்கிறார்கள். இதனால் இந்து சமுதாயம், இப்படிப்பட்ட உணர்வுபூர்வமான பிரச்னைகளை உணர்ச்சிவசப்படாமல் விவேகத்துடன் தீர்க்க வேண்டும். அரசால் வெளியிடப்பட்டுள்ள நான்காம் தொகுதியில் ராமர், கிருஷ்ணர் பற்றிய அத்தியாயம் இடம்பெற்றால்கூட அதனால் இந்து சமுதாயத்துக்கு பயங்கர ஆபத்து ஒன்றுமில்லை.

சிந்தனையாளர்களும் சமுதாயத்தின் நலம் நாடுவோரும் ஒன்றுகூடி ஒரு சீரான அடிப்படையை உருவாக்கவேண்டும்''

சங்கத்தின் இந்தப் பிரகடனம் மற்றும் கருத்தரங்கின் விளைவு மிக அற்புதம். கருத்தரங்குக்கு முன்னாள் முதல்வர் எஸ்.பி.சவாண் தலித் தலைவர்களையும், சிவசேனைத் தலைவர்களையும் ஒருநாள் அழைத்துப் பேசினார். அக்கூட்டத்தில் நாலாவது தொகுதியிலிருந்து ரிடில்ஸ் அத்தியாயம் அகற்றப்படக்கூடாது என முடிவாயிற்று. இவ்வாறு வாதம் அத்துடன் முடிவுற்றது'.[6]

ரமேஷ்பதங்கே தரும் ஆதாரங்களின் அடிப்படையில் பார்த்தால் ஆர்.எஸ்.எஸ். அம்பேத்கரின் ரிடில்ஸ் புத்தகத்தை எதிர்க்கவில்லை, அதை அப்படியே வெளியிட வேண்டும் என்பதை ஏற்றுக்கொண்டது என்பதை நாம் புரிந்துகொள்ளலாம்.

## மராத்வாடா பல்கலைகழகப் பெயர்மாற்றத்தை எதிர்த்ததா ஆர்.எஸ்.எஸ்?

ஆர்.எஸ்.எஸ். மீது முக்கியமான குற்றச்சாட்டாகப் பலர் வைப்பது மகாராஷ்டிராவில் அம்பேத்கர் பெயரில் பல்கலைக்கழகம் கொண்டு வர எதிர்ப்பு தெரிவித்தது என்பதுதான். இதை இன்றும்கூடத் தொலைக்காட்சி விவாதங்களிலும், நூல்களிலும், கட்டுரைகளிலும் எழுதிப் பரப்பி வருகின்றனர். ஆனால் மராத்வாடா

பல்கலைக்கழகத்துக்கு அம்பேத்கர் பெயர் வைக்க வேண்டும் என்று சொல்லி அதை முடிவுக்குக் கொண்டுவந்தது ஆர்.எஸ்.எஸ். அமைப்பு தான். இதைப்பற்றி அந்தப் போராட்டத்தில் ஈடுபட்ட ரமேஷ் பதங்கே கூறுவதைக் கேளுங்கள் :

*'1978ல் மகாராஷ்டிர சட்டப் பேரவையில் மராத்வாடா வித்யாபீடத்தின் பெயர் மாற்ற மசோதா நிறைவேறிற்று. இதற்கு மராத்வாடாவில் தீவிர எதிர்ப்புத் தோன்றியது. தலித்துகளின் குடியிருப்புகளில் சிலர் தீவைத்தனர். இது தேசத்தில் மிகப் பெரிய பிரச்னையாக உருவெடுத்தது.*

*1978ல் சங்கத்தின் மூன்றாவது தலைவர் பாலாசாஹேப் தேவரஸ், மகாராஷ்டிரத்தில் சுற்றுப்பயணம் மேற் கொண்டிருந்தபோது சம்பாஜி நகரில் அவரது நிகழ்ச்சி இருந்தது. பெயர்மாற்றம் பற்றி அவரிடம் பேசியபோது, 'பெயர் மாற்றம் தேவைதான் என்பது என் கருத்து. பெயர் மாற்றத்தை எதிர்ப்பவர்களது கருத்து தவறானது' என்று பாலாசாஹேப் சொன்னார்.*

*1988-ல் சாமாஜிக் சமரஸதா மன்ச்சின் தத்துவ விளக்கமாக நாங்கள் ஏற்பாடு செய்த மாநாடுகளில் சில தீர்மானங்களை நிறைவேற்றினோம். அதில் ஒரு தீர்மானம், மராத்வாடா பல்கலைக்கழகத்துக்கு டாக்டர் அம்பேத்கர் பல்கலைக்கழகம் என்று பெயர்மாற்றம் செய்வது. 1978இல் பெயர் மாற்றத்தை வைத்து ஒரு இயக்கம் நடைபெற்றது. அப்போது நான் அந்த இயக்கம் பற்றித் தீவிரமாக எண்ணிப் பார்க்கவில்லை. ஆனால் பிக்கு இதாதே, சுகதேவ் நவ்லே, தாமு அண்ணா மற்றும் மராட்வாடாவின் முக்கியமான சங்க ஊழியர்கள் அப்படியல்ல. சுகதேவ் நவ்லேயோ பெயர்மாற்ற இயக்கத்தில் நிதர்சனமாகப் பங்கு கொண்டார். அவருக்கு மராத்வாடாவின் சமுதாயச் சூழ்நிலை நன்கு தெரிந்திருந்தது. எனக்கு இவ்விஷயம் புதிது. மெல்ல மெல்ல, நானும் இவ்விஷயத்தை ஆராயத் தொடங்கினேன். மெல்ல மெல்ல என் மனதிலும் பெயர் மாற்றம் பிரச்னையின் வடிவம் தெளிவாயிற்று.*

*நான் முன்னரே இது பற்றி விவரித்திருக்கிறேன். பெயர்மாற்றத்தை எதிர்ப்பவர்கள், தனது எதிர்ப்புக்கு ஒரு நியாயம் கற்பித்து வைத்திருந்தனர். இவ்விஷயத்தில் தலித்துகளின் நிலை வேறாக இருந்தது. அந்த அடிப்படையில் பெயர் மாற்றத்தை ஆதரிக்கும் வகையில், நமது நிலை என்ன? எந்த வகைகளில் நாம் அதை ஆதரிக்க வேண்டும்?- இவ்வாறு என் மனதில் எண்ணங்கள் மோதின.*

*1985இல் சம்பாஜி நகர்த் தேர்தலுக்குப் பின், மராத்வாடாவில் சிவசேனை வேகமாகப் பரவியது. சிவசேனை, அம்பேத்கர் பெயர் வைப்பதை எதிர்த்தது. மராத்வாடாவில் தலித்துகள் தவிர மற்றவர்கள்*

பொதுவாகப் பெயர் மாற்றத்தை விரும்பவில்லை என்பது சிவசேனைக்குத் தெரியவந்தது. பெயர் மாற்றத்தை எதிர்த்தால், அதனால் அரசியல் ஆதாயம் நிச்சயம் கிடைக்கும் என அரசியல் லாப-நஷ்டக் கணக்குப் போட்டு, சிவசேனை பெயர்மாற்ற எதிர்ப்பு நிலையைக் கைக்கொண்டது.

பால்தாக்கரே 'என்ன ஆனாலும் சரி, பல்கலைக்கழகத்துக்குப் பெயர் மாற்றம் செய்ய அனுமதிக்கமாட்டோம்' என அறிவித்தார். மேலும், டாக்டர் அம்பேத்கர் நிஜாமின் ஏஜெண்டாக இருந்தார் என்று பிரசாரமும் செய்யப்பட்டது. இதனால் அம்பேத்கரின் ஆதரவாளர்கள் வெகுண்டெழுந்தனர். பேரணிகளும் எதிர்ப்புப் பேரணிகளும் நடந்தன. மிரட்டல்களுக்கும் பஞ்சமில்லை. 'ரிடில்ஸ்' பிரச்னையை வைத்து சமுதாயத்தில் சூறாவளி வீசியதுபோலவே இப்போதும் சூடேறத் தொடங்கியது. இந்நிகழ்ச்சிகளெல்லாம் 1992 ஜூலை, ஆகஸ்ட் மாதங்களில் நடந்தவை.

இந்நாட்களில் பெயர்மாற்றப் பிரச்னையை வைத்து, சூடேறிக் கொண்டிருந்த சமுதாயச் சூழ்நிலை பற்றி சங்கத்தில் ஒரு சர்ச்சை நடைபெற்றது. சங்கம் இது விஷயத்தில் நடுநிலையான முடிவைக் கைக்கொள்ளும் நேரம் வந்துவிட்டது எனத் தோன்றியது.

பெயர் மாற்றத்தை எதிர்ப்பதற்காக சோஷலிஸ்ட் தோழர்கள் இந்தப் பிரச்னையை முன்பிருந்தே மராத்வாடாவின் கௌரவப் பிரச்னையாக்கி விட்டிருந்தனர். நமது இந்து கௌரவம் அவர்களுக்கு ஜாதி வெறியாகவும் மத வெறியாகவும் தோன்றுகிறது. ஆனால் மராத்வாடாவின் பிரதேச கௌரவம் அவர்களுக்கு முற்போக்கு வாதம். சிவசேனையும்கூட இந்தப் போக்கைத்தான் கடைப்பிடித்தது. நாங்கள் இந்துத்துவ அடிப்படையில் பெயர்மாற்றத்தை முழுமையாக ஆதரிப்பதென முன்னரே முடிவு செய்திருந்தோம். இப்போது நான் இவ்விஷயம் பற்றி எழுதத் தொடங்கினேன். நான் 'விவேக்' வார இதழின் நிர்வாக ஆசிரியர். 'தருண் பாரத்' நாளிதழிலும் தவறாமல் கட்டுரைகள் எழுதுவேன். இவை மூலமாக நான் அப்போது பெயர் மாற்றத்தை ஆதரித்துப் பல கட்டுரைகள் எழுதினேன். இக்கட்டுரை களில் நான் இந்துத்துவ அடிப்படையில் பெயர்மாற்றத்தை ஆதரிப்பது ஏன் அவசியம் என்பதைத் தர்க்கரீதியாக எடுத்துரைக்க முயன்றேன். இக்கட்டுரைகளை நான் சுயமாக எழுதினாலும்கூட எழுதுவதற்குமுன் நான் பிடிவாதமாக, பிக்கு இதாதே, தாமு அண்ணா, சுகதேவ் நவ்லே போன்றவர்களுடன் இதுபற்றி சர்ச்சை செய்தபிறகுதான் எழுத்தின் திசையை முடிவு செய்வேன்.

இவ்வேளையில் ஒரு கேள்வி என் மனதில் மீண்டும் மீண்டும் எழுந்தது. 1927இல், 1930இல் முறையே மகதிலுள்ள பொதுக்குளப் பிரச்னை,

நாசிக்கின் ராமர் ஆலயப் பிரவேசப் பிரச்னை இவற்றைவைத்து சத்யாகிரகம் நடைபெற்றபோது, சங்கம் இது விஷயத்தில் ஒன்றுமே செய்ய முடியவில்லையே ஏன்? தலித் இளைஞர்கள் பலமுறை இக்கேள்வியை எழுப்பிவந்தனர். 1927இல் சங்கத்தின் வயது இரண்டேதான். மகதில், சங்க ஷாகா தொடங்கப்படவில்லை. அப்போது சங்கம் ஒரு கணக்கிலும் வரவில்லை.

1930லும்கூட இச்சூழ்நிலையில் பெரிய மாற்றம் ஒன்றும் இல்லை. அன்றைய சங்கம் சிறார்களின் சங்கமாக இருந்தது. அப்போது சங்கத் தலைவர் டாக்டர் ஹெட்கேவார். அவருக்கு அப்போதைய இந்து சமுதாயத்தில் செல்வாக்கு அதிகம் இல்லை எனலாம். இதனால் சங்கம் அப்போது எதுவும் செய்யமுடியவில்லை. ஆனால் 1992இல் அப்படிப் பட்ட சூழ்நிலை இல்லை. இப்போது சங்கம் செல்வாக்குள்ள சக்தி மையம். இந்து சமுதாயத்தில் சங்கத்துக்கு நல்ல செல்வாக்கு உள்ளது. சங்கத்தின் அரசியல், சமய, மற்றும் சமுதாய ஆற்றல் மிகவும் வளர்ந்துவிட்டது. இப்போது சங்கம் ஏற்கும் நிலைக்கு ஒரு சிறப்பான முக்கியத்துவம் கிடைக்கப் போகிறது. இவ்விஷயத்தை நான், எனது கட்டுரைகளிலும் ஊழியர்களின் பயிற்சிக்காக நடைபெறும் நிகழ்ச்சியிலும்கூட எடுத்துரைப்பேன்.

சங்கத்தில் அம்பேத்கர்வாதக் கருத்துடைய ஊழியர்கள் பலர் உள்ளனர். சங்கம் பெயர்மாற்ற இயக்கத்தில் இறங்கவேண்டுமே என அவர்களுக்கு உள்ளூர எண்ணம். 1992ல் கரசேவாவில் ஈடுபட்டது போலவே, மறுபடியும் ஒரு கரசேவா நடத்திட வேண்டும் என அவர்களுக்குத் தோன்றியது. இப்படிப்பட்ட ஊழியர்களில் மது ஜாதவ் ஒருவர். அப்போது அவருடன் உரையாடியது எனக்கு நினை விருக்கிறது. 'நாம் பெயர்மாற்றத்துக்காகக் கர்சேவா செய்தாலென்ன?'

'இன்றைய சூழ்நிலையில் அவ்வாறு கர்சேவா செய்வது மிகக் கடினம். காரணம், ராமபிரானை இந்து சமுதாயம் முழுதும் ஏற்றுக்கொள்கிறது. டாக்டர் அம்பேத்கரை தலித் சமுதாயம் மட்டுமே ஏற்றுக் கொண்டுள்ளது' - நான் சொன்னேன்.

'நாம் பெயர்மாற்ற இயக்கத்தில் சேரவே மாட்டோமா?'

'அப்படியில்லை. நாம் இயக்கத்தில் நிச்சயம் சேருவோம். ஆனால், அதற்கான ஆயத்தம் செய்தபிறகு. தற்சமயம் அதற்கான ஆயத்தம் நடந்து கொண்டிருக்கிறது' - நான் கூறினேன்.

இடைவிடாது எழுதப்பட்டுவரும் கட்டுரைகள், பல்வேறு ஊழியர் களின் பேச்சு, குறிப்பாக, தாமு அண்ணா மற்றும் பிக்கு இதாதே இவர்கள் ஸ்வயம் சேவகர்களின் மத்தியில் பேசும்பேச்சுக்களின்

காரணமாக, சங்க ஊழியர்கள் பெயர்மாற்றத்தை எதிர்ப்பது குறைந்து விட்டது. சுகதேவ் நவ்லே, மராத்வாடாவிலேயே நமது ஊழியர்களைப் பெயர்மாற்றத்துக்கு ஆதரவாக மாற்றியிருந்தார். சங்க ஊழியர்கள், பெயர்மாற்றத்தை எதிர்ப்பவர்களை எதிர்ப்பது என உறுதியேற்றனர்.

சிவசேனையை எதிர்ப்பது சங்கத்தின் பல ஊழியர்களுக்குப் பிடிக்க வில்லை. அரசியல் துறையில் பணிபுரியும் ஊழியர்கள் இவ்விஷயத்தில் மிகவும் எச்சரிக்கையாக இருந்தனர். தேர்தல் அண்மையில் இருந்ததால் பெயர்மாற்ற விஷயத்தைக் கையில் எடுப்பது ஆபத்தானது என்பது அவர்கள் வாதம். சிவசேனையும் நாமும் இந்துத்துவவாதிகள். இதனால் இரண்டு இந்துத்துவவாத சக்திகள் ஒன்றையொன்று எதிர்க்கும் நிலை அரசியல்ரீதியாக ஆபத்தானது என்பது பலரின் கருத்து. அரசியல்ரீதியில் மட்டும் இவ்வாறு எண்ணுவதில் குற்றமில்லை. காரணம் அரசியல் கட்சி ஓட்டுகளைப் பற்றிக் கவலைப்படுவது இயல்புதான். அம்பேத்கர்வாதக் கருத்துடைய வர்களின் ஓட்டு எத்தனை இருக்கும்? அதில் இந்துத்துவவாதிகளின் ஓட்டுகள் எத்தனை கிடைக்கும் என்பதெல்லாம் அரசியல் கணக்குப் புத்தகத்தின் விஷயங்கள்.

ஆனால் நாம் இவ்வாறு அரசியல் ரீதியில் கணக்குப் போடக்கூடாது; பெயர்மாற்றப் பிரச்னையில் அரசியலைவிட முக்கியத்துவம் வாய்ந்தது சமூகநீதிதான். பெயர்மாற்றம் காரணமாக இந்து சமுதாயத்தின் முன் ஒரு முக்கியமான பிரச்னை எழுந்திருந்தது. இந்து சமுதாயத்தின் உள்ளத்தில் டாக்டர் அம்பேத்கரின் இடம் என்ன? இந்து சமுதாயம் அம்பேத்கர்வாதிகளைத் தம்மவராக எண்ணுகிறதா? இந்தக் கேள்விக்கான பதிலை இப்போது செயலில் காட்டும் நேரம் வந்துவிட்டது. சங்கத்தின் ஒரு பெரும் பிரிவினருக்கு இந்தப் பிரச்னை நன்றாக விளங்கிவிட்டது. பெயர்மாற்றத்தை ஆதரித்து உறுதியுடன் அணிதிரள சங்கமும் முடிவெடுத்துவிட்டது.

1993-ன் பிற்பகுதியில், பெயர்மாற்றப் பிரச்னையின் இறுதி அத்தியாயம் தொடங்கியது. 1994-ல் மகாராஷ்டிர சட்டப்பேரவைத் தேர்தல் நடைபெற இருந்தது. அம்பேத்கர்வாதிகள் இத்தேர்தலுக்கு முன்பாகப் பெயர்மாற்றப் பிரச்னைக்கு முடிவுகாண உறுதி செய்திருந்தனர். தீக்குளிப்பு போன்ற அதிதீவிர நடவடிக்கைகளும் ஆராயப்பட்டன. சரத்பவாரை ஆதரிக்கும் ராமதாஸ் ஆட்வலே சிக்கலில் மாட்டிக் கொண்டார். பெயர்மாற்ற நிபந்தனையின் பேரில் அவர் காங்கிரஸை ஆதரித்தார். அதற்காக அவருக்கு அமைச்சர் பதவி கிடைத்தது. இப்போது பெயர் மாற்றத்துக்காக நீங்கள் என்ன செய்கிறீர்கள் என்று அம்பேத்கர்வாதிகளே அவரைக் கேட்கத் தொடங்கிவிட்டார்கள். சரத் பவாருக்கு அம்பேத்கர்வாதிகளின் ஓட்டு தேவைதான். ஆனால் பெயர்

மாற்றத்துக்கு ஈடாக அல்ல. இதனால் காங்கிரஸுக்கு வழக்கமாக ஓட்டளிப்பவர்கள் கோபம் கொள்வார்கள். எனவே அப்படிப்பட்ட ஆபத்தை விலைக்கு வாங்க பவார் தயாரில்லை. இதுபோன்ற சமயங்களில் தந்திரசாலியான அரசியல்வாதிகள் காலம் கடத்தும் உத்தியைக் கையாளுவார்கள். அதன்படி பவாரும் காலம் கடத்தும் தந்திரத்தைக் கடைபிடித்தார்.

பெயர்மாற்றம் செய்யாமலே மக்களின் ஓட்டுக்களைப் பெற்றுவிட முடியுமென்று பவாருக்குத் தோன்றியது. சிவசேனை, பெயர் மாற்றத்தை எதிர்த்தது. இந்துத்துவவாதிகளின் எதிர்ப்பைக் காரணம் காட்டி, தலித்துகளின் மனதில் அவர்களிடம் பயம் தோன்றச் செய்து விடலாமென்று சரத்பவாருக்குத் தோன்றியது. சங்கத்துக்காரர்கள் சிவசேனையை எதிர்த்துக் கிளம்பமாட்டார்கள். அதனால் வழக்கம் போல் சங்கத்தைப் பலியாடாக ஆக்கிவிடலாம் என்று நினைத்தார். சங்கத்தைத் திட்ட, புதிதாக ஒன்றையும் உருவாக்க வேண்டியதில்லை. மனுவாதம், ஜாதிவெறி, ஏற்றத்தாழ்வு, பிராமண வாதம், முதலாளித்துவம் இந்தச் சொற்களே போதும் என்று கணக்குப் போட்டார்.

ஆனால், சங்கத்தைப் பற்றிய பவாரின் அனுமானம் தவறாகிவிட்டது. சங்கம், பெயர் மாற்றத்தை ஆதரித்து உறுதிகாட்ட முடிவு செய்திருந்தது. பவாருக்கு சங்கத்தின் இந்த முடிவுபற்றித் தெரிய வில்லை. ஆனால் எங்களுக்கு இது தெரிந்திருந்தது. காரணம், சங்கத்தின் இந்த முடிவுக்குப் பின்னால் வேலை செய்யும் அணிகளில் மன்ச் ஊழியர்களான நாங்களும் இருந்தோம்.

இதுபற்றி சங்கம் முடிவு செய்துவிட்டது. ஆனால் சங்கம் தனது முடிவைத் தன் சகோதர கிளை அமைப்புகளின்மீது திணிக்க முடியாது. சங்கத்தைப் பற்றிப் பலருக்கு இந்தச் சந்தேகம் உள்ளது. அதாவது சங்கத்தில் முடிவெடுப்பவர்கள் என்று சிலர் உள்ளனர். மற்ற எல்லோரும் அந்த முடிவை மௌனமாகக் கடைப்பிடிக்கின்றனர் என்பதுதான் அந்த மாயை. ஆனால் நிஜநடைமுறை அப்படியில்லை. இதனால், சங்கம் பெயர் மாற்றத்தை ஆதரிப்பதென முடிவு செய்த பின்பும் அதற்கு அனைவரது ஒப்புதலும் கிடைக்க வேண்டியது அவசியமாயிற்று. எந்தவொரு முடிவும் ஏகமனதாக இருப்பதற்கு சங்கத்தில் ஒரு தனிநடைமுறை உள்ளது. சமன்வயக் கூடுதல். அதாவது சங்கத்தின் பல்வேறு துறைகளில் பணிபுரிவோர்களின் கூட்டுக்கூட்டம் ஒன்று ஏற்பாடு செய்யப்பட்டது.

அந்தக் கூட்டத்தின் தேதி எனக்கு இப்போது சரியாக நினைவுக்கு வரவில்லை. ஆனால் அந்தக் கூட்டம் 1993 செப்டம்பரில்

நடைபெற்றது. பெயர்மாற்றம், அந்தக் கூட்டத்தின் முக்கிய விஷயம். நாம் பெயர் மாற்றத்தை ஆதரித்துப் போராட்டத்தில் இறங்க வேண்டும் என்பது பற்றி விவாதம் நடந்தது. கூட்டத்தின் சில ஊழியர்களுக்கு இதில் உடன்பாடில்லை. அவர்கள் சொன்னார்கள் : 'இப்போதைக்கு இந்த முடிவு அவசரமுடிவாகிவிடக்கூடும். இதனால் அரசியல் ரீதியில் தீமை விளையும். எனவே நாம் இப்போதைக்கு இந்த முடிவு எடுக்கக்கூடாது'.

கூட்டத்துக்கு வந்திருந்த ஊழியர்கள் மாநில அளவில் முடிவெடுக்கக் கூடிய பெரிய பொறுப்பில் இருப்பவர்கள். கூட்டத்தை வழிநடத்தியவர் பிக்கு இதாதே. அனைவரது கருத்தையும் கேட்டு அறிந்தபின் அவர்தான் இறுதி முடிவு எடுக்க வேண்டும். கூட்டத்தை நிறைவு செய்து அவர் கூறினார் : 'தற்சமயம் இந்த விஷயத்தை நாம் இத்துடன் ஒத்திப்போடுகிறோம். இப்போது உடனே எந்த முடிவும் எடுக்க முடியாது. சங்கத்தின் அகில பாரதப் பொதுச் செயலாளர் ஸ்ரீ ஹொ.வே.சேஷாத்ரிஜியின் சுற்றுப்பயணம் விரைவில் தொடங்க உள்ளது. ஜால்னாவில் மராத்வாடாவின் அனைத்து ஊழியர்களின் கூட்டத்தில் அவர் வழிகாட்டவுள்ளார். அப்போது அனைவருடனும் கலந்து பேசி பிறகுதான் இறுதி முடிவு எடுக்கப்படும்.'

கூட்டம் முடிந்ததும் ஊழியர்கள் அனைவரும் சென்றுவிட்டனர். நான் அங்கேயே இருந்தேன். இதாதே என்னை ஒருபுறம் தனியாக அழைத்துச் சென்று சொன்னார் : 'இன்றைய கூட்டத்தில் எனது முடிவைக் கேட்டு உனக்கு வருத்தமாக இருந்திருக்கும். இது எனக்குப் புரிகிறது. ஆனால் இந்த முக்கிய ஊழியர்கள் மீது நமது முடிவைச் சுமத்துவது இயலாது. ஆனால் பெயர்மாற்றத்தை ஆதரிப்பதைத் தவிர நமக்கு வேறு வழி கிடையாது. ஜால்னா கூட்டத்தில் இதுபற்றி இறுதி முடிவு எடுக்கப்படும்.'

இதற்கு நான் என்ன கூறமுடியும்? நான் சற்று நம்பிக்கையிழந்தது போலானேன். ஆனால், சங்கத் தலைமையிடம் எனக்கு முழு நம்பிக்கையிருந்தது. தாமு அண்ணா இந்த விஷயத்தை அரைகுறை யாக விடமாட்டார் என்பதில் எனக்கு முழு நம்பிக்கை இருந்தது.

பெயர்மாற்றம் தொடர்பான கூட்டம், ஜால்னாவில், அக்டோபர் மாதத்தில் நடைபெற்றது. இது ஒரு வரலாற்றுச் சிறப்புமிக்க கூட்டமாக அது இருந்தது. ஒரு ஊழியர் ஸ்ரீசேஷாத்ரிஜியிடம் கேட்டார் : 'பெயர்மாற்றம் தொடர்பாக நமது நிலை என்ன?' அவர் தெளிவாக பதில் அளித்தார் : 'சங்கம் பெயர்மாற்றத்தை எதிர்க்கவில்லை. பெயர் மாற்றம் ஏற்படவேண்டும். மராத்வாடா பல்கலைக்கழகத்துக்கு டாக்டர் அம்பேத்கர் பெயர் வைக்கப்பட வேண்டும்.' இவ்வாறு

மத்தியத் தலைமையின் சார்பில் பெயர்மாற்றம் பற்றிய சங்கத்தின் நிலை தெளிவாகத் தெரிந்தபிறகு மேற்கொண்டு வேலை எளிதாயிற்று.

ஜால்னாவில் அனைத்து ஊழியர்களின் கூட்டம் கூடியது. கூட்டம் வெகுநேரம் நடந்தது. மராத்வாடாவின் மாவட்ட செயலாளர், இணை செயலாளர், சங்க முழுநேர ஊழியர்கள் மற்றும் பல்வேறு துறையில் பணிபுரிவோர் கூட்டத்துக்கு வந்திருந்தனர். கூட்டத்தில் 'பெயர் மாற்றம் ஒரு வகையான வலுக்கட்டாயம். இதை புனே மும்பைத் தலைவர்கள் கேட்டுள்ளனர். பொதுமக்கள் இதற்கு எதிர்ப்பாக உள்ளனர். இது தலித்துகளைத் திருப்திப்படுத்துவதாகும். அரசியல் ரீதியில் நாம் இங்கே காணாமற்போய்விடுவோம்.' இது போன்ற பெயர்மாற்றத்துக்கெதிரான கருத்துகள் தெரிவிக்கப்பட்டன. அத்துடன் கூடவே, 'பெயர்மாற்றம் அரசியலுக்கு அவசியம். அதை ஆதரிப்பதால் அம்பேத்கர் ஆதரவாளர்கள் நம்மீது நம்பிக்கை வைப்பார்கள். சிவசேனையின் வாதத்துக்கு நாம் பதிலடி கொடுக்கத்தான் வேண்டும். பெயர் மாற்றத்தால் பெரிதாக அரசியல் நஷ்டம் ஏற்படாது.' என்பது போன்ற பெயர்மாற்றத்தை ஆதரிப்பவர்களது வாதங்களும் உறுதியாக இருந்தன.

தாமு அண்ணா கூட்டத்தை நிறைவு செய்து பெயர் மாற்றத்தை சங்கம் ஆதரிக்கிறது என்று சங்கத்தின் நிலையை எடுத்துரைத்தார். இது சங்கத்தின் வரலாற்றுச் சிறப்புமிக்கதோர் முடிவு ஆகும். போலி முற்போக்காளர்களின் பாஷையில் சொன்னால் 'மனுவாதிகள்' இன்னுமொரு அடி முன்னேறிவிட்டார்கள்.

இந்த முடிவைச் செயல்வடிவாக்குவது சற்று கடினமென்றாலும் சாத்தியமானதுதான். 1993 நவம்பரிலிருந்தே சுகதேவ் நவ்லேயும், சரத் குல்கர்ணியும் இணைந்து மராத்வாடா முழுவதிலும் சுற்றுப்பயணம் செய்தனர். சரத் குல்கர்ணி அதுசமயம் மராத்வாடா பா.ஜ.க.வின் அமைப்புச் செயலாளர். சுற்றுப்பயணத்தின்போது, ஆங்காங்கே நடைபெறும் கூட்டங்களில் உள்ளூர் ஊழியர்கள் அனைவரது வருகையும் எதிர்பார்க்கப்பட்டது. நவ்லே கேட்பார் : 'பெயர் மாற்றத்தை யாராவது எதிர்க்கிறீர்களா?' சிவசேனையின் தாக்கத்தினால் எங்கோ ஓரிடத்தில் சிலர் 'நாங்கள் பெயர்மாற்றத்தை விரும்பவில்லை' என்பார்கள். இதற்கு சரத் குல்கர்ணி பதில் சொல்வார்: 'பெயர்மாற்றத்தை எதிர்க்க விரும்புபவர்கள் தாராளமாக எதிர்க்கலாம். ஆனால் கட்சி மேடையில் பேசும்போது எதிர்க்க அனுமதியில்லை. எதிர்ப்பவர்கள் முன்னதாகக் கட்சியிலிருந்து விலகிவிட வேண்டும்' இறுதி முடிவு எடுப்பதற்கு முன்னால், சங்கம் ஜனநாயக முறை அனைத்தையும் கடைப்பிடித்திருந்தது. இதனால், இப்போது அந்த

முடிவைச் செயல்படுத்தும்போது மிகக் கடுமையானமுறை கடைப் பிடிக்கப்பட்டது.

1993 டிசம்பர் 19இல் சங்கத்தின் மாநில செயலாளர் பிக்கு இதாதே, சங்கத்தின் பெயர்மாற்ற ஆதரவுக் கடிதம் ஒன்றை வெளியிட்டார். இதோ அந்தக் கடிதம் :

ராஷ்ட்ரீய ஸ்வயம்சேவக சங்கம்<br>
(மகாராஷ்டிரம்) மோத்திபாக், 309,<br>
சனிவார் பேட், புணே - 411 030

## பெயர்மாற்றம் உடனே தேவை

மராத்வாடா பல்கலைக்கழகத்தின் பெயர்மாற்றப் பிரச்னை தீர்ந்து விட்டது. இந்தப் பிரச்னையில் அம்பேத்கர்வாதிகளின் உணர்வு மிகவும் தீவிரமாக உள்ளது. பெயர்மாற்றத்துக்காக கௌதம் வாக்மாரே தீக்குளிக்க நேர்ந்தது. மிகவும் துயரம் தருவதாகும். சட்டப்பேரவைத் தீர்மானம் எப்போதோ செயல்படுத்தப்பட்டிருக்கவேண்டும். இன்னும் காலங்கடத்தாமல், மகாராஷ்டிர அரசு மராத்வாடா பல்கலைக் கழகத்தின் பெயர்மாற்றம் செய்யும் முடிவை உடனே நிறைவேற்ற வேண்டும் என நான் மகாராஷ்டிர அரசைக் கேட்டுக் கொள்கிறேன்.

ராஷ்ட்ரீய ஸ்வயம்சேவக சங்கம் பெயர்மாற்றத்துக்கு எந்த நிபந்தனையு மின்றி தமது முழு ஆதரவையும் அறிவிக்கிறது. பெயர்மாற்றம் என்பது தேசியகௌரவப் பிரச்னை. டாக்டர் பாபா சாஹேப் அம்பேத்கர் சிறந்த தேசபக்தர். அவர் தேச சேவையில் முழுமையாகத் தன்னை அர்ப்பணித்தவர். கோடானுகோடி மக்களின் மனதில் அவர்மீது பக்தியுணர்வு இருக்கிறது. அவரைத் தக்கமுறையில் கௌரவிப்பது மகாராஷ்டிர அரசுக்கும் - சமுதாயம் முழுவதற்குமே கடமையாகும். இது சங்கத்தின் தெளிவான கருத்தாகும்.

பெயர்மாற்றப் பிரச்னையை யாரும் ஜாதிக் கலவரம் ஆக்கிவிடக் கூடாது. பெயர்மாற்றத்தைக் கொண்டு சமுதாய ஒற்றுமையை ஏற்படுத்த முயலவேண்டும். பெயர் மாற்றத்தினால் இது ஏதோ ஒரு பிரிவினரின் வெற்றி அல்லது வேறு ஒரு பிரிவினரின் தோல்வி எனக் கருதக்கூடாது. அதற்கு அவ்வாறு தோற்றம் தருவது மிகவும் கெடுதியை விளைவிக்கும்.

இந்து சமுதாயத்தின் பரவலான சமுதாய நன்மைகளைக் கருதுங்கள். பெயர் மாற்றத்தை எதிர்க்கவேண்டாம். சிவசேனைத் தலைவர் பால்தாக்கரேயிடம் பணிவுடன் வேண்டுகிறோம். அம்பேத்கர்

வாதிகளும் நமது உடன்பிறப்புகளே. அவர்களை எதிர்த்து உட்பூசல் பாதையைக் கைக்கொள்ளக்கூடாது.

அனைத்து இந்துத்துவவாதிகளுக்கும்கூட, எனது பணிவான வேண்டு கோள். அவர்கள் பெயர் மாற்றத்தை ஆதரிப்பதில் உறுதிகாட்ட வேண்டும். பெயர்மாற்றப் பிரச்னையினால் சமுதாயத்தில் மோதல் ஏற்படக்கூடாது. இதை அனைவரும் கவனத்தில் கொள்ளவேண்டும். மராத்வாடாவின் சங்க ஸ்வயம்சேவகர்களும்கூட, மிகவும் எச்சரிக்கையுடனிருந்து பெயர்மாற்றத்தை உறுதியுடன் ஆதரிக்க வேண்டும். சமுதாயத்தில் மோதல் ஏற்படாமலிருக்கும்படிப் பார்த்துக் கொள்ளவேண்டும்.

*(பிக்கு இதாதே)*
*மாநில செயலாளர்*
*டிசம்பர் 1993*

(நவகால், ஸகால், மகாராஷ்டிரா டைம்ஸ், லோக்ஸத்தா, மும்பை தருண்பாரத் ஆகிய நாளிதழ்களில் இது வெளியானது)

சங்க, பாஜக ஊழியர்கள் பெயர்மாற்ற விஷயத்தில் செயல்படத் தொடங்கிவிட்டனர் என்பதைப் புரிந்துகொள்ள மக்களுக்கு அதிக நேரம் ஆகவில்லை. தேவகிரி 'தருண்பாரத்' பெயர் மாற்றத்தை ஆதரித்து எழுதி ஊடகத்துறையில் நல்ல சூழல் ஏற்படுத்தியது. சமரஸதா மன்ச் சார்பில் பெயர்மாற்றத்தை ஆதரித்துப் பல கூட்டங் களுக்கு ஏற்பாடு செய்யப்பட்டது. இதே சமயத்தில் பெயர்மாற்றத்தின் சமூகவியல் பின்னணி என்ற எனது மராட்டியப் புத்தகம் வெளியாயிற்று. சங்கம் வெளிப்படையாகப் பெயர் மாற்றத்தை ஆதரித்ததனால் சமுதாயத்தின் சிந்தனையாளர்களும் விழிப்படைந்தனர். சங்கம் எது செய்தாலும் அது சமுதாயத்துக்கு நன்மையளிப்பதாகத்தான் இருக்கும் என்பது மக்களின் கருத்து. இதனால், சிவசேனையின் எதிர்ப்பு, வெறும் பேச்சளவில் நின்றுவிட்டது. சிவசேனை கர்ஜித்துக்கொண்டிருந்தது. ஆனால் அது கலவரம் செய்வது, தலித்துகளின் வீடுகளை எரிப்பது போன்றவற்றில் இறங்கவில்லை.

இறுதியில், 1994 ஜனவரி 14இல் சரத்பவார் அரசு, மராட்வாடா பல்கலைக்கழகத்துக்குப் பெயர்மாற்றம் செய்ய முடிவெடுக்க வேண்டியதாயிற்று. அவருக்கு வேறு வழியொன்றுமில்லை. இவ்வாறாக சங்கத்தின் ஒரு சிறு செயல்திட்டம் மூலம் 13 ஆண்டு களாகத் தொங்கலில் இருந்த இந்தப் பிரச்னை அமைதியாகத் தீர்க்கப் பட்டது.

பெயர்மாற்றம் ஏற்பட்ட பிறகு, தலித் தலைமையின் கவனம் சங்கத்தின் பக்கம் திரும்பியது. பேராசிரியர் ஜோகேந்திர கவாடே, சிவாஜி

பூங்காவில் கோபிநாத் முண்டேயைக் கௌரவித்தார். பெயர்மாற்றப் புத்தக வெளியீட்டுக்காக ரா.சு.கவயீ, சம்பாஜி நகர் வந்தார். அகில பாரதீய வித்யார்த்தி பரிஷத்தும் (ஏபிவிபி) இதுபற்றிப் புத்தகம் வெளியிட்டது. முற்போக்குவாதிப் பெரிய மனிதர்களின் வாய் மட்டும் இப்போது முற்றிலும் மூடியிருந்தது. பெயர்மாற்றம் பற்றி சங்கத்தின் நிலை குறித்து எந்தவொரு கருத்தையும் அவர்கள் வெளியிடவில்லை. இப்பிரச்சனையில் அவர்கள் கருத்தியல்ரீதியாக அடியோடு முறியடிக் கப்பட்டார்கள். பெயர்மாற்றத்தை எதிர்த்ததனால் அவர்களுக்குக் கருத்தளவில் அவமானம் ஏற்பட்டிருந்தது. இப்போது பெயர்மாற்றம் ஏற்பட்ட பிறகு அவர்களுக்கு எஞ்சியிருந்த மதிப்பும் மரியாதையும் மண்ணோடு மண்ணாயிற்று.

பெயர் மாற்றத்துக்கு முன்பாக நாம் 'பெயர் மாற்றமும் சங்கமும், சமரஸதா மன்ச்சும்' என்ற நூறு பக்கப் புத்தகம் வெளியிட்டிருந்தோம். அப்புத்தகத்தை நான் மும்பையின் முக்கிய பத்திரிகைகளுக்கு அவர்களது கருத்தைப் பெறுவதற்காக அனுப்பியிருந்தேன். ஆனால் செய்தித்தாள்களின் முற்போக்காளர் கூட்டம் அப்புத்தகத்தைப் பற்றிக் குறிப்பிடவேயில்லை.

இன்றோ பெயர்மாற்றம் என்ற வரலாற்று நிகழ்ச்சி நடந்துவிட்டது. இந்து சமுதாயத்தின் முன்னணித் தலைவர்கள் 1927ல் நடந்துகொண்ட விதம், 1994இல் நடந்துகொண்ட விதம் இரண்டிலும் மலைக்கும் மடுவுக்கும் உள்ள வேறுபாடு ஏற்பட்டிருந்தது. இந்து சமுதாயத்தின் மனப்பான்மையில் இந்தப் பெரிய மாற்றம் சங்கத்தின் இந்துத்துவ பார்வை மூலமே ஏற்பட முடிந்தது'.[7]

இப்படி வலிமையான ஆதாரம் இருந்தும்கூடத் தொடர்ந்து ஆர்.எஸ்.எஸ். அமைப்பு பெயர்மாற்றத்துக்கு எதிராக இருந்தது என்ற பொய்யைக் கிளிப்பிள்ளை மாதிரி திரும்பத் திரும்பப் பிரசாரம் செய்து வருகின்றனர்.

## ஜாதி ஒழிப்பு, தீண்டாமை ஒழிப்புக் கருத்தும் ஆர்.எஸ்.எஸ். அமைப்பில் தொடர்கிறதா?

ஆர்.எஸ்.எஸ். அமைப்பின் முதல் தலைவர் ஜாதி, தீண்டாமையை ஒழிக்க முனைந்தார். ஜாதிதான் வேற்றுமைக்கு காரணம் என்று கூறுகிறார் டாக்டர் ஹெட்கேவர் .

ஹெட்கேவர் கூறும்போது, 'முஸ்லிம்களையும் ஐரோப்பியர்களையும் நம் வீழ்ச்சிக்கான காரணங்களாகக்கூறி நமது சொந்தத் தவறுகளி லிருந்தும் பொறுப்பிலிருந்தும் நாம் தப்பிக்க முடியாது. ஏற்றத்தாழ்வு களுடன் சமத்துவமற்ற சமுதாயம் என்பதே நமது வீழ்ச்சிக்கான

காரணம் என்பதை நாம் ஒப்புக்கொள்ளவேண்டும். ஜாதி, ஜாதி உட்பிரிவுகள், போட்டி மனப்பான்மை, தீண்டாமை போன்ற பிளவு பட்ட போக்கு இந்த சமுதாய வேற்றுமைக்குக் காரணமாகும்'.[8]

இரண்டாவது தலைவர் குருஜி கூறிய கருத்துகளை ஏற்கனவே பார்த்தோம். மூன்றாவது தலைவர் பாலாசாஹேப் தேவரஸ் இதற்காகத் தொடர்ந்து குரல் கொடுத்து வந்தார். 1974 மே 7ல் புனே நகரில் அவர் ஆற்றிய சொற்பொழிவு ஆர்.எஸ்.எஸ். வரலாற்றில் முக்கியமானதொரு இடத்தைப் பெற்றிருக்கிறது. அந்த உரையை நிச்சயமாக நாம் கவனத்தில் கொள்ளும்போதுதான் ஆர்.எஸ்.எஸ். தொடர்ந்து ஜாதி, தீண்டாமை ஒழிப்பில் எவ்வளவு அக்கறை கொண்டுள்ளது என்பதைப் புரிந்துகொள்ள முடியும். இந்த உரையில் தேவரஸ் அவர்கள் தீண்டாமை பாவமில்லை என்றால் உலகில் வேறு எதுவுமே பாவமில்லை என்ற முழக்கதை வைத்தார். அவருடைய உரையை நாமும் கேட்போமே! இதோ :

'...நாம் நமது தர்மம் மற்றும் பண்பாடு ஆகியவற்றை குறித்து மிகுந்த பெருமை கொண்டுள்ளோம். நாம் பெருமை கொள்ளத்தக்க பல்வேறு விஷயங்கள் நம்மிடம் உண்டு என்பதும் உண்மையே. இந்து மண்ணின் தத்துவமும் வாழ்க்கை நெறிகளும் மனித சமுதாயத்தின் அமைதிக்கும் வளர்ச்சிக்கும் விலைமதிப்பற்ற பங்களித்துள்ளது என்பதை உலகின் மிகச்சிறந்த சிந்தனையாளர்கள் ஒப்புக் கொண்டு பாராட்டியுள்ளனர். இந்த வாழ்க்கை நெறிகள் வரலாறு, அரசியல் போன்றவற்றின் எழுச்சிகளையும் எதிர்த்து நின்று காலத்தை வென்று சிரஞ்சீவியாய் விளங்குகிறது. இத்தகைய வாழ்க்கை நெறிகள் காக்கப்பட வேண்டும் என்ற நமது உணர்வும் இயற்கையானதே. இந்தப் பெருமையை நாம் உணர்ந்து மகிழ்ந்தபோதும் பழமை முழுவதுமே ஏற்றுக்கொள்ளக் கூடியது என எண்ணக்கூடாது.

புராணமித்யேவ நா ஸாது ஸர்வம்

பழமையானது என்பதால் மட்டுமே நன்மை பயக்கக்கூடியது என்றோ நிரந்தரமானது என்றோ நாம் எதையும் கருதமுடியாது. கடந்த காலங்களில் இந்தப் பழமையான நெறிகளுக்கேற்ப வாழ்ந்ததால், நாம் புதிய சிந்தனைகளுக்கு வழிவகுக்கக்கூடாது என்று எண்ணக்கூடாது.

தாதஸ்ய கூபாயமிதி ப்ருவானாஹா

க்ஷடராம் ஜலம் காபுருஷாஹ பிபாந்தி

எனது தகப்பனாரும் பாட்டனாரும் வெட்டிய கிணறு இது. அதன் தண்ணீர் உப்புக் கரிக்கிறது. என்றாலும் அவர்கள் இதைத்தான் குடித்து

வாழ்ந்தார்கள். எனவே நாமும் அதையே குடிப்போம் என்ற குருட்டுத்தனம் யாருக்கும் எந்த நன்மையும் செய்யாது. இத்தகைய மனப்பான்மை ஒருவனைப் பாரம்பரியத்தைப் பின்பற்றும் நல்லவனாக காட்டலாம். ஆனால் அநீதியை எதிர்த்துப் போராடும் திறமையற்ற கோழையாகவே வெளிப்படுத்தும். பழமை மீதான அதீதப் பற்று தவறானது.

இந்த சமுதாயம் பலதரப்பட்ட மக்களையுடையது. சிலர் புதிய விஷயங்கள் என்றாலே சிறந்தவை என்றும், சிலர் புதிய விஷயங்கள் என்றாலே உபயோகமற்றவை, பயனற்றவை என்றும் ஒதுக்குவர். ஆனால், சமுதாயக் குறைகளைக் களைய விரும்பும் பணியை ஏற்றுக் கொண்டுள்ளவர்கள் இந்த இருவகையான தீவிர மனப்பான்மைகளில் எதையும் வளர்த்துக் கொள்ளக்கூடாது. ஸன்தஹ பரீக்ஷ்யான்யாத்ராத் என்ற மனப்போக்கைக் கையாள வேண்டும். அவர்கள் களைய வேண்டியவற்றைக் களைந்து மேன்மையானவற்றைப் பகுத்தறிந்து காக்க வேண்டும். நம் மக்கள் இத்தகைய மனப்பான்மையை வளர்த்துக் கொண்டால் விரைவில் இந்து ஒற்றுமை மற்றும் சமுதாய சமத்துவம் ஆகிய நோக்கங்கள் நிறைவேறும்.

உதாரணத்துக்கு யூதர்கள் தங்கள் மத நூல்களையும் பழக்கங்களையும் ஒன்று அல்லது இரண்டு நூற்றாண்டுகளுக்கு ஒருமுறை அந்தந்தக் காலகட்டத்துக்கு ஏற்ப மறுபரிசீலனை செய்து மாற்றிக் கொள்கிறார்கள் என சமீபத்தில் நான் படித்த புத்தகத்தின் மூலம் அறிந்துகொண்டேன். மத நூல்களின் வடிவத்தையோ வார்த்தைகளையோ மாற்ற முடியாது. ஆனால் அதன் தாத்பரியத்தை அது சொல்லும் செய்திகளைக் காலத்துக்கேற்ப நாம் அர்த்தப்படுத்திக் கொள்ள முடியும். அதை அவர்கள் செயல்படுத்தி வெற்றியும் பெற்று மற்றவர்கள் அறியும் அளவுக்குப் பரப்பவும் செய்தார்கள். அவர்கள் மாற்ற முடியாத உண்மைகளையும் மாறக்கூடிய கருத்துகளையும் இனம் கண்டு கொண்டார்கள். நம் நாட்டிலும் இம்முறை பின்பற்றப்பட்டிருக்க வேண்டும். அதனால்தான் பலதரப்பட்ட ஸ்மிருதிகள் புழக்கத்தில் உள்ளன. கடவுள், தேவர்களைப் பற்றி அறியும்போது அவற்றில் ஏற்பட்டுள்ள மாற்றங்களை நாம் அறியலாம். இந்திரன், வருணன், அக்னி போன்ற கடவுள் வழிபாடு சிவன், விஷ்ணு வழிபாடாக மாறியது.

ஒரு காலகட்டத்தில் சைவர்களுக்கும் வைணவர்களுக்கும் இடையே சச்சரவுகள் இருந்தன. சங்கராச்சாரியார் இவர்களிடையே ஒற்றுமை உண்டாக்கி பஞ்சாயதபூஜை முறையை உண்டாக்கினார். இன்று சிவராத்திரியும் ஏகாதசியும் கிட்டத்தட்ட எல்லா வீடுகளிலும் கொண்டாடப்படுகிறது. எனவே பழைய காலங்களிலும் ஒற்றுமை

ஏற்படுத்தவும், புதிய சிந்தனைகளை ஏற்றுக்கொள்ளவும் முயற்சிகள் மேற்கொள்ளப்பட்டன என்பதை அறிகிறோம். மக்கள் பழைய கருத்துகளை வார்த்தை மாறாமல் எழுத்துமாறாமல் பின்பற்ற வேண்டும் என்று நினைக்கவில்லை. புராணங்களில் பல கதைகள் கூறப்பட்டுள்ளன. அவை எல்லாம் அப்படியே ஏற்றுக் கொள்ளக் கூடியவை என நாம் கருதுகிறோமா?

உதாரணத்துக்குப் புராணங்களில் சந்திர சூரிய கிரகணங்கள், ராகுவும் கேதுவும் சந்திரனையும் சூரியனையும் விழுங்குவதால் ஏற்படுகிறது என்று கூறப்பட்டுள்ளது. நம் மதநம்பிக்கையை வலியுறுத்துவதற்காகக் கிரகணங்கள் ஏற்பட இதுவே காரணம் என அறிவுறுத்த இதைப் பள்ளிப் பாடப் புத்தகங்களில் சேர்க்க முடியுமா? விஞ்ஞான பூர்வமானதும் உண்மையானதும் மட்டுமே நாம் பாடபுத்தகங்களில் கொடுக்க முடியும். கண்மூடித்தனமான மதநூல்களைப் பின்பற்றுவது இந்துக்களுக்கு மட்டுமே உரிய குணம் அல்ல. விஞ்ஞான ரீதியாக எதையும் எதிர்நோக்கும் அமெரிக்காவில் 1925ல் பள்ளி ஆசிரியர் ஒருவர் கோர்ட்டில் நிறுத்தப்பட்டார். பைபிளில் கூறப்பட்டுள்ளதற்கு மாறாகப் பரிணாம வளர்ச்சியைப் பற்றிப் பாடம் நடத்தியதாக அவர் மேல் குற்றம் சாட்டப்பட்டது. கோர்ட் அவரை தண்டித்தது. ஆனால் இன்று கிறிஸ்துவர்கள் அந்த நம்பிக்கைக்கு இடம் கொடுப்பதில்லை. ஆனால் அவர்கள் பைபிள் மேல் உள்ள நம்பிக்கையை விடவில்லை. இது வேடிக்கையாகத் தோன்றினாலும் அதில் நமக்கு ஒரு மிகப்பெரிய பாடம் உள்ளது.

இது மாதிரியான குறைகள் பொதுவாக எல்லா நாடுகளிலும் காணப்படுவதுதான். அவற்றுக்குத் தீர்வு காணப்பட வேண்டும். நான் இவ்வாறு கூறுகையில் சிலர் இவை கடவுளால் படைக்கப்பட்டவை தான் என்று கூறுகின்றனர். கடவுளால் படைக்கப்பட்டது எதையும் மாற்றவோ, திருத்தவோ முடியாது என்ற அவர்களது கருத்தைச் சொல்லி நம்மைத் திருப்திப்படுத்த முயலுகிறார்கள். இந்தக் கூற்று எவ்வளவு தூரம் உண்மையானதாக இருக்கும்? கடவுளே கூறியிருக்கிறார், 'எப்போதெல்லாம் தர்மம் அழியத் தொடங்குகிறதோ அப்போதெல்லாம் நான் மீண்டும் பிறந்து வருவேன்' என்று. தர்மம் மீண்டும் நிலை நிறுத்தப்படும்போது, பழைய வழிமுறை மாற்றப்படக் கூடாததல்ல என்றாகிவிடுகிறது.

நமது தேசத்தில் முகம்மது நபிபோல், நான்தான் கடைசித் தூதுவன் என்று சொன்னவர் யாருமில்லை. ஆகையால் நாம் இது கடவுளுடைய உலகம், மாற்ற முடியாதது என்று கூறுவது எவ்வளவு தூரம் சரி என்று மீண்டும் சிந்திக்கவேண்டும். தர்மம் நிலை நாட்டப்படுவது என்பது

நமது ஸனாதன வாழ்க்கைக் குறிக்கோள்களைக் காப்பாற்றுவது. அதே சமயம் அதனுடைய வெளிப்பாடுகளும் பரிணாமங்களும் மாறும். இந்த மாற்றங்களை வரவேற்க நாம் தயாராக வேண்டும். முன்காலத்தில் விதிக்கப்பட்ட வாழ்க்கை முறை எப்படி உருவானது, எவ்வாறு நடைமுறைக்கு வந்தது என்பது பற்றிப் பாரபட்சமில்லாமல் நாம் நினைத்துப் பார்க்கவேண்டும். நம்முடைய முன்னோர்களுக்கு தீர்க்க தரிசனம் இல்லை என்றோ, இந்த வாழ்க்கை முறையை எந்தவிதக் கட்டுப்பாடும் இல்லாமல் அறியாமையினால் அமைத்துக் கொடுத்தார்கள் என்றும் சொல்வதற்கு எந்தக் காரணமும் இல்லை.

நாம் ஒரு உண்மையை மனதில் நிறுத்திக் கொள்ளவேண்டும். அந்தக் கால சமுதாயச் சிந்தனையாளர்களும் தலைவர்களும் அந்த சமுதாயத்தின் தேவைகளையும், நிலைமையையும் கருத்தில் கொண்டு தான் அந்தத் தனித்தன்மை மாறாமல் அதற்கேற்றாற்போல் அதன் முன்னேற்றத்துக் காகவும் சட்டதிட்டங்களை வகுத்தனர். தற்காலத்துக்கு அந்த வழிமுறைகள் தேவையில்லாமலிருந்தாலோ பயனுள்ளதாக இல்லாமல் இருந்தாலோ நாம் அதை மறுக்க முடியும். ஆனால் ஒரு குறிப்பிட்ட முறை ஒரு குறிப்பிட்ட காலத்துக்கு ஏன் அறிமுகப்படுத்தப்பட்டது என்பதை நாம் புரிந்து கொள்ளுதல் அவசியம்.

உதாரணமாக, வருணாசிர தர்மத்தை (சமூக ஜாதிப்பிரிவுகள்) எடுத்துக் கொள்வோம். முந்தைய காலங்களில் எந்த வகையான சமூகப் பிரிவுகளும் கிடையாது. ஆனால் ஒரு காலகட்டத்துக்குப் பிறகு ஒழுங்கான ஸ்திரமான சமுதாய முன்னேற்றத்துக்கு ஏதாவது ஒரு கட்டமைப்பு முறை தேவை என்று உணரப்பட்டது. அந்த சமுதாயத் தலைவர்கள், நான்கு வகையான செயல்பாடுகள் ஒழுங்காகவும் ஆக்கப் பூர்வமாகவும் நடைபெற்றால்தான் அந்த சமுதாயம் முன்னேற முடியும் என்று நினைத்தார்கள். ஆதலால் அந்தச் சமுதாயத்தை அவர்கள் செயல்திறனுக்கும், தனிமனிதர்களின் விருப்பங்களுக்கும் ஒரு குழுவிலுள்ளவர்களுக்கும் ஏற்றாற்போல் நான்கு வகையாகப் பிரித்தார்கள். இந்த முறையில்தான் சமூகப் பிரிவுகள் ஏற்படுத்தப் பட்டன. ஆனாலும் இந்த முறையில் மக்கள் மத்தியில் அவர்களது அந்தஸ்த்தில் அவர்கள் வேறுவேறு பிரிவுகளைச் சேர்ந்தவராக இருந்தாலும் எந்த வித்தியாசத்தையும் ஏற்படுத்தவில்லை.

வகைப்படுத்துதல் என்பது வேறு, ஏற்றத்தாழ்வுகள் என்பது வேறு. சில பண்டிதர்களைப் பொறுத்தவரை முதலில் இருந்த பிரிவு என்பது பரம்பரையாக வந்ததன்று; காலப்போக்கில் நமது பரந்ததேசத்தில் விரிந்த சமுதாயத்தின் விருப்பங்களும் செயல்திறன்களையும், முறையான போக்குவரத்து வசதிகளும் தகவல் தொடர்பு வசதிகளும்

இல்லாத காரணத்தால் தொடர்ந்து இனம் கண்டு கொள்ள முடியாமல் போய்விட்டது. இப்படிப்பட்ட சூழ்நிலையில் ஒரு குடும்பத்தில் நிகழும் ஒரு பிறப்பே அவனின் வகுப்புக்கும் ஒரு பிரிவினரோடு சேர்ந்தவன் என்பதற்கும் அடிப்படையாக ஆனது. இம்மாதிரியாகத் தான் வர்ணாசிரமம் என்ற அமைப்பு வளர்ந்து வந்திருக்கிறது. ஆனாலும் அந்த சமயங்களிலும்கூட உயர்வு-தாழ்வு மனப்பான்மை இல்லை. மாறாக இந்த ஒட்டு மொத்த சமுதாயமே ஒரேயொரு வாழும் உயிரினமாக ஆயிரம் கண்களுடனும் ஆயிரம் தலைகளுடனும் ஆயிரம் கால்களுடனும் ஒரு மிகப் பெரிய உருவமாகக் கருதப்பட்டது.

இவ்வாறு மிகச் சிறப்பாகப் பெருமைப்படுத்தி காட்டப்பட்ட உருவத்தில் தொடைகள் கால்களைவிடப் பெரியது, கைகள் தொடைகளைவிடப் பெரியது. தலை கைகளை விடப்பெரியது என்று வக்கிரமான கேலிக்குரிய எண்ணம் தோன்ற அனுமதிக்கப்படுவதில்லை. இதன் கருத்து எல்லா அங்கங்களுமே ஒரு ஒழுங்கான சமுதாய நடைமுறைக்குத் தேவை.

இன்று நாம் காணும் உயர்வு தாழ்வுகளுக்கு அன்று உருவகப்படுத்தப்பட்ட ஒட்டுமொத்த சமுதாயத்தில் இடம் கிடையாது. நாம் வேறுவிதமாகக் கற்பனை செய்வது என்பது அம்மக்களுக்குச் செய்யப்படும் மிகப் பெரிய அநீதியாகும். இந்தக் காரணத்தினால்தான் அந்த முறை எல்லோராலும் ஒத்துக் கொள்ளக்கூடியதாக இருந்தது. இம்மாதிரி எல்லோராலும் ஒப்புக்கொள்ளக்கூடிய வழிமுறையாக இருந்ததால் தலைமுறையாகத் தொடரக்கூடியதாக இருப்பதற்குச் சில கட்டுப்பாடுகளும் விதிமுறைகளும் கொண்டுவரப்பட்டன.

உதாரணமாக அறிவுப்பூர்வமாகச் செயல்படவேண்டிய சமுதாயம் ஏழ்மையைத் தழுவ வேண்டியதாகிவிட்டது. ஆட்சிப் பொறுப்பில் இருக்கும் குழுவினருக்கு செல்வம் மறுக்கப்பட்டது. ஒரு அரசின் அதிகாரமும் நிதியும் ஒன்றாகக் கலப்பதற்கு அனுமதியில்லை. இந்தக் கட்டுப்பாடுகள் ஆக்கப்பூர்வமாக நடைமுறைப்படுத்தப்பட்ட வரையில் சமுதாயம் நன்றாக இருந்தது. ஆனால் காலப்போக்கில் அந்தக் கட்டுப்பாடுகளும் சமன்பாடுகளும் மறக்கப்பட்டபோது இந்த வழிமுறையிலும் குறைகள் தோன்றத் தொடங்கியது.

எந்த வழிமுறையிலும் குறைபாடுகள் வரத்தான் செய்யும். கம்யூனிசம் இந்த வகையான ஏற்றத்தாழ்வுகளையும் குறிப்பாகப் பிரிவுகளையும் களைய முற்பட்டது தெரிந்ததே. ஆனால் மிலோவன் ஜிலாஸ் (யூகோஸ்லோவியாவின் கம்யூனிசத் தலைவர்) அவருடைய புகழ்பெற்ற தி ந்யூக்ளாஸ் (புதிய பிரிவு) என்ற புத்தகத்தில் ஒரு புது வர்க்கம் எல்லா கம்யூனிச தேசங்களிலும் உருவாகியுள்ளது என்று

குறிப்பிட்டுள்ளார். கம்யூனிசம் ஆரம்பித்ததிலிருந்து 50 வருடங்களுக்குள்ளாகவே இவ்வாறு சொல்ல வேண்டியதாகியுள்ளது. வர்க்கங்களை ஒழிப்பதற்காகவே சங்கல்பம் செய்து பிறப்பிக்கப்பட்ட ஒரு வழிமுறையிலேயே இவ்வாறு கூறும்படி ஆகியுள்ளது. அது மனித சுபாவம். தனிப்பட்ட அபிலாஷைகள் எந்த முறையிலும் தோன்றும். இந்த வர்ணாசிரம தர்மமும் எந்த வகையிலும் மனித பலவீனத்துக்கு விதிவிலக்கல்ல. இதன் விளைவாக இது பவீனப்பட்டு சிதிலமடைந்து விட்டது. இதைத் தோற்றுவித்தவர்கள் இதை அறிமுகப்படுத்தும் போது இந்தவிதமான வக்ர எண்ணங்களைக் கொண்டிருந்தார்கள் என்று யாரும் கூற முடியாது.

நம்முடைய முன்னோர்கள் பரம்பரையை அடிப்படையாக வைத்து சமுதாயத்தைப் பிரித்திருந்தாலும் தலைமுறையாய் வரும் செயல்திறனில் உள்ள குறைபாடுகளைப் பற்றி உணர்ந்திருந்தார்கள். நம்முடைய முந்தைய சமய இலக்கியங்களில் இதைப் பற்றிய வெளிப்பாடுகள் நிறைய ஆங்காங்கே பரவியிருக்கின்றன. அவர்கள்

சூத்ரோபி சீலசம்பன்னோ குணவான் ப்ராம்மனோ பவேத்

ப்ராம்மணோபி க்ரியாஹீணஹ சூத்ராத் ப்ரத்யாவரோ பவேத்

ஒருவனின் உயரிய நன்னடத்தையால் சூத்ரன் என்பவன் பிராமணனாகலாம். அத்தகைய குணம் இல்லாத பிராமணன் சூத்ரனுமாவான் என்று கூறியிருக்கிறார்கள்.

ஜாதாயா பிராமணா இதி சேத்

ஒருவன் பிறப்பால் மட்டுமே பிராமணனாக முடியாது. பெருமை மிகுந்த முனிவர்களான ரிஷ்ய சிருங்கர், விஸ்வாமித்திரர், அகஸ்தியர் போன்றோர் பிராமணர்களாகப் பிறக்காவிடினும் அவர்களுடைய தவத்தினாலும் குணநலன்களினாலும் அவர்கள் சாதித்த காரியங்களினாலும் பிராமணர்கள் ஆனார்கள். அதற்கு இவர்கள் நல்ல உதாரணங்கள். புராணங்களில் அய்தரேயம் ப்ராமணா என்ற நூலை எழுதிய மஹிதாஸ் என்ற பிராமணன் ஒரு சூத்ர பெண்மணியின் மகனாவார். தந்தையே இல்லாத ஜாபலா என்பவன் அவனுடைய குரு பூணூல் அணிவிக்கும் சடங்கு (உபநயனம்) செய்து வைத்ததன் மூலம் பிராமணன் ஆனான். தலைமுறை செயல் திறனில் உள்ள குறைபாடுகளைப் புரிந்துகொண்டதால் மட்டுமே இவை சாத்தியமாயிற்று. இந்த முறை வளைந்து கொடுக்கக் கூடியதாயும் சமபாவக் கண்ணோட்டம் உள்ளதாயும் செய்யப்பட்டது. அதனால்தான் பல நூற்றாண்டுகளாக அம்முறை நீடிக்க முடிந்தது.

இன்று சூழ்நிலை முற்றிலுமாக மாறிவிட்டது. நம்முடைய சிந்தனையிலும் காலத்துக்கேற்ப மாற்றங்கள் தேவைப்படுகிறது. ஒவ்வொரு மாணவனும் அவனது குருவின் வீட்டில் தங்கிப் பாடங் களைப் படித்தது அந்தக் காலம். அப்போது அச்சகம் கண்டு பிடிக்கப்பட்டிருக்கவில்லை. ஒரு கொல்லரின் மகன் ஒரு ஆசாரியின் மகன், ஒரு நெசவாளியின் மகன் அவரவர்களுடைய தந்தை வேலை செய்வதைப் பார்த்து கவனித்தே கற்றுக் கொள்வான். அவனுடைய வீடுதான் அவனுக்குப் பள்ளிக்கூடம். ஒரு தனி மனிதனுக்கு அவனது தொழிலைக் கற்றுக் கொடுப்பதில் தலைமுறையும் சூழ்நிலையும் ஒன்றோடு ஒன்று இணைந்து செயல்பட்டன. ஆனால் இப்போது அச்சகங்கள் வந்துவிட்டன. கல்வி, பாடசாலைகளில் பயிற்று விக்கப்படுகிறது. இயந்திரயுகம் தொழில்களைத் தொழிற்சாலைகளில் நடைபெற வைத்துவிட்டன. அறிவியல் முன்னேற்றமடைந்து புதிய கண்டுபிடிப்புகள் ஏற்பட்டன. ஒட்டுமொத்த சூழ்நிலையே மாறிப்போனது.

வம்சாவளி என்பது முக்கியமானாலும் சூழ்நிலை மனிதனை உருவாக்குவதில் ஒரு முக்கியப் பங்கு வகிக்கிறது என்பது இப்போது எல்லோராலும் ஏற்றுக்கொள்ளப்படுகிறது. ஆகவே பரம்பரையையும் ஜாதி முறையையும் வலியுறுத்துவது இந்த நவீன காலத்துக்குப் பொருத்தமானதல்ல.

சிலர் இயற்கைக்கும் வம்சாவளியாய் வரும் காரணங்களுக்கும் உள்ள வேறுபாட்டுக்கு மிகுந்த முக்கியத்துவம் அளிக்கிறார்கள். ஒரு குறிப்பிட்ட அளவில் அவர்களது நிலைப்பாடு உண்மையே. இந்த வேறுபாடுகளை விஞ்ஞானமாக்குவது கேலிக்குரியது. ஒரு தனிமனிதனிடமுள்ள வம்சாவளியின் குறைபாடுகளை எடுத்துக் கூறுவதன் மூலம் பெருமையடைய முடியாது. அவனுடைய முயற்சி இயற்கையின் வழிமுறைகளைப் படிப்பதாக இருக்கவேண்டும். மேலும் இந்தக் குறைபாடுகளைக் குறைக்கவும் அவற்றைப் பொறுத்துக் கொள்ளுவதற்குமான வழிமுறைகளைப் பற்றியதாக அவனது முயற்சி இருக்கவேண்டும். அங்குதான் அவனது பெருமையும் தைரியமும் அடங்குகிறது. பரம்பரைக்குள்ள குறைந்த முக்கியத்து வத்தை மனதில் கொண்டு சூழ்நிலையினை மாற்றித் தகுந்த யுக்திகளைக் கடைப்பிடித்துக் கல்வியையும் பயிற்சியையும் தரவேண்டும்.

தற்காலத்தில் இது சாத்தியமானது. ஜப்பானியர்கள் குள்ளர்களாகக் கருதப்பட்டார்கள். ஆனால் இரண்டாம் உலகப் போருக்குப் பின் அவர்களுக்கு அமெரிக்கர்களுடன் தொடர்பு ஏற்பட்டதால் அவர்களது உணவு முறை மற்றும் பொதுவான வாழ்க்கை முறையிலும் விரும்பத்தக்க மாற்றங்கள் ஏற்பட்டன. அதன் விளைவாகத் தற்போது

அவர்களது சராசரி உயரம் அதிகரித்துள்ளது. முதல், இரண்டாம் உலகப் போர்களுக்கு முன்னால் சில குறிப்பிட்ட ஜாதி மக்கள் (குழுக்கள்) மட்டுமே நம் நாட்டிலும் மற்றும் இதர நாடுகளிலும் போர் வீரர் மரபினர் என்று கருதப்பட்டனர். ஆனால், இரண்டு உலகப் போர்களிலும் எல்லா நாடுகளிலும் சட்டங்களின் மூலமும் மக்களைத் திரட்டுவதன் மூலமும் மிகப் பெரிய ராணுவம் ஏற்படுத்தப்பட்டது. அப்போதுதான் இந்த மக்கள், தொழில்முறைப் போராளிகளைவிட, நிறுவப்பட்ட ராணுவத்தைவிட நல்ல முறையில் போரிட்டனர் என்று கண்டறியப் பட்டது. சில ஜாதியினர் மட்டும் போராளி மரபினர், போராளிகள் என்று கருதப்படுவதைத் தற்போது யாரும் ஒப்புக் கொள்வதில்லை. ஆகையால், வம்சாவளி என்பதற்குத் தத்துவார்த்த அடிப்படை கொடுப்பது வீண் முயற்சியாகும்.

உண்மையில் சூழ்நிலைகள் மாறிவிட்டன. ஜாதி, சமயம் போன்ற எவையெல்லாம் ஒரு சமுதாய நடைமுறைக்கு அடிப்படை என்று கருதப்பட்டதோ அவையெல்லாம் நடைமுறையில் இருக்கின்றன என்று சொல்வதுகூடக் கேலிக்குரியதாகிவிட்டது. வக்கிரங்களும் குழப்பங்களும் சுற்றுப்புறத்தை நிறைத்திருக்கின்றன. ஜாதி உள்ளது உண்மைதான். ஆனால் எந்த வகையிலும் அது சமுதாய நலனைக் காப்பதில் செயல்படவில்லை. ஜாதி என்பது திருமணங்களுக்கு மட்டுமே உரித்தானதாக உள்ளது. அதன் உருவம்தான் உள்ளது. உணர்வு என்றோ மறைந்துவிட்டது. இப்போது இருப்பது வகைப் படுத்துதலில்லை, குழப்பம்தான். ஆதலால் நாம் எல்லோரும் இணைந்து யோசித்து எந்த ஒரு வழிமுறையானது மடிய வேண்டுமோ, ஏற்கனவே எது இயற்கையாகவே மடிந்து கொண்டிருக்கிறதோ அது சரியான பாதையில் சென்று மடிந்தொழிய நாம் வழி காட்ட வேண்டும்.

முன்னாளில் ஒரே ஜாதியினருக்குள்ளேயே சேர்ந்து உணவருந்தும் பழக்கம் இல்லாமல் இருந்தது. தற்போது பல ஜாதியினர்களும் சேர்ந்து உண்ணும் பழக்கம் வந்துள்ளது. இந்த மாற்றத்துக்கான பெருமை ஜஂங்கா பாகர் சங்கம், சமபந்தி விருந்து. இதற்காகவே ஏற்படுத்தப் பட்ட சமுதாய வேலை செய்பவர்கள் மற்றும் ஆர்.எஸ்.எஸ். ஆகிய வற்றைச் சேரும். ஆங்கிலக் கல்வியும்கூட இதற்கு உதவியது. ஆர்.எஸ்.எஸ். முகாம்கள், பொதுக்கூட்டங்கள் மூலமாகவும் இந்த வேற்றுமை களையப்பட்டது. ஜாதிகளுக்குள் மணம் செய்து கொள்வதும் நடக்கிறது.

எந்தவிதத் தயக்கமும் இல்லாமல் கலந்து உண்வது போல் கலப்பு மணங்களும் நடந்தால் அது நமது சமுதாயத்தில் உள்ள ஜாதி வித்தியாசங்களைக் களையவும் சமுதாய ஒற்றுமையை ஏற்படுத்தவும் உதவியாக இருக்கும். ஆனால் கலப்புத் திருமணம் என்பது கலப்பு

விருந்தைப் போன்று எளிதல்ல. இதை மனதில் கொண்டு அவசரப் படாமல் ஓர் ஒழுங்குமுறையில் செயல்படவேண்டும். ஏனெனில், திருமணம் என்றவுடன் இயற்கையாகவே பொருத்தம் உள்ளதா என்ற கேள்வி எழும். யார் யாரை வேண்டுமானாலும் திருமணம் செய்து கொள்ள முடியாது. கல்வி, பொருளாதார, சமுதாயரீதியில் ஒருவருக் கொருவர் சமநிலை ஏற்படும்போது நல்ல பொருத்தம் என்று கூறப்படுகிறது. இது குடியிருப்புகள் நெருக்கமாக இருக்கும்போது தான் நடைமுறையில் சாத்தியமாகிறது.

ஒருவருக்கொருவர் நெருங்கிப் பழகும் வழக்கமிருந்தால் தான் சாத்தியமாகும். இப்போதுள்ள எல்.ஐ.சி.காலனி, வங்கி அலுவலர் குடியிருப்பு, ரயில்வே காலனி, ஆசிரியர் காலனி போன்ற எண்ணற்ற குடியிருப்புகள் இவ்வகை நடைமுறைக்குப் பெரிதும் பங்களிக்கிறது.

இதோடுகூட ஜாதிசமயபேதமில்லாமல் அவர்களது பொருளாதார நிலையும் உயரும்போது, கல்வி எல்லோருக்கும் பொதுவானதாகும் போது திருமணம் இயற்கையாகவே அமைகிறது. சட்டதிட்டங்களும் பணத்தைக் கொண்டு ஏமாற்றுவதும், விளம்பர யுக்திகளும் இந்த மாற்றத்தைக் கொண்டுவரமுடியாது. இது மிகவும் கவனமாகக் கையாளப்படவேண்டிய விஷயம். முரட்டுத்தனமாகவோ, உடனடி யாகவோ தீர்வு காணமுடியாது. நாம் அனைவரும் இதை மனதில் கொண்டு இந்த சமுதாய மாற்றம் வர நம் சக்திக்கேற்ப பங்களிக்க வேண்டும். இந்த மாற்றம் வரக் காலம் ஆனாலும் இது கட்டாயம் நிகழும்.

தீண்டாமை என்பது நமது சமுதாயத்தில் உள்ள ஏற்றத்தாழ்வுகளினால் ஏற்பட்டுள்ள துரதிர்ஷ்டமான மிகவும் வருந்தத் தக்கதுமாகும். சிந்தனையாளர்கள் பலரும் இது பழங்காலத்தில் நடைமுறையில் இல்லை என்றே கூறுகின்றனர். ஆனால், ஏதோ ஒருகாலகட்டத்தில், தடாலடியாக நுழைந்து காலப்போக்கில் நம் சமுதாய அமைப்பில் வேரூன்றி விட்டது. இதன் ஆரம்பம் எதுவாக இருந்தாலும், நாம் எல்லோருமே இது பயங்கரமான தவறு என்று உணர்கிறோம். அதனால் தீண்டாமை என்பது ஒட்டுமொத்தமாகக் கூண்டோடு அழிக்கப்பட வேண்டும். இதைப்பற்றி மாற்று அபிப்பிராயமே இருக்க முடியாது. அமெரிக்காவில் அடிமைத்தனத்தை ஒழித்த ஆபிரகாம் லிங்கன் சொல்கிறார்: அடிமைத்தனம் தவறில்லையென்றால் இந்த உலகத்தில் வேறு எதுவுமே தவறில்லை.

இது நாம் எல்லோரும் சேர்ந்து முடிக்க வேண்டிய ஒன்று. தீண்டாமை பாவமில்லை எனில் இவ்வுலகில் வேறு எதுவுமே பாவமில்லை. ஆகையால் நாம் ஒவ்வொருவரும் சமுதாய ஏற்றத்தாழ்வுகளை

எந்தவகையிலும் களைவதை நோக்கமாகக் கொள்ளவேண்டும். ஏற்றத்தாழ்வுகளின் காரணமாக நம் சமுதாயம் எப்படி வலுவிழந்து சீர்குலைந்து போனது என்பது பற்றி நாம் மக்களிடம் விபரமாக எடுத்துரைக்கவேண்டும். அதிலிருந்து விடுபடுவதற்கான வழிமுறை களையும் காட்டவேண்டும். ஒவ்வொரு தனிமனிதனும் தன்னால் இயன்ற அளவு இந்த முயற்சிக்குப் பங்களிக்கவேண்டும். இது இந்து ஒற்றுமைக்கான வழிமுறையிலுள்ள தடையை நீக்கும்.

இந்து சமுதாய ஒற்றுமையைக் கொண்டு வரும் பணியில் நாம் பல தரப்பட்ட மக்களின் உதவிகளையும் ஒத்துழைப்பையும் பெற முடிய வேண்டும். இந்தக் காரணத்துக்காக நாம் கட்டுப்பாட்டுடனும் எளிமையுடனும் நடக்கப் பழகவேண்டும். அப்போதுதான் நாம் வெற்றியடைய முடியும். நம்முடைய மதத் தலைவர்கள், ரிஷி, முனிகள், பண்டிதர்கள் மத்தியில் நல்ல செல்வாக்கு இருக்கிறது. அவர்களது ஒத்துழைப்பு இந்த முயற்சியில் மிகவும் முக்கியம். சில சமயங்களில் இவர்கள் பழைய பழக்கவழக்கங்களிலேயே தீவிரமாக ஈடுபாடு கொண்டு தங்களை மாற்றிக் கொள்ளவே விரும்ப வில்லையோ என்று தோன்றும். ஆனால் நாம் அவர்களின் நல்ல எண்ணத்தைத் தவறாக எடுத்துக்கொள்ளக்கூடாது. மற்ற தேசங்களிலும் சமயத் தலைவர்கள் பழைய முறையிலுள்ள நம்பிக்கையை வலியுறுத்து கிறார்கள். ஆனால், அங்குள்ள மக்கள ஒருபோதும் அவர்களைக் கேலி செய்வதில்லை.

நாமும் நம் சமயத் தலைவர்களிடம் முறையாக அணுகி வாதாட முடியும். அவர்களின் உபதேசங்களிலும் சொற்பொழிவுகளிலும் நம் தர்மத்தின் நிலையான கோட்பாட்டையும் எது காலத்துக்கு ஏற்றாற் போல் மாறுகிறது என்பதையும் மக்களுக்கு அவர்கள் கூறுகையில் மிகவும் விரும்பத்தக்கதாகவும் நிறைவுள்ளதாகவும் இருக்கும் என்றும் கேட்டுக் கொள்ளவேண்டும். இந்த சமுதாயத்தைக் காப்பது அவர்களின் கடமை என்றும் அவர்கள் மடங்களையும் ஆசிரமங்களையும் விட்டு வெளிவந்து எந்தவிதத் தயக்கமும் இல்லாமல் சமுதாயத்துடன் கலக்கவேண்டும் என்றும் விண்ணப்பிக்கவேண்டும்.

...யாரொருவர் இந்த சமுதாயத்தில் ஒற்றுமையையும் அமைதியையும் ஏற்படுத்த விரும்புகிறார்களோ, அவர்கள் நமது சமய நூல்களிலிருந்தும் சரித்திரங்களிலிருந்தும் எந்தக் கருத்துகளைக் கூறினால் ஏற்றத் தாழ்வுகள் நீங்கி ஹிந்து சமுதாயத்தை ஒன்றிணைக்க முடியுமோ அந்தக் கருத்துகளை எடுத்துக் கூறவேண்டும்.

நாம் எல்லோரும் ஹிந்துக்கள். நாம் ஒன்றிணையவேண்டும். அது சமுதாய சமத்துவத்தின் அடிப்படையில் இருக்கவேண்டும் என்று

எண்ணுவோம். இந்தத் திடமான நம்பிக்கையோடு இந்த சமுதாயத்தை ஒன்றுபடுத்தி வலுவுள்ளதாக்குவோம்."[9]

இந்த உரை மிக நீண்டதுதான். ஆனால் ஆர்.எஸ்.எஸ். அமைப்பைப் புரிந்துகொள்ள, ஜாதியையும், தீண்டாமையையும் ஒழிக்கும் பணியில் தொடர்ந்து அது தம்மை ஈடுபடுத்திக் கொண்டு வந்திருக்கிறது என்பதை அறிய இது உதவும்.

ஜாதியை ஒழிக்க, தீண்டாமை ஒழிக்க ஆர்.எஸ்.எஸ். என்ன செய்கிறது செய்தது? இதைப் பற்றி குருஜி கூறுகிறார் : 'இந்த நிலையை அடைவதற்காக (தீண்டாமையை ஒழிப்பதற்காக) நாம் சில நிகழ்ச்சி களையும் பயிற்சிகளையும் ஏற்பாடு செய்கிறோம். உதாரணமாக பஜனைகள், சமூகச் சொற்பொழிவுகள், ராமாயண - மகாபாரதச் சொற்பொழிவுகள், திருவிழாக்கள். ராமாயண - மகாபாரதத்திலிருந்து கதைகளைச் சொல்வது போன்ற நிகழ்ச்சிகளை ஏற்பாடு செய்கிறோம். அந்த நேரத்தில் எல்லா ஹிந்துக்களும் நாமனைவரும் சகோதரர்கள் என்ற உணர்வில் அங்கு வந்து கூடவேண்டும். அந்த நேரத்தில் 'தீண்டத்தக்கவர் - தீண்டத்தகாதவர் என்பது போன்ற வேறுபாடுகளை எல்லாம் கைவிட்டுவிட்டு உயர வேண்டும். தூய்மையான தார்மிக பக்தியில் அவர்கள் ஒருங்கிணைய வேண்டும். அத்துடன் எழுத்தறிவைப் பரப்புவது, சுகாதாரம், உடற்பயிற்சிகள், விளையாட்டுகள் போன்ற சேவைத் திட்டங்களையும் ஏற்பாடு செய்ய வேண்டும். இன்றைய நவீன உத்திகளான ஒலி - ஒளி வசதிகள், ஸ்லைடுகள் போன்றவற்றையும் பயன்படுத்துவோம். எப்படி இருந்தாலும் இந்த எல்லா நடவடிக்கைகளுக்கும் மையக் கருத்து ஒன்றுதான். அவை உள்ளத்தைத் தொடுபவையாக அமையவேண்டும். ஒற்றுமையை வலியுறுத்தவேண்டும். மனிதனுக்கு உயர்ந்த எண்ணங் களை அளிக்கவேண்டும். வேறுபாடுகளைப் புறக்கணிக்கச் செய்ய வேண்டும்.

அடிப்படையான முக்கியமான இந்த விதிமுறையைச் சங்கத்தில் மிக நுணுக்கமாகக் கடைபிடித்து வருவதன் காரணமாக, இங்கு ஜாதி, வழிபாட்டுப் பிரிவு, மொழி அல்லது வேறு எந்தக் காரணத்தினாலும் பிளவுகளோ பிரிவினைகளோ கிடையாது. சமுதாயத்தின் எல்லா மட்டங்களையும் சார்ந்த பல்லாயிரக்கணக்கான ஸ்வயம்சேவகர்கள் சேர்ந்தே விளையாடுகிறார்கள். ஒன்றாக அமர்ந்து உணவருந்து கிறார்கள். மற்றவர்கள் எந்த ஜாதியைச் சேர்ந்தவர்கள் என்பதைப்பற்றி அவர்களுக்கு எந்தவித அக்கறையும் கிடையாது.

1934ம் ஆண்டு வார்தாவில் நடந்த சங்க முகாமில் இந்த அபூர்வமான காட்சியைக் கண்டு காந்திஜியே மனமகிழ்ச்சியோடு பிரமித்துப்

போனார். 1500 ஸ்வயம் சேவகர்கள் அந்த முகாமில் பங்கேற்றனர். எல்லாரும் பந்தல்களிலும் கூடாரங்களிலும் தங்கி இருந்தனர். அருகிலேயே காந்திஜியின் ஆசிரமம் இருந்தது. நூற்றுக்கணக்கான இளைஞர்கள் சுறுசுறுப்பாகப் பல்வேறு நடவடிக்கைகளில் ஈடுபட்டு வருவதைப் பார்த்தார். அந்த மாநில காங்கிரஸ் கமிட்டியின் முன்னாள் செயலாளராக இருந்த நமது வார்தா ஜில்லா சங்கசாலக் அவர்கள் காந்திஜியை முகாமுக்கு வருமாறு அழைத்தார். காந்திஜியும் வந்தார். தங்குமிடம், சமையல், சாப்பாடு முதலிய எல்லா ஏற்பாடுகளையும் பார்த்தார். பிறகு, 'இங்கு எத்தனை ஹரிஜனங்கள் இருக்கிறார்கள்?' என்று வினவினார். நமது சங்கசாலக், 'எனக்குத் தெரியாது. ஏனென்றால் நான் ஒருபோதும் விசாரித்ததில்லை' என்று பதில் கூறினார். 'இப்பொழுதாவது நீங்கள் விசாரித்துப் பார்த்து எனக்குச் சொல்லலாமே' என்றுகேட்டார் காந்திஜி.

'என்னால் முடியாது. எங்களைப் பொறுத்தவரையில் அவர்கள் எல்லோரும் ஹிந்துக்கள். அது போதுமே!'

'நான் கேட்டுப் பார்க்கலாமா?'

'அது உங்கள் விருப்பம்'

தொடர்ந்து பலரிடம் காந்திஜி நேரிடையாகவே கேட்டுப் பார்த்தார். ஹரிஜனங்கள் உள்ளிட்ட எல்லா ஜாதிகளையும் சார்ந்தவர்கள் அந்த முகாமில் எல்லா நிகழ்ச்சிகளிலும் ஒற்றுமையாகப் பங்கேற்று இருந்தார்கள். உணவு சாப்பிடுவது முதல் விளையாடுவது வரை எல்லாப் பயிற்சிகளிலும் மகிழ்ச்சியும் சுமுகமான இணக்கமும் இருந்தது. யாருக்குமே தமது ஜாதி பற்றிய எந்தவித நினைவும் இல்லை. காந்திஜி ஆச்சரியப்பட்டுப் போனார்.

அதன் பிறகு அவரை டாக்டர்ஜி சந்தித்தார். அடிப்படையான ஒற்றுமையை வலியுறுத்தி மற்றும் மேலோட்டமான வேறுபாடுகளைப் புறக்கணித்துவிட்டுச் செயல்முறையின் மூலமாக சங்கம் எப்படி வெற்றி பெற்று வருகிறது என்பதை காந்திஜிக்கு விளக்கினார். இந்த அனுபவம் காந்திஜியின் மனதில் மிக ஆழமான பதிவை ஏற்படுத்தியது. 1947 செப்டம்பர் மாதம் 17ம்நாள் டில்லியில் உள்ள பங்கி காலனியில் ஸ்வயம்சேவகர்களிடையே உரையாற்றுகையில் காந்திஜி இந்த நிகழ்ச்சியை நினைவுகூர்ந்தார்.[10] 'சங்கத்தில் காணப்படும் கட்டுப்பாடு, தீண்டாமையின்மை, தீவிரமான எளிமை இவற்றைக் கண்டு நான் மிகவும் மகிழ்ந்தேன்' என்று குறிப்பிட்டார். இந்த அளவு அந்த அனுபவம் அவர் மனதைத் தொட்டிருந்தது.

'நீ ஹிந்து. இது போதுமே எங்களுக்கு! நாங்கள் வேறு எதையும் பொருட்படுத்துவதில்லை. ஹிந்து - ஹிந்து - ஹிந்து. இது ஒன்றுதான்

எங்களுக்கு முக்கியம். ஜாதி, வழிபாட்டு முறை இதுபோன்ற எந்த விஷயமுமே எங்களுக்கு ஒரு பொருட்டல்ல' என்று முழங்கும் ஸ்வயம் சேவகர்களால்தான் - அவர்கள் உள்ளத்தின் அடியாழத்தில் பதிய வைக்கப்பட்டுள்ள குணங்களால்தான், சங்கம் இந்த மகத்தான வெற்றியைச் சாதிக்க முடிந்தது.[11]

இதுபோன்ற பணிகள் செய்வதன்மூலம் சங்கத்தில், சமூகத்தில் ஜாதியையும் தீண்டாமையையும் ஒழிக்க முழுமூச்சோடு, அர்ப்பணிப்போடு, அண்ணல் அம்பேத்கரின் கனவை நனவாக்கச் செயலாற்றி வருகிறது ஆர்.எஸ்.எஸ்.

## ஆர்.எஸ்.எஸ். பிராமண இயக்கமா?

ஆர்.எஸ்.எஸ். பிராமண இயக்கம் என்றும், அவர்களின் நலனுக்காகவே ஆரம்பிக்கப்பட்டது என்றும் பிரசாரம் நடந்து வருகிறது. இதைப் பற்றி ஆர்.எஸ்.எஸ்ஸின் மூன்றாவது தலைவர் தேவரஸ் அழகாகப் பதிலளித்துள்ளார்.

ஒருதடவை பம்பாயில் தேவரஸ் அவர்களுக்கு வரவேற்பு அளிக்கப் பட்டது. அப்போது அவர் ஆர்.எஸ்.எஸ்ஸில் இருந்த பிராமண ஆதிக்கத்தைப் பற்றிக் குறிப்பிட்டார். ஆர்.எஸ்.எஸ். தலைமையில் உள்ள அத்தனை பேரையும் அவர்கள் ஜாதியையும் பட்டியலிட்டு வாசித்தார். அதில் மிகச் சிலரே பிராமணர்கள். கேரளத்தில் ஆர்.எஸ்.எஸ்ஸில் ஏராளமான புலையர்களும் ஈழவர்களும் இருந்தார்கள். அவர்கள் அந்த மாநிலத்தில் மிகவும் தாழ்த்தப்பட்ட சமுதாயத்தைச் சேர்ந்தவர்கள். உத்திர பிரதேசத்தில் கூர்மிகளும் லோத்களும் ஆர்.எஸ்.எஸ்ஸில் அதிகம் இருந்தார்கள். அப்போது காங்கிரஸில்தான் பிராமணர்கள் அதிகமாக இருந்தார்கள். சோஷலிஸ்ட்டுகளுக்கு தலைவர்களாக இருந்த எஸ்.எம்.ஜோஷியும் என்.ஜி. கோரேயும் சித்பவன் பிராமணர்கள். ஆனால், அவர்களுடைய கட்சிகளுக்கெல்லாம் பிராமணர் ஆதிக்கக் கட்சி என்ற பெயர் இருக்கவில்லை' என்று தெளிவுறுத்தினார்.[12]

---

### ஆதாரக் குறிப்புகள்

1. அ.மார்க்ஸ், அம்பேத்கர் வாழ்வில் அறிந்து கொள்ளப்பட வேண்டிய சில அம்சங்கள், பக்.44, 2009

2.டாக்டர் பாபா சாஹேப் அம்பேத்கர் நூல்தொகுப்பு, தொகுதி 37, பக்.364

3. டாக்டர் பாபா சாஹேப் அம்பேத்கர் : பேச்சும் எழுத்தும், தொகுதி - 37, பக்.681-682

4. http://www.hedgewar.org/html/hedgewar1.asp?LinkID=35

5. ஆர்.எஸ்.எஸ். ஆற்றும் அரும்பணிகள், பக்.185

6. மனுவாதமும் ஆர்.எஸ்.எஸ்ஸும் - எனது அனுபவம், ரமேஷ் பதங்கே, பக்.80-88

7. மனுவாதமும் ஆர்.எஸ்.எஸ்ஸும் - எனது அனுபவம், ரமேஷ் பதங்கே, பக்.130-141

8. சமுதாய சமத்துவம் - ஹிந்து ஒருங்கிணைப்பு, பக்.4

9. சமுதாய சமத்துவம் - ஹிந்து ஒருங்கிணைப்பு, பக்.4-23

10. தி இந்து 17-9-1947

11. ஸ்ரீகுருஜி சிந்தனைக் களஞ்சியம், தொகுதி 11, பக்.439-442

12. ஆர்.எஸ்.எஸ். கடந்துவந்த பாதையும், செய்யவேண்டிய மாற்றங்களும், சஞ்சீவ் கேல்கர், தமிழில் சாருகேசி, பக்.178)

## இட ஒதுக்கீடு அண்ணல் அம்பேத்கர் - ஆர்.எஸ்.எஸ்

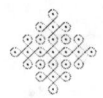

**ச**முதாயத்தில் ஜாதியின் பெயரால் ஏற்றத்தாழ்வைக் கற்பித்து, ஒரு பிரிவினர் தொடர்ந்து ஒடுக்கப்பட்டு, தாழ்த்தப்பட்டு எவ்வித உரிமையும் இன்றி வாழ்ந்து வந்தார்கள். சமூகரீதியிலும், பொருளாதார ரீதியிலும், கல்விரீதியிலும் இந்த ஏற்றத்தாழ்வால் பெரும் பின்னடைவைச் சந்தித்தார்கள். இந்த ஏற்றத்தாழ்வைப் போக்கவேண்டும் என்றால் - பின்னடைவைச் சந்தித்தவர்கள் முன்னேற வேண்டுமானால் அவர்கள் இழந்த உரிமைகளை அவர்களுக்குக் கொடுக்கவேண்டும். அப்படிக்கொடுக்கும்போது அவர்கள் கொஞ்சம் கொஞ்சமாக மற்ற சமுதாயத்தவருக்கு ஈடாக முன்னேறு வதற்கு வாய்ப்பு உண்டாகும். இதைக் கருத்தில் கொண்டு தான் கொண்டு வரப்பட்டது இட ஒதுக்கீடு முறை. அதாவது சமூகத்தில் நிலவும் ஏற்றத்தாழ்வைப் போக்கு வதற்காகத்தான் இந்த இட ஒதுக்கீடு முறை. தாழ்த்தப் பட்டவர்களுக்கும் பிற்படுத்தப்பட்டவர்களுக்கும் இட ஒதுக்கீட்டு முறையைச் சட்டபூர்வமாக சாத்திய மாக்கியவர் அண்ணல் அம்பேத்கர் அவர்கள்தான்.

இட ஒதுக்கீட்டுமுறையின் தேவையை - அவசியத்தை உணர்ந்த அமைப்பு ஆர்.எஸ்.எஸ். அமைப்பு. அதற்காகத் தொடர்ந்து ஆதரவு கொடுத்துவரும் அமைப்பும் அதுவே.

இதைப் பற்றி ரமேஷ் பதங்கே கூறுகிறார் :

இடஒதுக்கீட்டை எதிர்த்து 1988ல் குஜராத்தில் ஒரு பிரம்மாண்டமான இயக்கம் தோன்றியது. ஆண்டுதோறும், மார்ச் மாதத்தில் சங்கத்தின் அகில பாரதப் பிரதிநிதிகள் சபையின் கூட்டம் நடைபெறும். இந்தக் கூட்டத்தில் அந்த பிரச்னை எழுந்தது. குஜராத் ஊழியர்கள் இட ஒதுக்கீட்டுப் பிரச்னையால் மிகவும் வேதனைப்பட்டார்கள். இட ஒதுக்கீட்டை ஆதரிப்பது என்ற தீர்மான வாசகம் பிரதிநிதி அவையின் முன் வைக்கப்பட்டது. அதன் ஒவ்வொரு சொல்லையும் எடுத்துக் கொண்டு விரிவாக விவாதம் நடந்தது. நன்கு அலசி ஆராயப்பட்டது. இவ்வாறு ஆதரிப்பது அவசரக்கோலம் என்பது பிரதிநிதிகள் பலரின் கருத்து. சமுதாயத்தின் ஒரு பெரும் பிரிவு இதனால் ஆத்திரப்படும். குஜராத் ஸ்வயம்சேவகர்களோ கோபமாகத்தான் இருந்தனர். நான் அப்போது இந்தச் சர்ச்சைகளைக் கேட்டுக் கொண்டிருந்தேன். ஊழியர்களின் இத்தகைய எதிர்ப்பைக் கண்டு தீர்மானம் நிறைவேறாது எனத் தோன்றியது. ஆனால் அவ்வாறு ஆகவில்லை.

சங்கத்தின் மூன்றாவது தலைவர் ஸ்ரீபாலாசாஹேப் தேவரஸ் மிகவும் அமைதியாக விவாதம் முழுவதையும் கேட்டுக் கொண்டிருந்தார். விவாதம் முடிந்து தேநீர் இடைவேளை. பிறகு எல்லாப் பிரதிநிதிகளும் கூடினர். அப்போது ஸ்ரீதேவரஸ் சொன்னார் ‘இட ஒதுக்கீடு தொடர்பான தீர்மானத்தின்மீது நடைபெற்ற விவாதம் முழுவதையும் கேட்டுக் கொண்டிருந்தேன். நம்மில் சிலர் இந்தத் தீர்மானத்தை எதிர்க்கின்றனர். இதுவும் கவனத்துக்கு வந்தது. இட ஒதுக்கீடு பெறுபவர்களின் மனநிலையில் இருந்து நாம் இந்தப் பிரச்னையை ஆராய வேண்டும் என்பதுதான் நான் தங்கள் எல்லோரிடமும் வேண்டிக்கொள்வது. பல நூறு ஆண்டுகளாகக் கவனிக்கப்படாமல், ஒதுக்கிவைக்கப்பட்ட நமது சமுதாயச் சகோதரர்களின் இன்றைய நிலை என்ன என்பதைப் பாருங்கள். அவர்களது உணர்வுகளை எண்ணிப் பாருங்கள். அதன் பிறகு இந்த விஷயத்தில் ஒரு முடிவுக்கு வாருங்கள்’ - ஸ்ரீதேவரஸ் இவ்வாறு சொன்னபிறகு, தீர்மானத்தின்மீது குறிப்பிடத்தக்க அளவில் விவாதம் எதுவும் நடக்கவில்லை. உடனே தீர்மானம் ஏற்கப்பட்டது. இவ்வாறு சங்கம் அதிகாரப்பூர்வமாக இட ஒதுக்கீட்டை ஆதரித்தது.

...இந்த நிலையில் மன்ச்சின் ஊழியர்கள் என்ற முறையில் நாங்கள் இட ஒதுக்கீட்டில் எங்கள் நிலைப்பாடு என்ன என்பதைத் தெள்ளத்தெளிவாக எடுத்துக் கூறி வந்தோம். இட ஒதுக்கீடு பற்றி விளக்கிச் சொல்ல ஊழியர்களுக்கு உதவியாக இருக்குமே, இட ஒதுக்கீடு பற்றி அவர்களுக்கு முழுமையாக விவரம் தெரியட்டுமே என்ற நோக்கில் இதாதே எழுதிய புத்தகம் ஒன்றும் வெளியிடப்பட்டது. இதுவரை அதன் இருபதாயிரம் பிரதிகள் விற்றுத் தீர்ந்துள்ளன. இந்தப் புத்தகம்

இட ஒதுக்கீடு விஷயத்தில் நமது அதிகாரப்பூர்வமான வெளியீடு ஆயிற்று.

இட ஒதுக்கீடு பற்றி நவ்லே சுவாரஸ்யமான ஒரு உதாரணம் சொல்லுவார். 'கிராமத்தில் எனக்குச் சிறிதளவு விளைநிலம் உண்டு. நான் நேரில் போய் விவசாயம் பண்ணுவதில்லை. என் அண்ணன் பார்த்துக் கொள்கிறார். ஆனால் வயல் என் பெயரில் இருக்கிறது. ஒருமுறை நிலவள வங்கி என் பெயருக்கு ஒரு நோட்டீஸ் அனுப்பியது. என் நிலத்தை வைத்து வாங்கப்பட்ட கடனை அடைப்பது பற்றியது அந்த நோட்டீஸ். எனக்கு ஆச்சரியம். வயல்மீது நான் கடன் வாங்கவேயில்லை. வங்கியில் போய் விவரம் கேட்டேன். என் பெயரில் கடன் வாங்கியிருப்பது உண்மைதான் என்று தெரியவந்தது. என் பூமிப் பத்திரத்தின் 7ம் பக்கத்தில் கடன் விவரம் குறிப்பிடப் பட்டிருந்தது. ஆக நான் ஒருபோதும் வாங்காத கடனை நான் அடைக்க வேண்டியிருந்தது.

வயல்மீது வாங்கப்பட்ட கடனைப் பற்றி 7ஆம் பக்கக் கதையைக் கூறிவிட்டு, நவ்லே கூறுகிறார் : 'நமது பாரதமாதாவின் பத்திரத்திலும் இதுபோல 7ஆம் பக்க விவரம் என்ன என்று பார்க்கவேண்டும். நமது முன்னோர்கள் நம் பெயரில் நிறையக் கடன் வாங்கியிருப்பது தெரியவரும். அந்தக் கடனை நாம்தான் அடைக்க வேண்டும். நமது தலைமுறை, தலித்துகளைக் கொடுமைப்படுத்தவில்லை எனக் கூறி நாம் தப்பித்துக்கொள்ள முடியாது. காரணம், நம் முன்னோர்களின் கடன் நமது பூமிப் பத்திரத்தின் 7-ம் பக்கத்தில் காட்டப்பட்டுள்ளது. அதை நாம் அடைத்துத்தான் தீரவேண்டும். இந்த நிலத்திலிருந்து கிடைக்கும் லாபத்தை அடைகிற நாம், இதே நிலத்தின் மீதுள்ள கடனை எப்படி மறுக்க முடியும்? நாம் நிலத்துக்குச் சொந்தம் கொண்டாடு கிறவர்கள் என்பதால், அதன் மீதுள்ள கடனுக்கும் பொறுப்பு ஏற்கத்தான் வேண்டும்.' - நவ்லே கொடுத்த இந்த உதாரணம் மிகவும் பொருள் பொதிந்தது. இட ஒதுக்கீட்டை எதிர்ப்பவர்கள் இதுபற்றித் தீவிரமாகச் சிந்திக்கவேண்டுமென இவ்வுதாரணம் சுட்டிக்காட்டப் படுகிறது.[1]

இட ஒதுக்கீடு முறை எவ்வளவு காலத்துக்குத் தொடரவேண்டும் என்பது பற்றி அண்ணல் அம்பேத்கர் கூறுகிறபோது ''தீண்டாமை ஒழியும்வரை இட ஒதுக்கீடு முறை இருக்கவேண்டும்''[2] என்று கூறுகிறார்.

இதே கருத்தைத்தான் தொடர்ந்து ஆர்.எஸ்.எஸ். தெளிவுபடுத்தி வந்திருக்கிறது.

மகாராஷ்டிர மாநிலம், நாகபுரியில் 17-12-2015 அன்று நடந்த நிகழ்ச்சியில் ஆர்.எஸ்.எஸ். தலைவர் மோகன் பாகவத் அவர்கள் மிகத் தெளிவாகவே இதைக் கூறியிருக்கிறார்.

அவர் கூறுகிறார் :

மனிதர்களுக்கிடையே பாகுபாட்டைக் கடைப்பிடிக்க வேண்டும் என்று இந்து மதமோ சமூக சீர்திருத்தவாதிகளோ துறவிகளோ கூறவில்லை. அனைவரும் சமம் என்பதே அனைத்து சமூகப் பிரிவுகளிலும் உள்ள அடிப்படை சாராம்சமாகும். ஆனால் நாளடைவில் அதை நாம் ஜாதிகளாகவும் உள்பிரிவுகளாகவும் பிளவுபடுத்தினோம். அது மட்டுமின்றி மக்களிடையே பாகுபாடு கடைப்பிடிக்கும் நடவடிக்கை களும் நம்மிடையே தோன்றியது.

பாரம்பரியம் மற்றும் பண்டைய வழக்கங்கள் என்ற பெயரில் பாகுபாடு ஏற்படுத்துவது இனிமேலாவது தடுத்து நிறுத்தப்படவேண்டும். சமூகத்தில் நிலவும் ஏற்றத் தாழ்வினாலும் பாகுபாட்டினாலும் பலநூறு ஆண்டுகளாகப் பாதிக்கப்பட்டு வரும் மக்களின் வலிகளையும் உணர்வு களையும் புரிந்துகொள்ள வேண்டும்.

சமூகத்தில் சில பிரிவினர் இத்தகைய பாரபட்சங்களை நீண்ட காலமாகச் சகித்துக்கொண்டுதான் வாழ்கின்றனர். பாரம்பரியத்தையும் பண்டைய வழக்கங்களையும் நவீன அறிவியல் கண்ணோட்டத்தோடு ஆய்வு செய்து பார்க்கவேண்டும். பழமையான நடைமுறைகளில் எவை யெல்லாம் தற்காலத்துக்கு ஏற்றதல்ல எனத் தோன்றுகிறதோ அவற்றையெல்லாம் புறந்தள்ளிவிட வேண்டியது அவசியம். ஆனால் துரதிருஷ்டவசமாகப் பழைய பாரம்பரியத்தை நாம் பல ஆண்டுகளாக மறு ஆய்வு செய்யாமல் கண்மூடித்தனமாகப் பின்பற்றி வருகிறோம்.

சமூகத்தில் ஏற்றத்தாழ்வு நீடிக்கும்வரை இட ஒதுக்கீட்டு முறையும் நீடிக்கவேண்டும். அதை ரத்து செய்யவேண்டும் என்ற பேச்சுக்கே இடமில்லை என்பது ஆர்.எஸ்.எஸ். அமைப்பின் கருத்து. சமூகப் பாகுபாடு களையப்பட வேண்டும் என்ற நோக்கிலும், அனைவரும் சமம் என்ற நிலை உருவாகவேண்டும் என்பதற்காகவும் சட்டமேதை டாக்டர் அம்பேத்கர் பாடுபட்டார். அவரது கருத்துகளை மக்கள் ஆழமாகப் படித்து உணரவேண்டும்'[3] என்றார்.

இட ஒதுக்கீட்டுமுறை விஷயத்தில் அண்ணல் அம்பேத்கரின் கருத்தும் ஆர்.எஸ்.எஸ். அமைப்பின் கருத்தும் ஒன்றேதான். அதாவது இட ஒதுக்கீடுமுறை வேண்டும், அது ஏற்றத்தாழ்வுகள் நீடிக்கிற வரை வேண்டும் என்ற அண்ணல் அம்பேத்கரின் கருத்தும் ஆர்.எஸ்.எஸ். அமைப்பின் கருத்தும் ஒன்றேதான்.

## ஆதாரக் குறிப்புகள்

1. மனுவாதமும் ஆர்.எஸ்.எஸ்ஸும் - எனது அனுபவம், ரமேஷ் பதங்கே, பக்.92-95

2. டாக்டர் பாபா சாஹேப் அம்பேத்கர் : பேச்சும் எழுத்தும், தொகுதி - 37, பக்.529

3. தினமணி, 18-12-2015

# கம்யூனிசம் பற்றி

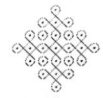

**க**ம்யூனிசம், சீனா, ரஷ்யா, பஞ்சசீலக் கொள்கைபற்றி யெல்லாம் குருஜி என்ன கருத்துக் கொண்டிருந்தாரோ அதே கருத்தைத்தான் அண்ணல் அம்பேத்கரும் கொண்டிருந்தார். கம்யூனிசம் என்பது வன்முறை சார்ந்தது என்பதில் இருவருக்கும் கருத்து மாறுபாடு கிடையாது.

சீனப் படையெடுப்புக்கு ஏழு ஆண்டுகளுக்கு முன்பே அவர் (குருஜி) சீனாவின் ஆக்கிரமிப்பு எண்ணத்தைக் குறித்து எச்சரிக்கை செய்தார். நேரு அப்போது அவரை 'போர் விரும்பி' என்றார்.[1]

கம்யூனிசம் மற்றும் சீனாவைப் பற்றி குருஜி கூறுகிறார் :

'சீனா நமக்கு 'நம்பிக்கை துரோகம்' செய்துவிட்டதாகவும், நம்மை ஏமாற்றிவிட்டதாகவும் இன்று பேசப்படுவதைக் கேட்க முடிகிறது. ஆனால், சீன கம்யூனிச அரசின் முழு வரலாற்றைப் பார்க்கும்போது அது நம்மீது ஆக்கிரமிப்பு செய்வதில்லை என்று ஒருபோதும் நமக்கு நம்பிக்கை யூட்டியதில்லை. அதன் நடவடிக்கை இதற்கு நேர்மாறாகவே இருந்தது. உதாரணமாக, 'திபெத்தின் சுயாதிகாரத்தையும் சுதந்திரத்தையும் ஏற்றுக்கொண்டு நடக்க வேண்டும்' என்பதை ஒப்புக்கொண்ட பிறகும் மற்றும் ஒப்புக்கொண்ட அதேவேளையில் சீனா தன் படையைத் திபெத்தில் நுழைத்து அதை விழுங்க ஆரம்பித்திருந்தது. சீனாவின் நம்பிக்கைத் துரோகம் உண்மையில் அப்போதே நடந்துவிட்டது. இதன்பிறகும்

நாம் பஞ்சசீலத்தின் புனிதக் கோட்பாட்டை ஆதாரமாகக் கொண்டு ஒப்பந்தம் செய்துகொண்டு சீனாவுடன் சமாதானமாகப் போக முயற்சி எடுத்தோம்.

இருந்தபோதிலும் ஏதாவது ஒரு சாக்கு சொல்லிக்கொண்டு அந்த அமைதியைக் குலைக்க சீனத் தரப்பில் தொடர்ந்து முயற்சி நடந்தது. தான் ஒன்றும் அமைதி விரும்பி அல்ல என்றும் ஆக்கிரமிக்காமல் இருப்பதற்கான ஒப்பந்தத்தை ஏற்றுக்கொள்ளப் போவதில்லை என்றும் சீனா திட்டவட்டமாகச் சகலருக்கும் எச்சரிக்கை விடுத்திருந்தது. அது ஆக்கிரமிப்பதில் முனைப்பாக இருந்தது. அதனுடைய இந்த எல்லா செயல்களையும் பார்த்த பிறகும் ஒருவர் 'சீனா நம் சகோதரன், அது நம்மை ஆக்கிரமிக்காது' என்று நம்பியிருக்கவேகூடாது. அது அப்படியான நம்பிக்கையே அளித்த தில்லை. சீனா நம்பிக்கை துரோகம் செய்துவிட்டது என்று சொல்வது சரியல்ல. சீனாவின் குணத்தை நாம் புரிந்துகொள்ளவில்லை என்று சொல்வதுதான் சரி.

"கள் குடித்த குரங்கை தேள் கொட்டியது போல்"

'சீனாவோ மிக முன்பிருந்தே ஆக்கிரமிக்கும் தன்மைகொண்டது. நாடு பிடிக்கும் எண்ணம் கொண்டது' என்பதாக இன்று பிரசாரம் நாலாபுறமும் நடக்கிறது. ஓரளவு இது உண்மையும் கூட. சீனாவின் பழைய வரலாற்றுப் பார்க்கும்போது செங்கிஸ்கான் போன்றவர்கள் காரணமேயில்லாமல் தன் அண்டைநாடுகளின் மேல் ஆக்கிரமிப்பை நடத்தி அதை அழித்து வந்தது தெரிகிறது. அதனுடைய இந்தத் தன்மை மட்டுமே இன்றைய ஆக்கிரமிப்புக்குக் காரணமல்ல. சீனா கடந்த 12-13 வருடங்களாக ஏற்றுக் கொண்டுள்ள கம்யூனிஸ்டு கொள்கைகூட இந்த ஆக்கிரமிப்புக் கோட்பாட்டுக்குப் பொறுப்பு. சீனா கடந்த 12-13 வருடங்களாகவே தன்னை 'கம்யூனிஸ்டு' என்று சொல்வது அனைவருக்கும் தெரியும். இதுமட்டுமின்றி கம்யூனிஸ்டுகளின் ஆட்சி முதன்முதலாக ஆரம்பமான ரஷ்ய நாட்டில் உள்ளதைவிட தன் கம்யூனிசக் கொள்கைகளை அதிகத் தூய்மையானதென்று சீனா சொல்லிக் கொள்கிறது. உலகம் முழுவதிலும் கம்யூனிச கொள்கையின் அடிப்படையிலான ஆட்சியை அமைப்பதை சீனா தன் லட்சியமாகக் கருதுகிறது. இதற்காக அது நாடு பிடிக்கும் வேலையில் இறங்கி யிருக்கிறது. அதாவது ஆரம்பத்திலிருந்தே தன்னுடைய ஆட்சியைப் பரப்பும் வேகம் உண்டு. உலகம் முழுவதிலும் கம்யூனிஸ்டு கொள்கையின் அடிப்படையிலான ஆட்சியை அமைக்கும் எண்ணம் வேறு சேர்ந்துகொண்டது. விளைவு, கள் குடித்த குரங்கைத் தேள் கொட்டியது போலத்தான்.

'ஆக்கிரமிப்பு என்பது சீனாவின் பிறவிக் குணம், கம்யூனிஸக் கொள்கை அதற்குக் காரணமே அல்ல' என்று பேசுவது, நம்மை நாமே ஏமாற்றிக் கொள்வது போலத்தான். 'சீனா நமது சகோதரன் என்கிற மயக்கத்தில் ஆழ்ந்திருந்த நமக்கு மயக்கம் தெளிந்துவிட்டது; சீனாவின் ஆக்கிரமிப்பு சொரூபத்தைக் கண்கூடாகப் பார்க்கிறோம். இதேபோல் 'கம்யூனிஸசம் நல்லது. ஆனால் சீனாவின் கம்யூனிஸம் வழிதவறியது. எனவே, அது மோசம். ஆகவே கம்யூனிஸத்துக்கு நாடு பிடிக்கும் செயல்களின் பாவம் சேராது' என்பதற்காக ஒரு புது மயக்கத்தை இன்று மீண்டும் நமக்கு நாமே ஏற்படுத்திக்கொண்டு இந்த மயக்கத்தைப் பரப்புவதில் முனைந்திருக்கிறோம். இதிலும் நிராசையடைவதற்கான முழு சாத்தியமும் தெரிகிறது. 'நாடு பிடிக்கும்' வேலை சீனாவுக்குப் பிறவிக் குணமாக இருக்கலாம். ஆனால், இதே விஸ்தரிப்பு எண்ணம் கம்யூனிஸத்துக்கும் உண்டு. இவ்விரண்டும் சேர்ந்ததன் விளைவாகவே சீன நெருக்கடி தலை தூக்கியுள்ளது.[2]

குருஜியைவிட கம்யூனிசம் மற்றும் சீனாவைப் பற்றி ஆழமான கருத்தை வைத்தவர் அண்ணல் அம்பேத்கர் அவர்கள்.

1937, செப்டம்பர் தொடக்கத்தில் மசூர்-இல் ஒடுக்கப்பட்ட மக்களின் மாவட்ட மாநாட்டைத் தலைமை தாங்கிய அம்பேத்கர் கம்யூனிஸ்ட்கள் நடத்தும் தொழிலாளர் இயக்கத்தைப் பற்றிப் பேசுகையில் '' நான் அதில் சேரும் சாத்தியக்கூறே இல்லை. நான் அவர்களின் பரம்பரை எதிரி. கம்யூனிஸ்ட்டுகள் என்பவர்கள் தொழிலாளர்களைத் தங்களுடைய அரசியல் நோக்கத்துக்காகச் சுரண்டுபவர்கள்''[3] என்று விமர்சித்தார்.

1938 ஜனவரி 10 அன்று பம்பாய் எஸ்பிளனேட் மைதானத்தில் நடைபெற்ற விவசாயிகளின் கூட்டத்தில் ''எல்லா கம்யூனிஸ்ட் தலைவர்களும் சேர்ந்து எத்தனை புத்தகங்கள் படித்திருப்பார்களோ அவற்றைவிட நான் அதிகம் படித்து இருக்கிறேன். அவர்கள் எப்போதுமே எந்தப் பிரச்னைக்கும் செயல்பூர்வமான அணுகு முறையை மேற்கொண்டதில்லை''[4] என்றும் விமர்சித்தார்.

மறுபடியும் 1951, நவம்பர் 7 அன்று பி.டி.ஐ-க்கு அளித்த பேட்டியில் அம்பேத்கர் ''நான் கம்யூனிசத்தில் நம்பிக்கைக் கொண்டிருக்கவில்லை என்ற ஒளிவுமறைவற்ற காரணத்தினால் என் கட்சி எக்காரணத்தைக்கொண்டும் கம்யூனிஸ்டு கட்சியுடன் கூட்டணி அமைக்காது''[5] என்று கூறினார்.

1951ஆம் ஆண்டு அக்டோபர் 21ம்நாள் ஜலந்தர் நகரிலுள்ள டி.ஏ.வி. கல்லூரியில் நடைபெற்ற 'மாணவர் நாடாளு மன்ற'த்தில் அம்பேத்கர் பேசியதாவது ''இந்த நாட்டில் நாடாளுமன்ற ஜனநாயகம்

தோற்றுப்போனால் நான் குறிப்பிட்ட காரணங்களால் அது தோற்றுத் தான் போகும். அதன் விளைவாகக் கலகம், அராஜகம், கம்யூனிசம் தோன்றும். வாரிசு வழி அதிகாரத்தை மக்கள் சகித்துக்கொள்ள மாட்டார்கள் என்று ஆட்சியிலுள்ளவர்கள் புரிந்து கொள்ளவில்லை என்றால் இந்நாடு அழிந்தே போகும். கம்யூனிசம் இங்கு வரலாம். ரஷ்யா நமது நாட்டில் மேலாண்மை பெற்றுத் தனிமனித சுதந்திரத்தை நசுக்கி, நமது சுதந்திரத்தையும் ஒழித்துவிடும். அல்லது ஆட்சியதி காரத்திலிருக்கும் கட்சி தோல்வியடைந்தால் அதிருப்தியுற்ற ஒரு பிரிவு மக்கள் கலகத்தில் ஈடுபடலாம், அராஜகம் அப்போது தலைதூக்கும்.''[6] என்றார்.

கம்யூனிச அமைப்பு வன்முறையை அடிப்படையாகக் கொண்டது என்று அண்ணல் அம்பேத்கர் தெளிவுபடக் கூறுகிறார்.[7]

அண்ணல் அம்பேத்கர் கம்யூனிச சீனாவையும், ரஷ்யாவையும் நம்பியதேயில்லை.

''நமது வெளிநாட்டுக் கொள்கைகளில் சீனா பற்றிய நம் கண்ணோட்டம் பல நாடுகளை நமது விரோதிகளாக்கிவிட்டன. ஐ.நா.வில் சீனா நிரந்தர உறுப்பினராவதற்கு இந்தியா போராட வேண்டி வந்துள்ளது. இது ஓர் அசாதாரணமான விஷயம். இந்தப் போராட்டத்தை நடத்த சீனாவுக்கு வலிமை இருக்கும்போது ஏன் இதற்காக இந்தியா போராடவேண்டும். கம்யூனிஸ்டு சீனாவுக்கு ஆதரவாக இந்தியா செயல்படுவதே இந்தியாவுக்கும், அமெரிக்காவுக்கும் இடையே நிலவும் பகைமை உணர்ச்சிக்குக் காரணம். இதன் விளைவாக அமெரிக்காவிடமிருந்து நிதி மற்றும் தொழில்நுட்ப உதவிகளை நாம் பெற முடிவதில்லை.

.....தன் பிரச்னைகளில் கவனம் செலுத்துவதே இந்தியாவின் தலையாய கடமை. ஐ.நா.வில் சீனா நிரந்தர உறுப்பினராகச் சேர்க்கப் பட வேண்டும் என்பதற்குப் போராடுவதற்குப் பதிலாகத்தான் ஐ.நா.வின் நிரந்த உறுப்பினராவதற்கு இந்தியா பாடுபடவேண்டும். இதைச் செய்வதற்குப் பதிலாக சியாங்கேஷேக்குக்கு எதிரான மாவோவின் போராட்டத்தில் இந்தியா தன் சக்தியை விரயம் செய்கிறது. உலக ரட்சகனாக நடந்து கொள்ளும் இந்தப் பைத்தியக் காரக் கொள்கை இந்தியாவுக்கு அழிவையே கொண்டுவரும். தற்கொலைக்கொப்பான இந்த வெளிநாட்டுக் கொள்கை எவ்வளவு சீக்கிரம் மாற்றப்படுகிறதோ அவ்வளவு சீக்கிரம் இந்தியாவுக்கு நன்மை உண்டாகும். ஆசிய நாடுகளின் பிரச்னைகளுக்கு குரல் எழுப்புவதற்கு முன்பு இந்தியா தன்னைப் பலப்படுத்திக்கொள்ள எல்லா உதவி களையும் பெறக் கடுமையாகப் பாடுபடவேண்டும். அப்பொழுதுதான்

அதன் குரலுக்கு மதிப்பு இருக்கும். இத்தகைய வெளிநாட்டுக் கொள்கையையே ஷெட்யூல்டு வகுப்பினர் சம்மேளனம் கடைபிடிக்கும்.''[8]

அதாவது இந்திய கம்யூனிஸம் மட்டுமல்ல கம்யூனிஸ சீனா, கம்யூனிச ரஷ்யா போன்ற கம்யூனிஸம் கோலோச்சுகிற நாடுகளையும் அவர் நம்பவில்லை.

இந்தியாவின் இரண்டாவது தலைநகரம் அமைவது பற்றி எழுதுகையில் அம்பேத்கர் குறிப்பிடுகிறார் : ''இந்தியாவும் சீனாவும் இப்போது இப்போது நட்புநாடுகளாக இருந்தாலும் இந்த நட்புறவு எவ்வளவு காலம் நீடிக்கும் என்பதை யாராலும் திட்டவட்டமாகக் கூற முடியாது. இந்தியாவுக்கும் சீனாவுக்கும் இடையே மோதல் ஏற்படும் வாய்ப்பு எப்போதும் இருக்கவே செய்கிறது.''[9] என்று - மொழிவாரி மாநிலங்கள் பற்றிய சிந்தனைகள், (1955) நூலில் கூறுகிறார்.

1956 ஆகஸ்டு 26ம் நாள் அம்பேத்கர் மாநிலங்கள் அவையின் கூட்டத் தொடரில் கலந்துகொண்டு இந்தியாவின் அயல்நாட்டுக் கொள்கை பற்றிச் சிந்திக்க வைக்கும்படியான சிறந்ததோர் உரையாற்றினார். அம்பேத்கர் பேசுகிறார் :

''நேருவின் வெளியுறவுக்கொள்கை மூன்று கோட்பாடுகளை அடித்தள மாகக் கொண்டிருக்கிறது. முதலாவது அமைதி, இரண்டாவது கம்யூனிசத்துக்கும் சுதந்திர சனநாயகத்துக்கும் இடையிலான இணக்கம், மூன்றாவது சீட்டோ அமைப்புக்கான எதிர்ப்பு என்று அம்பேத்கர் கூறினார். ரஷ்யா பத்து ஐரோப்பிய நாடுகளைத் தன் நாட்டுடன் இணைத்துக்கொண்டது. மேலும் சீனா, மஞ்சூரியா, கொரியா ஆகிய நாடுகளின் சில நிலப்பரப்புகளையும் கைப்பற்றிக் கொண்டிருக்கிறது என்று அம்பேத்கர் கூறியபோது, கம்யூனிஸ்ட் உறுப்பினர் ஒருவர் அதை மறுத்துக் குரலெழுப்பினார். நாடுகளைப் பிரிப்பதன் பெயராலோ நாடுகளைப் பிரித்துத் தனிமைப் படுத்துவதாலோ அமைதி விலை கொடுத்து வாங்கப்படுகிறது என்று அம்பேத்கர் குறிப்பிட்டார்.

ரஷ்யாவைப் பற்றி அம்பேத்கர் பேசியபோது, ''ரஷ்யா பல நாடுகளை இல்லாமல் ஆக்குவதில் தொடர்ந்து ஈடுபட்டு வருகிறது. விடுதலை அளிப்பது என்ற கோட்பாட்டின் அடிப்படையில் மற்ற நாடுகளைத் தன் நாட்டுடன் சேர்த்துக்கொள்கிறது. மற்ற நாடுகளுக்கு ரஷ்யா வழங்கும் விடுதலை என்பது, விடுதலையின் பேராலான அடிமைத்தனம் என்பதாகவே இருக்கிறது. விடுதலைக்குப் பிறகு அங்கே சுதந்திரம் முகிழ்ப்பதில்லை. இத்தகைய அமைதியினால் எந்தவொரு பயனும்

விளைவதில்லை. மாறாக ரஷ்ய பூதம் வாயைத் திறந்து இரை கேட்கும் போதெல்லாம் அதற்குப் பிற நாடுகள் பலியாக்கப்படுகின்றன'' என்று கூறினார்.

ரஷ்யா இந்தியா மீதும் இதேபோல் கை வைக்குமா? என்ற கேள்வியை மறந்துவிடாமல் - புறக்கணித்துவிடாமல் இந்தியர்கள் நினைவில் கொண்டிருக்கவேண்டும் என்று அம்பேத்கர் எச்சரித்தார். ''கம்யூனிஸமும் சுதந்திர ஜனநாயகமும் ஒன்றிணைந்து செயல்படும் என்று கூறப்படுவது அறிவுக்குப் பொருந்தாக்கூற்று என்பதே என் கருத்தாகும். ஏனெனில் கம்யூனிஸம் ஒரு காட்டுத்தீயைப் போன்றதாகும். தன்னை எதிர்ப்படும் எல்லாவற்றையும் எரித்து அழித்துவிடும்'' என்று அம்பேத்கர் கூறினார். காட்டுத்தீ போன்று விளங்கும் ரஷ்யாவுக்கு அருகிலுள்ள நாடுகளுக்கு ஆபத்து ஏற்படும் வாய்ப்புள்ளது. ஒரு நாட்டின் வெளியுறவுக் கொள்கையை வகுக்கும் போது அந்நாட்டின் நிலவியல் அமைப்பையும் கணக்கில் எடுத்துக் கொள்ள மறந்துவிடக்கூடாது என்று அம்பேத்கர் சுட்டிக்காட்டினார்.

ரஷ்யாவும் சீனாவும் இவ்வுலகில் சுதந்திரமாகவுள்ள மற்ற நாடுகளை ஆக்கிரமிப்புச் செய்து கைப்பற்றிக் கொள்வதைத் தடுப்பதற்காக 'சீட்டோ' என்ற அமைப்பை உருவாக்கிட அமெரிக்காவும், பிரிட்டனும் திட்டமிட்டன என்று அம்பேத்கர் கூறினார். சீட்டோ அமைப்பு எந்தவொரு நாட்டின்மீதும் ஆக்கிரமிப்பு செய்யும் நோக்கத்துக்காக அமைக்கப்பட்டதன்று. மாறாக சுதந்திர நாடுகளின்மீது ஆக்கிரமிப்புச் செய்யப்படுவதைத் தடுப்பதே அதன் குறிக்கோளாகும் என்று அம்பேத்கர் விளக்கினார். சீட்டோ அமைப்பின்பால் காட்டப்படுகிற வெறுப்பு, நேருவுக்கு அமெரிக்காவிடம் ஏதோ ஒருவகையில் ஏற்பட்ட மனவேறுபாடு காரணமாகவும், இந்தியா சீட்டோ அமைப்பில் சேர்ந்துவிட்டால் ரஷ்யா என்ன நினைக்குமோ என்ற அச்சத்தினாலும் தோன்றியதாகும் என்று அம்பேத்கர் மேலும் கூறினார்.

இந்தியாவை ஒருபுறத்தில் பாகிஸ்தானும், மற்ற இஸ்லாமிய நாடுகளும் சூழ்ந்திருப்பதையும், இன்னொரு பக்கத்தில் சீனா லாஸா பகுதியைக் கைப்பற்றிக் கொள்ள அனுமதித்திருப்பதையும் அம்பேத்கர் அவையின் கவனத்துக்குக் கொண்டு வந்தார். 'சீனா அதனுடைய எல்லையை இந்தியாவின் எல்லைவரையில் கொண்டுவந்துவிட பிரதமர் அனுமதித்துவிட்டார். இந்த உண்மைகளையெல்லாம் ஒருசேர நினைக்கும்போது, உடனடியாக என்று கூற முடியாவிடினும் எதிர்காலத்தில் இந்தியா ஆக்கிரமிப்புக்குள்ளாகும் அபாயம் இருக்கிறது. இந்த ஆக்கிரமிப்பை யார் செய்வார்களெனில் ஆக்கிரமிப்புச் செய்வதையே வழக்கமாக்கிக் கொண்டவர்கள் செய்வார்கள்' என்று அம்பேத்கர் உறுதிபடக் கூறினார்.

பிரதமர் நேரு மாசேதுங் ஒப்புக்கொண்ட பஞ்சசீலக் கொள்கையையோ, ஒரு நாடு மற்ற நாட்டின்மீது ஆக்கிரமிப்பு செய்யக்கூடாது என்று திபெத்தில் செய்துகொண்ட ஒப்பந்தத்தையோ நம்பக்கூடாது என்று அம்பேத்கர் அவருடைய உரையில் குறிப்பிட்டார். பௌத்தச் சமயத்தின் முக்கிய அம்சமாக விளங்கும் பஞ்சசீலக் கொள்கையின்பால் உண்மையில் மாசேதுங்குக்கு நம்பிக்கையிருக்குமானால் அவருடைய நாட்டில் பௌத்தர்களை இப்போது நடத்துவதுபோல் கொடுமையாக நடத்தியிருக்கமாட்டார். அரசியலில் பஞ்சசீலக் கொள்கைக்கு இடமேயில்லை. கம்யூனிஸ நாட்டின் அரசியலில் பஞ்சசீலக் கொள்கை இடம்பெறவே முடியாது. கம்யூனிஸ நாடுகள் இரண்டு கொள்கைகளின் மீதே எப்போதும் செயல்படுகின்றன என்பது நாம் அனைவரும் அறிந்ததே. கம்யூனிஸ நாடுகளில் ஒழுக்கநெறி என்பது மாறிக்கொண்டேயிருக்கும். ஆகவே ஒழுக்கநெறி என்ற ஒன்றே இருக்காது. இன்று ஒழுக்கநெறியாகக் கருதப்படுவது அடுத்தநாளே ஒழுக்கநெறிக்குரியதாக இல்லாமல் ஆகிவிடும்.

ஆசியா ஒரு போர்க்களமாக ஆகிவிட்டது. ஆசியாவில் பாதிக்கு மேற்பட்டவை கம்யூனிச நாடுகளாக இருக்கின்றன. கம்யூனிச நாடுகள் மாறுபட்ட வாழ்வியல் கோட்பாடுகளையும் வேறுபட்ட அரசமைப்பு முறையையும் பின்பற்றுகின்றன. ஆகவே நமக்குச் சுதந்திரத்தில் நம்பிக்கையிருக்குமாயின் சுதந்திர நாடுகள் என்று கருதப்படும் நாடுகளுடன் நாம் கூட்டு வைத்துக்கொள்வது நல்லது''[10] என்று அம்பேத்கர் கூறினார்.

அம்பேத்கரின் தீர்க்கதரிசனம் இந்தியா மீது 1962ல் சீனா படையெடுத்தபோது நமக்கு வெளிப்பட்டது.

குருஜியும் அண்ணல் அம்பேத்கரும் கம்யூனிஸம், சீனா, ரஷ்யா, பஞ்சசீலம் போன்ற விஷயங்களில் ஒரே கருத்தைக் கொண்டிருந்தனர்.

கம்யூனிஸவாதிகள் எப்படி ஆர்.எஸ்.எஸ்-க்கு எதிராக இருந்தார்களோ அதேபோலத்தான் அண்ணல் அம்பேத்கருக்கும் எதிராக இருந்தார்கள்.

பம்பாய் நகரிலுள்ள நெசவு ஆலைகளில் வேலை செய்வதற்கு ஆட்கள் எடுத்தபோது, அவ்வேலைக்கு மனுச் செய்த தாழ்த்தப்பட்ட நபர் யாரையும் எடுக்கவில்லை. காரணம், நெசவு ஆலையில் பணிபுரியும் சமயம், நாடாவில் நூலை வாயில் வைத்து உறிஞ்சி எடுக்கவேண்டும். இதனால் 'எச்சில் தீட்டு'ப்படும் என்பதற்காக இவர்களை எடுக்கவில்லை. இதுபற்றிக் கம்யூனிஸ்டுக் கட்சி போராட்டம் நடத்த வேண்டுமென்று எஸ்.ஏ.டாங்கேயை அண்ணல் அம்பேத்கர் கேட்டபோது, அதை அவர் மறுத்ததோடு மட்டுமல்லாமல், இதற்காக அம்பேத்கர்

போராட்டம் நடத்தியபோது ஆதரவும் நல்கவில்லை. (Rise and Awakening of the Depressed Classes, P-169)[11]

அதுமட்டுமல்ல, அண்ணல் அம்பேத்கரை கம்யூனிஸ்டுகள் 'பெட்டி பூர்ஷ்வா மிஸ்லீடர்' என்று கேலி செய்தனர்.[12]

பொதுத்தேர்தல் 1952 ஜனவரியில் நடந்தது. அம்பேத்கர் கம்யூனிஸ்டுகளின் எதிர்ப்பாளராக இருந்ததால் காம்ரேட் எஸ்.ஏ.டாங்கே ஒரு பிரசார உத்தியைக் கையாண்டார். ஒதுக்கப்பட்ட இடத்துக்குப் போட்டியிடுபவர்களில் யாருக்கும் வாக்களிக்காதீர்கள் என்று பிரசாரம் செய்தார். இந்தத் தேர்தலில் அம்பேத்கர் 14,000 வாக்குகள் வித்தியாசத்தில் தோல்வியடைந்தார்.[13]

---

## ஆதாரக் குறிப்புகள்


1. ஆர்.எஸ்.எஸ். கடந்துவந்த பாதையும், செய்யவேண்டிய மாற்றங்களும், சஞ்சீவ் கேல்கர், தமிழில் சாருகேசி, பக்.132
2. ஸ்ரீகுருஜி சிந்தனைக் களஞ்சியம், தொகுதி 10, பக்.195-197
3. டாக்டர் பாபா சாஹேப் அம்பேத்கர் நூல் தொகுப்பு, தொகுதி 37,பக்.212
4. டாக்டர் பாபா சாஹேப் அம்பேத்கர் நூல் தொகுப்பு, தொகுதி 37,பக்.221
5. டாக்டர் பாபா சாஹேப் அம்பேத்கர் நூல் தொகுப்பு, தொகுதி 35,பக்.520
6. டாக்டர் பாபா சாஹேப் அம்பேத்கர் நூல் தொகுப்பு, தொகுதி 37,பக்.539
7. டாக்டர் பாபா சாஹேப் அம்பேத்கர் நூல் தொகுப்பு, தொகுதி 37,பக்.712
8. டாக்டர் பாபா சாஹேப் அம்பேத்கர் நூல் தொகுப்பு, தொகுதி 35,பக்.509
9. டாக்டர் பாபா சாஹேப் அம்பேத்கர் நூல் தொகுப்பு, தொகுதி 1,பக்.253
10. டாக்டர் அம்பேத்கர் வாழ்க்கை வரலாறு, தனஞ்செய்கீர், பக்.676-679
11. அண்ணல் அம்பேத்கரின் அரும்பணி - ஓர் ஆய்வு, பக்.8
12. அம்பேத்கர் - ஒரு புதிய இந்தியாவுக்காக...., கெயில் ஓம்வெத், பக்.99
13. டாக்டர் பாபா சாஹேப் அம்பேத்கர், வசந்த்மூன், பக்.229

# பொது சிவில் சட்டம்

**பொ**துசிவில் சட்டம் கொண்டுவரவேண்டும் என்று இந்து அமைப்புகள் தொடர்ந்து குரல்கொடுத்து வருகின்றன. அதில் ஆர்.எஸ்.எஸ். அமைப்பும் பாஜகவும் பொதுசிவில் சட்டத்துக்காகக் கடுமையாகக் குரல் கொடுத்து வருகின்றன.

அண்ணல் அம்பேத்கர் பொதுசிவில் சட்டம் கொண்டுவர வேண்டும் என்று விரும்பினார். ஆனால், அதற்குக் கடும் எதிர்ப்பு எழுந்தது. அதனால் அரசியல் அமைப்பின் 44வது விதியைக் கொண்டு வந்தார். நாடு முழுமைக்கும் ஒரேவிதமான சிவில் சட்டம் ஏற்படுத்தும் முயற்சியை அரசு விரைந்து செயல்படுத்தவேண்டும் என்பதே அந்த விதி.

சமூகச் சட்டங்களை ஒழுங்குபடுத்திச் சமூகத்தைச் சீர்படுத்தும் பணி உலகில் ஏராளமான நாடுகளில் நடைபெற்றுள்ளதென்றும், இந்தியாவில் முஸ்லீம் சமூகச் சட்டம்கூட ஓரளவுக்கு ஒழுங்குபடுத்தப்பட்டுள்ள தென்றும் சுட்டிக்காட்டினார் அம்பேத்கர்.

மேலும் அவர் கூறும்போது, இந்தியாவில் முஸ்லீம் சமூகச் சட்டமானது வெவ்வேறு பகுதியில் வெவ்வேறு விதமாய்ப் பின்பற்றப்பட்டு வந்தது. உதாரணமாக, 1935வரை, வடமேற்கு எல்லைப்புற மாகாணத்தில் வாழ்ந்த முஸ்லீம்கள், அவர்களின் சமூகச் சட்டமாகிய 'ஷரியத்' சட்டத்தை அனுசரிக்கவில்லை. வாரிசுரிமையிலிருந்து

அனைத்துக்கும் இந்து சமூகச் சட்டத்தையே பின்பற்றினார்கள். இதனால் 1939இல், மத்திய சட்டமன்றம் ஷரியத் சட்டத்தை வடமேற்கு எல்லைப்புற மாகாணத்தில் கொண்டுவந்தது. 1937இல், இந்தியா முழுமைக்கும் முஸ்லீம்கள் ஷரியத் சட்டத்தைப் பின்பற்றவேண்டும் என்றும் சட்டம் செய்தார்கள்.

அடுத்து, வடகேரளப் பகுதியிலிருந்து முஸ்லீம்கள், அங்கிருந்த இந்துக்களைப் போலவே தாய்வழி வம்சா வழிமுறை பேணி வந்தார்கள். 1937இல் வந்த ஷரியத் சட்டம் அவர்களைத் தந்தை வழி வம்சாவழிமுறை பேணச் செய்தது. இதனால் முஸ்லீம்களின் மத உணர்வைக் கொன்றுவிட்டார்கள் எனக் கூறமுடியுமா? என்று கேட்டார் அம்பேத்கர்.[1]

இந்துசட்ட மசோதாகூட ஒருவகையில் பொதுசிவில் சட்டம் கொண்டு வதற்கான வழிமுறைதான் என்று அம்பேத்கர் கூறினார்.

1950 ஜனவரி 11 சித்தார்த்தா கல்லூரியில் பேசும்போது, ‘இந்துச் சட்டத்தின் சில பிரிவுகளை ஒழுங்குபடுத்துவதும், திருத்துவதுமே இந்த மசோதாவின் நோக்கம். அதன் முக்கியத்துவத்தைக் குறிப்பிட்டு நாட்டின் ஒற்றுமையைக் கருத்தில் கொண்டு பார்க்கும்போது இந்துக்களின் சமூக வாழ்க்கையையும் சமய வாழ்க்கையையும் ஒரேவிதமான சட்டங்கள் தான் நிர்வகிக்க வேண்டும் என்றார். சட்டம் ஒரே சீராக இருக்கவேண்டும் என்பதற்காக இந்துச் சட்டம் திருத்தப் படுகிறதே தவிர இந்து மக்கள் பலவீனமானவர்கள் என்பதற்காக அல்ல என்று சொன்னர் மேலும் கூறினார்: பொது சிவில் சட்டம் கொண்டு வருவதற்கு ஒரு முன்னோடிதான் இந்துச்சட்டம்.[2]

---

ஆதாரக் குறிப்புகள்

1. அண்ணல் அம்பேத்கரின் அரும்பணி - ஓர் ஆய்வு, பக்.140

2. டாக்டர் பாபா சாஹேப் அம்பேத்கர் : பேச்சும் எழுத்தும், தொகுதி - 37, பக்.498

# மதமாற்றம்

**கி**றிஸ்தவ, இஸ்லாமிய மதமாற்றத்தைக் கடுமையாக எதிர்க்கும் இயக்கம் ஆர்.எஸ்.எஸ். என்பது எல்லோருக்கும் தெரிந்த செய்திதான். இதற்காக இந்துக்களிடம் விழிப்புணர்வையும் ஏற்படுத்தி வருகிறது. மதமாற்றத்தைத் தடுக்க பல்வேறு பணிகளையும் செய்துவருகிறது.

அண்ணல் அம்பேத்கரும் தாழ்த்தப்பட்ட மக்கள் இஸ்லாமுக்கோ கிறிஸ்தவத்துக்கோ மாறக்கூடாது என்பதில் மிகத் தெளிவாகவே இருந்தார்.

1933, மே மாத வாக்கில் அம்பேத்கர் லண்டனில் இருந்த போது ஜி.ஏ.கவயீ என்ற தீண்டத்தகாத சமூகத்தலைவர் அம்பேத்கரை மூன்று - நான்கு முறை சந்தித்தார். அப்போது அவருடன் மதம் மாறும் விஷயம் பற்றி விவாதித்தார். இந்தியா திரும்பியபின் கவயீ, 'அம்பேத்கர் இஸ்லாமிய மதத்தில் சேர்வதாக உள்ளார்' என்ற செய்தியைப் பரப்பி விட்டார். இதை மறுத்து அம்பேத்கர், 'நான் இந்துமதத்தைப் பின்பற்றுபவனாக இருக்கப் போவதில்லைதான். அதுபோலவே நான் இஸ்லாமிய மதத்தையும் ஏற்கமாட்டேன். இந்நாட்களில் நான் புத்தமதத்தால் கவரப்பட்டுள்ளேன். ஆனால் நான் எனது சமூகத்துக்கு ஏற்றதோர் ஏற்பாட்டைச் செய்து முடிக்கும் வரை மத விஷயத்தில் எதுவும் செய்யப் போவதில்லை"¹ என்று விளக்கம் அளித்தார்.

1935ல் அம்பேத்கர் மதம் மாறுவேன் என்று முடிவெடுத்ததும் உலகின் பெருஞ்செல்வரான ஹைதராபாத் நிஜாம் தீண்டத்தகாதவர்கள் இஸ்லாமிய மதத்தை ஏற்பார்களேயானால் அதற்கென ஐந்துகோடி ரூபாய் ஒதுக்க முடிவுசெய்திருந்தார்.[2] ஆனாலும் அவர் மதம் மாறவில்லை.

மத்திய சட்டசபை உறுப்பினராக இருந்த கே.எல்.கௌபா என்ற முஸ்லீம் தலைவர் அம்பேத்கருக்கு ஒரு தந்தி அனுப்பியிருந்தார். இந்தியாவில் இருக்கிற முகம்மதியர்கள் அம்பேத்கரையும் தீண்டப் படாத வகுப்பு மக்களையும் மரியாதையுடன் வரவேற்கக் காத்திருப்ப தாகவும் அரசியல், சமுதாயம், பொருளாதாரம், மதம் ஆகிய அனைத்துத் துறைகளிலும் முழுமையான சமத்துவமும் சம உரிமையும் உறுதியாக அளிக்கப்படும் என்றும் அத்தந்தியில் அவர் குறிப்பிட்டிருந்தார். அம்பேத்கர் இது தொடர்பாக முஸ்லீம்களுடன் பேச விரும்பினால் 1935 அக்டோபர் 20ம்நாள் பதுவானில் நடைபெறும் முகம்மதியர் மாநாட்டுக்கு வருமாறு கௌபா தெரிவித்திருந்தார். ஆனால் அந்த மாநாட்டுக்கு அம்பேத்கர் போகவில்லை.

1935ம் ஆண்டு நாசிக் அருகே ஒரு கிராமத்தில் சில தீண்டத்தகாதவர்கள் இஸ்லாம் மதத்துக்கு மாறவுள்ளார்கள் என்று தெரியவந்ததும், அவசரப் பட்டு அவ்வாறு செய்யவேண்டாம் என்று அம்பேத்கர் அவர்களுக்கு அறிவுறுத்தினார்.[3]

1936 ஜனவரியில் முஸ்லீம்களின் இரண்டு தூதுக்குழுவினர் அம்பேத்கரைச் சந்தித்து இஸ்லாமில் சேருமாறு வேண்டினர். அம்பேத்கர் அதை நிராகரித்தார்.[4]

1946ல் லண்டனில் அம்பேத்கர் அவருடைய கோரிக்கை அறிக்கையை உடனடியாக அச்சிட்டுக்கொண்டு, இங்கிலாந்தின் ஆட்சிப் பொறுப்பை வகித்த அரசியல் தலைவர்களை அணுகினார். தீண்டப்படாத வகுப்பினரை இஸ்லாம் மதத்தில் சேருமாறு அறிவுரை கூறியிருக் கிறீர்களா என்று அம்பேத்கரிடம் ராய்ட்டர் செய்தி நிறுவனத்தின் அரசியல் நிருபர் கேட்டபோது, அவ்வாறு ஏதும் கூறவில்லை என்று பதிலளித்தார் அம்பேத்கர்.[5]

பீர் ஜமாத் அலி என்பவர் அம்பேத்கரைச் சந்தித்தார். அதன்பிறகு அவர் அம்பேத்கர் இஸ்லாமிய மதத்தில் சேரப்போவதாகப் பரப்பிவிட்டார். வதந்தியை முஸ்லீம்கள் கிளப்பியபோது உடனுக்குடன் அம்பேத்கர் அதை மறுத்தார்.[6]

தாழ்த்தப்பட்டவர்கள் முஸ்லீமாக மதம் மாற அம்பேத்கர் ஒருபோதும் ஏற்றுக்கொள்ளவில்லை.

ஷெட்யூல்டு வகுப்பினர் தங்களது அரசியல் உரிமைகளைப் பெற பூனாவில் துவங்கப்பட்ட சத்தியாகிரகம் நடைபெற்றுக் கொண்டிருந்த போது 1946, ஜூலை 26ல் அம்பேத்கர் 'பம்பாய் கிரானிக்கல்' பத்திரிகைக்கு அளித்த பேட்டியில் ''..... ஒருவிதத்தில் தாம் காங்கிரஸுக்கு நன்மை செய்பவரே. காங்கிரஸ் ஸ்தாபனத்தை முற்றிலுமாக செயலற்றதாக ஆக்குவது எங்களது சக்தியில் உள்ளது. நானும் எனது சமூகமும் முஸ்லீம்களாக மாற முடிவு செய்ய முடியாதா? திரு. ஜின்னாவின் மதத்தை ஏற்றுக்கொண்டால், எவ்வகையிலும் நான் இழந்தவனாகமாட்டேன், மற்றும் நிர்வாகக் கவுன்சிலுக்கு ஒரு முஸ்லீம் உறுப்பினராக என்னை நியமிக்கக்கூடும். அந்தத் தீவிரமான நடவடிக்கையை நான் எடுக்கவில்லை. ஏனெனில் முழு பேரழிவி லிருந்து காங்கிரஸைக் காப்பாற்ற விரும்புகிறேன்.

இத்தகைய கடுமையான நடவடிக்கைகளில் ஏன் நான் இறங்கவில்லை? அது ஏனெனில் காங்கிரஸுக்கு மற்றொரு சந்தர்ப்பத்தை அளிக்க நான் விரும்புகிறேன். நாம் துவக்கியுள்ள போராட்டம் எனது கட்சி குறைந்தபட்ச எதிர்ப்பு என்ற கொள்கையை எடுத்துள்ளது''[7] என்று கூறினார்.

ஒருசமயம் அம்பேத்கர் தாம் ஏன் இஸ்லாம் தழுவவில்லை என்பதை விளக்கினார். ''நான் இஸ்லாம் தழுவியிருந்தால், கோடான கோடிப் பணம் எங்கள் காலடியில் கொட்டப்பட்டிருக்கும், அய்ந்தாண்டுகளில் நாடே சீரழிந்து போயிருக்கும். ஆனால் மாபெரும் அழிவு வேலையைச் செய்தவன் என்று வரலாற்றில் இடம் பெற நான் விரும்பவில்லை''[8] என்று கூறினார்.

அம்பேத்கர் இஸ்லாம் தழுவியிருந்தால் நாடு என்ன ஆகியிருக்கும் என்பதைப் பற்றி பாலாசாகிப் தேசாய் கூறுகிறார் :

''இந்த நாட்டுக்கு மிகப் பெரிய சேவை செய்துள்ளார் பாபா சாகிப் அம்பேத்கர். பாரதத்தின்மீதும், அதன் பண்பாட்டின்மீதும் அவருக்கு அன்பு இருந்ததால்தான் அவர் புத்தநெறி தழுவினார். அதை விடுத்து இஸ்லாம் மதம் போயிருப்பாரேயானால்! என்ன நடந்திருக்கும் என்று எண்ணிப் பாருங்கள்! நாடே சின்னாபின்னப்பட்டல்லவா போயிருக்கும்!''[9]

அம்பேத்கரின் மதமாற்ற அறிவிப்பு பல இந்துக்களுக்கு அதிர்ச்சியூட்டு வதாக இருந்தாலும் கிறித்துவ பரப்புநர்களிடம் உற்சாகத்தையே ஏற்படுத்தியது. ஆடுகளைப் பார்த்து ஓநாய்கள் ஏங்குவதுபோல தீண்டத்தகாதவர்களின் மதமாற்றத்தை எதிர்பார்த்து தங்கள் சமயத்துக்கு அவர்கள் மதமாற்றம் செய்துகொள்ளமாட்டார்களா என்று கிறித்துவர்கள் ஏங்கிக்கொண்டிருந்தனர்.

பிஷப்.ஜே.டபிள்யூ,பிகெட் என்பவரும் ஸ்டான்லி ஜோன்ஸ் என்பவரும் பலமுறை அம்பேத்கரைச் சந்தித்துக் கிறிஸ்துவ மதத்தை ஏற்பது குறித்துச் சாதகமாக யோசித்துப் பார்க்குமாறு வேண்டினர்.[10]

காட்ஃப்ரே எட்வர்ட் பிலிப்ஸ் 1936 ஜூலையில் 'தீண்டத்தகாதவர்களின் தாகம்' என்ற நூலை வெளியிட்டார். இந்நூலில் தீண்டத்தகாத சமூகத்தினரை மதமாற்றம் செய்வதற்கு கிறிஸ்துவ சமயப்பரப் பாளர்கள் என்னென்ன செய்ய வேண்டும் என்பது விளக்கமாக விவாதிக்கப்பட்டிருக்கிறது. அம்பேத்கர் வெளிப்படையான முறையில் கிறிஸ்துவ மதத்துக்கு ஊக்கம் தரவில்லை என்று நூலாசிரியர் தெளிவாக எழுதியுள்ளார்.[11]

டாக்டர் ஸ்டான்லி ஜோன்ஸுடன் தான் பேசியதைக் குறிப்பிட்டு டாக்டர் பிலிப்ஸ் எழுதுகையில் 'டாக்டர் அம்பேத்கர் ஜோன்ஸிடம் சொன்னார். கிறிஸ்தவர்கள் முதலில் தமக்குள் நிலவும் ஜாதி வேறுபாட்டைக் களைந்திருப்பார்களேயானால் நாங்கள் கிறிஸ்துவ மதத்தில் நாட்டம் கொண்டிருப்போம். ஆனால் இது முடியாத காரியமாகிவிட்டது. அம்பேத்கர் கூறியது விஷப் பூச்சிகொட்டியது போல் வேதனை தரக்கூடியது. ஆனால், விஷயம் என்னவோ உண்மை தான்' என்று தெரிவித்துள்ளார்.[12]

அம்பேத்கர் பைபிளை ஆழ்ந்த ஈடுபாட்டுடன் கற்றிருந்தார். விவிலிய இலக்கிய நூல்களைப் பெருமளவில் திரட்டி வைத்திருந்தார். ஒரு கட்டுரையில் அவர் தன்னை மோசஸுடன் ஒப்பிட்டிருந்தார். ஆனாலும் அம்பேத்கருக்கு கிறித்துவத்தில் பெரிய ஈர்ப்பு இருந்ததில்லை. எப்போதுமே கிறித்துவத்தில் அவருக்கு நம்பிக்கையில்லை.

உதாரணமாக ஒன்றைச் சொல்லலாம்.

வேறோர் மதத்துக்கு மதம் மாறிச் சென்ற இந்துக்களை மீண்டும் இந்து மதத்துக்கு மதம் மாற்றிய இந்துச் சமயப் பிரசாரகர்களைக் கோவா அரசு கைது செய்தபோது அதனை எதிர்த்துத் தந்தி மூலம் அனுப்பப்பட்ட அறிக்கையில் அம்பேத்கரும் கையெழுத்திட்டிருந்தார்.

1938 ஜனவரி 1ஆம்தேதி ஷோலாப்பூரில் அம்பேத்கர் ரெவரண்ட் கங்காதர் ஜாதவ் தலைமையில் கிறிஸ்தவர்கள் கூட்டத்தில் சொற் பொழிவாற்றினார். அதில் ''...நான் கற்ற ஒப்பீட்டின்படி இருவருடைய ஆளுமைகள் என்னைக் கவர்கின்றன. ஒருவர் புத்தர். இன்னொருவர் கிறிஸ்து'' என்றார். மேலும் அம்பேத்கர் கூறுகையில், ''...எந்த மதம் மனிதனுக்கு மனிதன் நடந்துகொள்ளும் பண்பையும் அவனது கடமையையும் அதே சமயம் சமத்துவம், சகோதரத்துவம், சுதந்திரம் ஆகிய கருத்துகளின் அடிப்படையில் கடவுளுக்கும்

அவனுக்குமுள்ள உறவை அறிவுறுத்துகிறதோ அத்தகைய மதமே எனக்குத் தேவை.

"...தென்னிந்தியாவில் உள்ள உங்கள் சர்ச்சுகளில் ஜாதி அமைப்பைப் பின்பற்றுகிறார்கள். அரசியலிலும் பின்தங்கி இருக்கிறார்கள். மகர் இளைஞர்கள் கிறிஸ்தவர்களாக மாறினால் அவர்களது உதவிச் சம்பளம் பறிக்கப்படுகிறது. ஆக கிறிஸ்துவர்களாக மாறுவதில் பொருளாதார லாபம் இல்லை. இந்திய கிறித்தவர்கள் சமூக அநீதிகளை அகற்றுவதற்காக எப்போதும் போராடியது இல்லை''[13] என்று அவர்களிடத்தில் வெளிப்படையாகக் கூறினார்.

இப்படி அம்பேத்கர் வெளிப்படையாகக் கூற காரணம் உண்டு.

1944 செப்டம்பர் மாதம் அம்பேத்கர் சென்னை வந்தார். அப்போது அம்பேத்கரிடம் தமிழ்நாடு தீண்டப்படாத வகுப்பினர் கிறித்துவச் சங்கம் ஒரு கோரிக்கை விண்ணப்பத்தைக் கொடுத்தது. 'தீண்டப்படாத வகுப்புகளிலிருந்து நாங்கள் கிறித்துவ மதத்துக்கு வந்துள்ளோம். ஆனால் இந்து மதத்தில் இருக்கிற தீண்டப்படாத வகுப்பினர்களின் நிலையைப் போலவே எங்களுடைய சமூகப் பொருளாதார நிலைகள் இருக்கின்றன என்று அந்த விண்ணப்பத்தில் கூறியிருந்தனர். மேல் ஜாதிகளிலிருந்து கிறித்துவர்களாக மதம் மாறியவர்கள் மதம் மாறிய பிறகும் தங்கள் ஜாதியை விட்டுவிடாமல் இருக்கிறார்கள். மேல்ஜாதிக் கிறித்துவர்கள் தீண்டப்படாத வகுப்பிலிருந்து மதம் மாறிய கிறித்துவர் களை இழிவாக நடத்துகின்றனர். உயர்ஜாதி கிறித்துவர்களின் இந்த மேலாதிக்க மனப்போக்கினைப் பாதிரிகள் எவ்வகையிலும் போக்கிட முயலவில்லை. மேல்ஜாதி கிறித்துவர்களாலும் மற்றும் பிற ஜாதிகளாலும் அடிமைகளாக நடத்தப்படும் நிலையிலிருந்து தங்களை விடுவிக்கவேண்டும்' என்று அந்த விண்ணப்பத்தின் மூலம் அம்பேத்கரிடம் வேண்டுகோள் வைத்தனர்.[14]

கிறிஸ்தவ மதத்தில் மாறினாலும் சமத்துவம் கிடைக்காது என்பது அண்ணல் அம்பேத்கருக்கு தெரிந்திருந்தது.

ஆரம்பத்திலிருந்தே மதமாற்றத்துக்கு கிறித்துவத்தையும் இஸ்லாத்தையும் தேர்ந்தெடுப்பதற்கான சிந்தனையை அவர் மனதில் வைக்கவே இல்லை.

•

மதமாற்றம் சட்டையை மாற்றுவதுபோல் அல்ல. ஓரிடத்திலிருந்து பிடுங்கி மற்றோரிடத்தில் நாற்று நடுவதைப் போலவும் அல்ல. மதமாற்றம் மனிதனது பண்பையும் எண்ணத்தையும் முழுவதுமாக

மாற்றிவிடுகிறது. ஒருவர் மதம்மாறுட்போது அவருடைய தேசியத் தன்மையும் மாறிவிடுகிறது. மதமாற்றம் என்பது மக்களுக்கு மட்டு மல்ல நாட்டுக்கும் பல்வேறு ஆபத்துகளை ஏற்படுத்திவிடுகிறது என்பதும் ஆர்.எஸ்.எஸ். கருத்து. அதைப்பற்றி ஸ்ரீகுருஜி கூறுகிறார் : ‘ஹிந்துக்களை மதம் மாற்றுவது என்பது அவர்களது உள்ளத்தில் குடி கொண்டிருக்கும் பிளவுபடாத ராஷ்ட்ர பக்தி விசுவாசத்தை மாற்றி, அவர்களது மனதில் இரட்டை ஈடுபாட்டை உருவாக்கி விடுகிறது. இது நமது தேசியத்துக்கும் நாட்டின் பாதுகாப்புக்கும் ஆபத்து விளைவிக்கக் கூடியது. எனவே, இதற்கு முற்றுப்புள்ளி வைக்க வேண்டியது அவசியம்’[15] என்று கூறுகிறார்.

மதம் மாறினால் தேசியத் தன்மை மாறிவிடும் என்பதே அண்ணல் அம்பேத்கரின் கருத்தாகவும் இருந்தது. 1936 ஜுன் 18 அன்று இரவு ஏழரை மணிக்கு டாக்டர் அம்பேத்கர் தமது நண்பர் இருவர் முன்னிலையில் ராஜகிருகத்தில் சீக்கிய மதத்தில் சேருவது என்பது பற்றி டாக்டர் மூஞ்சேயுடன் உரையாடினார். பின்பு மறுநாள் டாக்ர் அம்பேத்கரது கருத்துகளின் தொகுப்பு ஓர் அறிக்கையாக டாக்டர் மூஞ்சேவிடம் அளிக்கப்பட்டது. அந்த அறிக்கையில் அம்பேத்கர் கூறுகிறார் : ‘ஒடுக்கப்பட்ட வகுப்பு மக்கள் இஸ்லாத்திலோ கிறித்துவத்திலோ சேருவார்களெனில் அவர்கள் இந்து சமயத்திலிருந்து மட்டுமல்ல, இந்துப் பண்பாட்டிலிருந்தும் வெளியேறிவிடுவார்கள். மாறாக அவர்கள் சீக்கிய சமயத்துக்கு மாறினாலும், இந்துப் பண்பாட்டையே தொடர்ந்து பின்பற்றுவார்கள். எவ்வகையினும் இது இந்துக்களுக்கு அற்பமான நலன் அல்ல, பெருத்த நலனே.

சமயமாற்றத்தினால், நாட்டுக்கு என்ன விளைவு என்பதை நாம் கவனத்தில் கொள்ள வேண்டும். ஒடுக்கப்பட்ட வகுப்பு மக்கள் இஸ்லாத்துக்கோ கிறித்துவத்திற்கோ மாறுவார்களெனில் நாட்டு நலன்கள் பெரிதும் பாதிக்கப்படும். அவர்கள் இஸ்லாத்தில் சேருவார்களெனில் இஸ்லாமியர்களின் எண்ணிக்கை இரு மடங்காகிவிடும். இஸ்லாமியர்கள் மேலாதிக்கம் பெருகிவிடுமோ எனும் அச்சம் மெய்யாகிவிடும். அவர்கள் கிறித்துவத்துக்கு மாறுவார் களெனில் கிறித்துவர்களின் எண்ணிக்கை ஐந்தாறு கோடிக்கு மேல் பெருகிவிடும். அது நாட்டையாளும் பிரிட்டானியர்களுக்கு நாட்டின் மீதும் மேலும் பிடிப்பை மிகுதியாக்கவே உதவும்.

மாறாக, அவர்கள் சீக்கிய சமயத்தைத் தழுவினால், இந்நாட்டின் வருங்கால நலன்களுக்குத் தீங்கு ஏதும் நிகழாது. நாட்டின் வருங்கால நலன்களுக்கு உதவியாகவே இருப்பார்கள். அவர்கள் இந்திய தேசியத்திலிருந்து விலகிவிடமாட்டார்கள். மாறாக நாட்டின் அரசியல் முன்னேற்றத்துக்கு உதவியாக இருப்பார்கள். எனவே, ஒடுக்கப்பட்ட

வகுப்பு மக்கள் பிற சமயத்திற்கு மாறுவதென்று முடிவு செய்தால் சீக்கியசமயத்துக்கு மாறுவதே நாட்டின் நலன்களுக்கு உகந்ததாகும்.''[16] என்று தெளிவாகவே கூறுகிறார்.

அண்ணல் அம்பேத்கர் சொன்னதை அ.மார்க்ஸ் அப்படியே தன் புத்தகத்தில் எடுத்துக்காட்டுகிறார். 'ஒடுக்கப்பட்ட மக்கள் இஸ்லாம் அல்லது கிறிஸ்தவத்திற்கு மாறினால் அவர்கள் தேச விசுவாசத்தை இழப்பர் என்றும் குறிப்பாக முஸ்லீம் மதத்திற்கு மாறினால் முஸ்லீம்கள் எண்ணிக்கை இரட்டிப்பாகி முஸ்லீம் ஆதிக்க ஆபத்து உண்மையாகிவிடும் என்றும் அந்தத் திறந்த மடலில் அவர் கூறியது குறிப்பிடத்தக்கது'[17] என்று மார்க்ஸ் எடுத்துக்காட்டுகிறார்.

மதமாற்றம் தேசியத் தன்மையை மாற்றிவிடும் என்று ஸ்ரீகுருஜி சொன்னால் அதைக் கடுமையாக விமர்சனம் செய்பவர்கள் அதே கருத்தை அண்ணல் அம்பேத்கரும் சொல்லியிருப்பதைப் பற்றி கள்ளமௌனம் ஜாதிப்பது அவர்களின் இரட்டை நிலைப்பாட்டைத் தான் காட்டுகிறது.

வரலாற்று ரீதியாகவே இஸ்லாம் இந்த நாட்டில் ஏற்படுத்தியிருக்கும் எதிர்மறை விளைவுகளை நன்கு உணர்ந்தவர்கள் ஸ்ரீகுருஜியும் அண்ணல் அம்பேத்கரும். அதனால்தான் இஸ்லாம் மதத்தில் மக்கள் மாறக்கூடாது என்று இருவருமே தெளிவாக இருந்தார்கள். அண்ணல் அம்பேத்கர் மதம் மாறுவது என்று முடிவெடுத்து செயல்பட்ட காலத்தில் இஸ்லாம் குறித்து பல்வேறு ஆய்வுகளை செய்து அதில் மாறக்கூடாது என்பதை தெள்ளத்தெளிவாக குறிப்பாக தாழ்த்தப்பட்ட மக்களுக்கு எப்போதுமே சொல்லி வந்திருக்கிறார்.

அண்ணல் அம்பேத்கர் ஜோகேந்திரநாத் மண்டலுக்கு 2-6-1947 அன்று ஒரு கடிதம் எழுதினார். அந்த கடிதத்தில் 'தாழ்த்தப்பட்ட இன மக்களுக்கு ஒரே வழி, ஒன்றுபட்ட வங்காளமாக இருந்தாலும் சரி, பிளவுபட்ட வங்காளமாக இருந்தாலும் சரி தங்களின் பாதுகாப்புக்காகப் போராடுவது தான். இந்துக்களைவிட தாழ்த்தப்பட்ட இன மக்களுக்கு முஸ்லீம்கள் ஒன்றும் பெரிய நண்பர்களல்ல என்பது எனது கருத்து'[18] என்று ஆணித்தரமாக எடுத்துரைத்தார்.

பாகிஸ்தான் பிரிவினையின்போது பாகிஸ்தானில் உள்ள தாழ்த்தப் பட்ட மக்கள் வலுக்கட்டாயமாக இஸ்லாம் மதத்துக்கு மாற்றப் பட்டனர். இதைக் கண்டித்து 27-11-1947ல் ஓர் அறிக்கை வெளியிட்டார். அதில் அண்ணல் அம்பேத்கர், 'பாகிஸ்தானில் அவர்கள் இந்தியாவுக்கு வர அனுமதிக்கப்படுவதில்லை. அவர்கள் பலவந்தமாக இஸ்லாமுக்கு மாற்றப்படுகிறார்கள். ஹைதராபாத்தில், அங்குள்ள முஸ்லீம் மக்கள்

தொகையை அதிகரிக்கும் நோக்கத்தோடு அவர்கள் பலவந்தமாக முஸ்லீம்களாக மாற்றப்படுகிறார்கள். மேலும், ஹைதராபாத்தில் ஒரு பொறுப்புள்ள அரசு அமையவேண்டும் என்றும் ஹைதராபாத் இந்தியக் கூட்டாட்சியுடன் இணையவேண்டும் என்றும் கோரிக்கை வைத்து நடைபெறும் இயக்கங்களில் ஹைதராபாத்திலுள்ள தாழ்த்தப்பட்ட மக்கள் கலந்துகொள்ள இயலாத அளவுக்கு அவர்கள் உள்ளத்தில் பய உணர்வை ஏற்படுத்துவதற்காக அங்குள்ள தீண்டத்தகாதவர்களின் வீடுகளை எரித்து, இட்டிஹாட்-உல்-முஸ்லீமின் என்னும் அமைப்பு தொடர்ந்து இயக்கங்களை நடத்திவருகிறது.

இந்தியாவில் தாழ்த்தப்பட்ட இனமக்களின் எதிர்காலம் இருண்டதாக இருந்தாலும்கூட இன்றைக்குப் பாகிஸ்தானில் அடைபட்டுக் கிடக்கும் தாழ்த்தப்பட்ட இனமக்களெல்லாம் இந்தியாவுக்கு வந்துவிடுங்கள் என்றுதான் கூறுவேன்.

….இந்துக்களை வெறுப்பதனாலேயே முஸ்லீம்களை நண்பர்களாகப் பாவிப்பது தாழ்த்தப்பட்ட மக்களுக்குப் பழக்கமாகிவிட்டது. இது ஒரு தவறான கண்ணோட்டமாகும். தாழ்த்தப்பட்ட மக்களின் ஆதரவை முஸ்லீம்கள் வேண்டுகிறார்கள். ஆனால், அவர்கள் தங்களின் ஆதரவைத் தாழ்த்தப்பட்ட இன மக்களுக்குத் தருவதே இல்லை.

மதமாற்றத்தைப் பொறுத்தவரையில் தங்கள் மீது வன்முறை மூலம் திணிக்கப்படுகின்ற கடைசிப் புகலிடமாகத்தான் தாழ்த்தப்பட்ட மக்கள் அதைப் பார்க்கவேண்டும். நிர்ப்பந்தம் மூலமோ அல்லது வன்முறை மூலமோ மதமாற்றம் செய்யப்பட்டவர்கள்கூட, தாங்கள் மீளமுடியாத வகையில் அந்த மதத்துக்கு இழுக்கப்பட்டுவிட்டதாகக் கருதக்கூடாது என்று அவர்களுக்குக் கூறுவேன். அவர்கள் மீண்டும் தங்கள் மதத்துக்குத் திரும்ப விரும்பினால் அவர்கள் வரவேற்கப்பட்டு, சகோதரத்துவத்துடன் நடத்தப்படுவார்கள் என்று உறுதிகூற விரும்புகிறேன்'.[19]

அண்ணல் அம்பேத்கரின் இந்த அறிக்கையை கவனியுங்கள்.

1) முஸ்லீம்கள் தாழ்த்தப்பட்டவர்களுக்கு நண்பர்களல்ல

2) முஸ்லீமாக மாறியிருந்தாலும் இந்தியா வந்துவிடுங்கள்

3) மீண்டும் தாய்மதம் திரும்பினால் சகோதரத்துவத்துடன் நடத்தப் படுவார்கள்.

இந்தக் கருத்துகள் ஸ்ரீகுருஜியின் கருத்துக்கள் அல்ல. அண்ணல் அம்பேத்கரின் கருத்து. தாழ்த்தப்பட்டவர்கள் இஸ்லாமியராக மதம் மாறுவது சரிதான் என்று அண்ணல் அம்பேத்கர் எண்ணியிருந்தால்

இந்த அறிக்கைகளுக்கான தேவையே இருந்திருக்காது. ஆனால் அம்பேத்கர் அப்படி நினைக்கவில்லை. தாழ்த்தப்பட்ட மக்கள் முஸ்லீமாக மதம் மாறக்கூடாது என்பதில் மிகத் தெளிவாக இருந்தவர் அம்பேத்கர் என்பதைத்தான் அவருடைய அறிக்கைகள் காட்டுகின்றன.

அண்ணல் அம்பேத்கர் கடைசியாக பௌத்தத்தைத் தேர்ந்தெடுத்தார். சமத்துவம், சகோதரத்துவம், சுதந்திரம் ஆகியவற்றை பௌத்தமே முன்னெடுக்கிறது என்பதை உணர்ந்த அம்பேத்கர் பௌத்த நெறியைத் தேர்ந்தெடுக்கிறார்.

அதற்குமுன் அவர் இந்து சட்ட மசோதாவை 1951ல் கொண்டுவந்த போது இந்த சட்டம் இந்துக்கள், பௌத்தர்களை, ஜைனர்கள், சீக்கியர்கள் இவர்களுக்கு மட்டுமே பொருந்தும் என்று கூறியிருந்தார். இப்படி இந்துக்கள், பௌத்தர்கள், ஜைனர்கள், சீக்கியர்கள் எல்லோருக்கும் கொண்டுவந்த சட்டத்தின் பெயர் இந்து சட்ட மசோதா என்றுதான் பெயர் வைத்திருந்தார். ஒரு பொதுவான பெயரை அண்ணல் அம்பேத்கர் தேர்ந்தெடுக்கவில்லை. இந்து என்ற அடை மொழிக்குள்ளேயே இவர்கள் அனைவரையும் கொண்டு வந்தார்.

அம்பேத்கர் பௌத்தத்தைத் தழுவியதையொட்டி மகாஸ்தவீர் சந்திரா மணியும் மற்ற பிக்குகளும் வெளியிட்டிருந்த ஒரு துண்டறிக்கையில் 'இந்து மதமும் பௌத்தமும் ஒரே மதத்தின் கிளைகள் போன்றவை' என்று கூறி இருந்தமை இங்குக் குறிப்பிடத்தக்கதாகும்.[20]

இந்த மகாஸ்தவீர் சந்திராமணி தான் அண்ணல் அம்பேத்கருக்கு தீட்சை அளித்து பௌத்த நெறியை ஏற்கச் செய்தனர்.

பௌத்தம் இந்துமதத்தின் ஒரு ஒரு பகுதிதான் என்பது ஆர்.எஸ்.எஸ். அமைப்பினுடைய கருத்தும். மதமாற்றத்தால் கலாச்சாரம், பண்பாடு, மரபுகள், வரலாறுகள் பாதிக்கப்படும் என்பதும் ஆர்.எஸ்.எஸ். கருத்து. இதே கருத்தையும் அண்ணல் அம்பேத்கரும் சொல்கிறார்.

1956 அக்டோபர் 13 அன்று அண்ணல் அம்பேத்கர் புத்தமதம் ஏற்பதைப் பற்றிய ஒரு பேட்டி கொடுத்தார். அதில் 'நான் ஒருமுறை காந்தியிடம் பேசிக்கொண்டிருந்தபோது தீண்டாமை ஒழிப்பு குறித்து உங்களுடைய கருத்துடன் நான் மாறுபட்ட கருத்தைக் கொண்டிருப்பினும் தீண்டாமையை ஒழிப்பதற்கான நடவடிக்கையை எடுக்கவேண்டிய நேரம் வரும்போது இந்நாட்டுக்கு மிகக் குறைந்த அளவில் கேடு தரக்கூடிய வழியையே தேர்ந்தெடுப்பேன் என்று அவரிடம் கூறியிருக்கிறேன். அத்தன்மையில் இப்போது நான் பௌத்த மதத்தைத் தழுவுவதன் மூலம் இந்நாட்டுக்கு பெரும் நன்மையை நல்குவதாகவே நினைக்கிறேன். ஏனெனில் பௌத்தம் பாரத கலாசாரத்தின் பிரிக்க

முடியாத ஒரு கூறாக இருக்கிறது. என்னுடைய மதமாற்றத்தால் இந் நாட்டின் கலாசார மரபுகளும் வரலாறும் பாதிக்கப்படக்கூடாது என்பதில் மிகுந்த எச்சரிக்கையுடன் செயல்பட்டுள்ளேன்'[21] என்று கூறினார்.

அண்ணல் அம்பேத்கருடைய பேச்சைக் கூர்ந்து கவனித்தால் சில கேள்விகள் எழும்.

இந்த நாட்டின் கலாச்சாரம் எது? சந்தேகமேயில்லாமல் அது பாரதியக் கலாச்சாரம்தான். பாரதிய கலாச்சாரம் என்பது இந்த மண்ணில் தோன்றிய இந்து, பௌத்தம், ஜைனம் போன்ற மதங்களின் கூட்டுக் கலாசாரம்தான். அதில் இஸ்லாத்துக்கோ, கிறிஸ்தவத்துக்கோ இடமில்லை. அதனால்தான் 'என்னுடைய மதமாற்றத்தால் இந்நாட்டின் கலாசார மரபுகளும் வரலாறும் பாதிக்கப்படக்கூடாது என்பதில் மிகுந்த எச்சரிக்கையுடன் செயல்பட்டுள்ளேன்' என்று கூறுகிறார்.

மதமாற்றம் பற்றிய அம்பேத்கரின் எண்ணத்தை நாம் புரிந்துகொள்ள வேண்டுமானால் இந்து சட்ட மசோதாவில் உள்ள ஒரு ஷரத்தை நிச்சயம் கவனிக்க வேண்டும்.

அண்ணல் அம்பேத்கர் கொண்டுவந்த இந்து சட்ட மசோதாவில் நாம் கவனிக்கவேண்டியது ஒன்று உள்ளது. இந்து சட்ட மசோதாவில் விவாகரத்து பற்றிய விதிகள் இங்கு முக்கியத்துவம் பெறுகின்றது. விவாகரத்து ஆணைக்கான காரணங்கள் எவையெல்லாம் இருக்கலாம் என்பது பற்றி அண்ணல் அம்பேத்கர் கூறுகிறார் :

விவாகரத்து ஆணைக்கான காரணங்கள் : இந்த சட்டத் தொகுப்பு அமலுக்கு வருவதற்கு முன்னர், அல்லது அமலுக்கு வந்ததற்குப் பின்னர் செய்துகொள்ளப்பட்ட எந்தத் திருமணமும் கீழ்வரும் காரணங்களில் எதன் பேரிலாவது விவாகரத்து ஆணையின்பேரில் ரத்து செய்யப்படலாம். அவை யாவன :-

1) திருமணத்தின்போது, திருமணத்தின் எந்தத் தரப்பாவது ஆண்மை (ஆற்றல்) அற்று இருத்தல், மேலும் வழக்குத் தொடரப்படும் வரையிலும் தொடர்ந்து அவ்வாறே இருத்தல்

2) கணவன் ஒரு ஆசை நாயகியை வைத்திருத்தல், அல்லது மனைவி வேறொருவரின் ஆசை நாயகியாக இருத்தல் அல்லது ஒரு விலைமாதர் வாழ்க்கையை நடத்துதல்

3) திருமணத்தின் எந்தத் தரப்பாவது வேறு மதத்துக்கு மாறிச் சென்றதன் மூலம் இந்துவாக இல்லாமற் போதல்

4) எந்தத் தரப்பாவது குணப்படுத்த முடியாத அளவுக்கு மனநிலை சரியில்லாதவராக இருத்தல், மனுக் கொடுக்கப்படுவதற்கு முன்

ஐந்தாண்டுகளுக்குக் குறைவில்லாத காலத்துக்குத் தொடர்ந்து சிகிச்சை பெற்றுக் கொண்டிருத்தல் மற்றும்

5) எந்தத் தரப்பாவது ஒரு கடுமையான, வகைப்பட்ட தொழுநோயால் பாதிக்கப்பட்டிருத்தல்

6) எந்தத் தரப்பாவது மற்றையத் தரப்புக்கு எதிராக நீதிமன்றம் மூலமாகப் பிரிந்து வாழ்வதற்கான ஆணை அல்லது உத்தரவு பெறப்பட்டதற்குப்பின் இரண்டு ஆண்டுகள் அல்லது அதற்கு மேலாக மணவாழ்க்கை உடலுறவை மீண்டும் தொடங்காதிருத்தல்

7) மணவாழ்க்கை உரிமைகளை இரண்டு ஆண்டுகளுக்கு அல்லது அதற்கு மேலாக மீட்டெடுப்பதற்கான ஆணைக்கு இணங்குவதற்கு எந்தத் தரப்பாவது தவறியிருப்பது

இதுதான் விவாகரத்து செய்யப்படுவதற்கு முக்கியமான காரணங்களாக கொடுக்கப்பட்டிருக்கும் ஷரத்துகளாகும்.

அதாவது ஒரு கணவன் அல்லது மனைவி வேறு மதத்துக்குச் சென்றுவிட்டால் விவாகரத்து கேட்கலாம். அப்படி நிரூபிக்கப்பட்டால் விவாகரத்து கொடுக்கவேண்டும். இதுதான் அண்ணல் கொண்டுவந்த ஒரு ஷரத்தாகும்.

இதை ஏன் சேர்க்கவேண்டும்?

கணவன் மனைவி உறவில் ஒருவர் பௌத்தத்துக்கோ, ஜைனத்துக்கோ, சீக்கியத்துக்கோ மாறிவிட்டால் விவாகரத்து கேட்க முடியாது. ஏனென்றால் அந்த மதங்களுக்குச் சென்றால் குடும்பத்தில் குழப்பம் வராது. பிளவுகள் வராது. ஆனால் இஸ்லாத்துக்கோ, கிறித்தவத்துக்கோ மாறிவிட்டால் குடும்பத்தில் குழப்பம் வரும்; பிளவுகள் வரும். அதனால் குடும்பம் சிதறுண்டுபோகும்.

இதைத் தெளிவாகவே உணர்ந்திருந்த காரணத்தால்தான் வேறுமதத்துக்கு மாறிவிட்டால் விவாகரத்து கொடுக்கலாம் என்று அண்ணல் அம்பேத்கர் தெளிவாகவே கூறியுள்ளார். ஆகவே, அண்ணல் அம்பேத்கரின் மதமாற்றம் என்பது ஒரு வீட்டின் அறையிலிருந்து அதே வீட்டின் மற்றொரு அறைக்கு செல்வது போன்றதுதான். வீரசாவர்க்கர் சொன்னதுபோல இந்து அம்பேத்கர் என்பதும் பௌத்த அம்பேத்கர் என்பதும் ஒன்றுதான்.

அண்ணல் அம்பேத்கருடைய மதமாற்றம், அதையொட்டிய அவருடைய கருத்தும் ஆர்.எஸ்.எஸ். அமைப்புக்கு ஏற்றதாகவே உள்ளது என்பதை மறுக்க முடியாது.

## ஆதாரக் குறிப்புகள்

1. டாக்டர் பாபா சாஹேப் அம்பேத்கர், வசந்த்மூன், பக்.108
2. டாக்டர் பாபா சாஹேப் அம்பேத்கர், வசந்த்மூன், பக்.115
3. டாக்டர் பாபா சாஹேப் அம்பேத்கர், வசந்த்மூன், பக்.113
4. டாக்டர் பாபா சாஹேப் அம்பேத்கர், வசந்த்மூன், பக்.124
5. டாக்டர் அம்பேத்கர் வாழ்க்கை வரலாறு, தனஞ்செய்கீர், பக்.568
6. டாக்டர் பாபா சாஹேப் அம்பேத்கர், வசந்த்மூன், பக்.119
7. டாக்டர் பாபா சாஹேப் அம்பேத்கர் பேச்சும் எழுத்தும், தொகுதி36, பக்.318-319
8. Ambethkar - A Critical Study
9. Kamble, J.R.Rise and Awakening of the Depressed Classes in India, National Publishing House, New Delhi, 1979, P.211
10. டாக்டர் பாபா சாஹேப் அம்பேத்கர், வசந்த்மூன், பக்.115
11. டாக்டர் பாபா சாஹேப் அம்பேத்கர், வசந்த்மூன், பக்.115
12. டாக்டர் பாபா சாஹேப் அம்பேத்கர், வசந்த்மூன், பக்.115
13. டாக்டர் பாபா சாஹேப் அம்பேத்கர் பேச்சும் எழுத்தும், தொகுதி37, பக்.216
14. டாக்டர் அம்பேத்கர் வாழ்க்கை வரலாறு, தனஞ்செய்கீர், பக்.538
15. ஸ்ரீகுருஜி சிந்தனைக் களஞ்சியம், தொகுதி 11, பக்.225
16. டாக்டர் பாபா சாஹேப் அம்பேத்கர் : பேச்சும் எழுத்தும், தொகுதி - 35, பக்.316
17. அம்பேத்கர் வாழ்வில் அறிந்துகொள்ளப்பட வேண்டிய சில அம்சங்கள், அ.மார்க்ஸ், பக்.40-41
18. டாக்டர் பாபா சாஹேப் அம்பேத்கர் : பேச்சும் எழுத்தும், தொகுதி - 35, பக்.468
19. டாக்டர் பாபா சாஹேப் அம்பேத்கர் : பேச்சும் எழுத்தும், தொகுதி - 35, பக்.472-474
20. டாக்டர் அம்பேத்கர் வாழ்க்கை வரலாறு, தனஞ்செய்கீர், பக்.759
21. டாக்டர் அம்பேத்கர் வாழ்க்கை வரலாறு, தனஞ்செய்கீர், பக்.750

# 370வது பிரிவு பிரச்னை

**கா**ஷ்மீர் மாநிலத்தில் செயல்படும் 370வது பிரிவை நீக்கவேண்டும் என்று ஆர்.எஸ்.எஸ். தொடர்ந்து வலியுறுத்தி வந்துள்ளது. இதற்காக பல்வேறு போராட்டங்களை நடத்தியுள்ளது. பலர் இதற்காக பலிதானம் ஆகியுள்ளனர். முக்கியமாக ஜனசங்கத்தின் தலைவர் சியாம் பிரசாத் முகர்ஜி தன் இன்னுயிரையே இழந்தார்.

370வது பிரிவை ஆர்.எஸ்.எஸ். ஏன் எதிர்க்கிறது... ஆர்.எஸ்.எஸ். மட்டும்தான் இந்தப் பிரிவை எதிர்க்கிறதா என்பதைப் பார்ப்போம்.

பாரதப் பிரிவினைக்குப் பிறகு சமஸ்தானங்களை இந்தியாவுடன் இணைக்கும் பெருமுயற்சி நடைபெற்றது. காஷ்மீரை இந்தியாவுடன் இணைப்பதற்கு ராஜாஹரிசிங் குழப்பமான நிலையில் தயங்கிக்கொண்டு இருந்தார். மன்னரின் குழப்பத்தைப் போக்கி இந்தியாவுடன் இணைய செய்வதற்கு ஆர்.எஸ்.எஸ். தலைவர் ஸ்ரீகுருஜியை காஷ்மீரத்துக்கு அனுப்பினார் சர்தார் பட்டேல். குருஜியும் அதைச் சரியாகவே செய்தார். மன்னரும் பாரதத்துடன் இணைய சம்மதித்தார். பின்பு காஷ்மீர் பாரதத்துடன் இணைந்தது.

காஷ்மீர் பிரச்னை எழுந்தபோது அவர் நேருவிடம் 'எங்கள் சமூக மக்களை நீங்கள் காஷ்மீருக்கு அனுப்புங்கள்' என்று சொன்னார். (நூல் : டாக்டர் பாபா சாஹேப் அம்பேத்கர், வசந்த்மூன், பக்.257) அந்த அளவுக்கு காஷ்மீர் பிரச்னை

தீர்க்கப்பட வேண்டும் என்று ஆர்வத்துடன் அண்ணல் அம்பேத்கர் இருந்தார்.

இதற்கிடையில் ஷேக் அப்துல்லா பிரதமரானார். நேரு ஷேக் அப்துல்லாவுக்கு கொடுத்த உறுதி மொழியின் அடிப்படையில் காஷ்மீருக்கு தனிச்சலுகை 370வது பிரிவை உருவாக்கும் பொறுப்பை சர்தார் பட்டேலுக்குத் தெரியாமலேயே, இலாகா பொறுப்பில்லாத அமைச்சராக இருந்த கோபாலசாமி ஐயங்காரிடம் கொடுத்தார். இவர் ஏற்கனவே ஜம்மு காஷ்மீர் மகராஜா ஹரிசிங்கின் முன்னாள் திவானாகவும் ஆறு ஆண்டுகள் பதவி வகித்தவர். ஐயங்கார் 370வது பிரிவை உருவாக்கின பிறகு உள்துறை அமைச்சராக இருந்த சர்தார் பட்டேலிடம்கூட தெரிவிக்காமல் ஷேக் அப்துல்லாவும் நேருவும் அதைச் சரிபார்த்து இறுதி செய்து இந்திய அரசியல் சாசனத்தை உருவாக்கும் குழுவிடம் அளித்தனர்.

அரசியல் சாசனக் குழுவின் தலைவராக இருந்த அண்ணல் அம்பேத்கர் அந்நகலைப் படித்துப் பார்த்து அதிர்ச்சியடைந்தார். ஷேக் அப்துல்லாவிடம் 'இந்தியா உங்களையும் உங்களது எல்லைகளையும் பாதுகாக்கவேண்டும் என்று விரும்புகிறீர்கள். இந்தியா வந்து உங்களுக்கு சாலை போட்டுக் கொடுக்க வேண்டும். உங்களுக்கு உணவு தானியங்களை சப்ளை செய்யவேண்டும். கூடவே இந்தியாவுக்கு சமமான அந்தஸ்தும் கிடைக்க வேண்டும். ஆனால் இந்திய அரசாங்கத்துக்கு மட்டும் குறைந்த அதிகாரங்களே இருக்கவேண்டும். இந்திய மக்களுக்கு காஷ்மீரில் எந்த உரிமையும் இருக்கக்கூடாது. இப்படிப்பட்ட தனிச்சலுகைச் சட்டத்துக்கு சம்மதம் கொடுப்பதைப் போல இந்தியாவுக்கு எதிரான துரோகச் செயல் வேறு எதுவுமே இருக்காது. இந்தியாவின் சட்ட அமைச்சர் என்ற முறையில் இதை ஒருக்காலும் ஏற்றுக்கொள்ளமாட்டேன்' என்று ஆணித்தரமாக, ஆவேசமாக ஷேக் அப்துல்லாவின் முகத்தில் அறைந்தார்போல் சொன்னார்.

அண்ணல் அம்பேத்கரின் சம்மதம் இல்லாமலேயே, பட்டேல் அவர்களை கலந்து ஆலோசிக்காமலும் கோபாலசாமி ஐயங்காரின் மூலமாக அரசியல் நிர்ணயச் சட்ட சபையில் தனிச்சலுகை சட்டம் சமர்ப்பிக்கப்பட்டது. அதைப்பற்றிப்பேசி அனைத்து உறுப்பினர் களையும் சம்மதிக்க வைத்து அதை 370வது தனிச்சலுகை சட்டமாக்கும் பொறுப்பை கோபாலசாமி ஐயங்காரிடம் நேரு ஒப்படைத்திருந்தார். இவ்வளவு நடந்த பிறகும் நேரு பட்டேலிடம் கேட்டுக் கொண்டதற்கிணங்க தனது முழு செல்வாக்கைப் பயன்படுத்தி அனைத்து உறுப்பினர்களையும் பட்டேல் சம்மதிக்க வைத்து அதை சட்டமாக்கினார். தனிச்சலுகை சட்டமானது தற்காலிகமானதுதான்

என்று சொல்லித்தான் சம்மதிக்க வைக்கப்பட்டது. ஆனால் இதில் கவனிக்கப்பட வேண்டிய ஒரு விஷயம் உள்ளது. 370வது பிரிவு கொடுத்தால்தான் இந்தியாவுடன் காஷ்மீர் இணையும் என்று யாராவது சொன்னார்களா? அதற்காகப் போராடினார்களா? கோரிக்கை விடுத்தார்களா? இல்லை என்பதுதான் இதற்கு இன்றுவரை நேரடியான பதில்.

இதற்கிடையில் 1953ல் அவுரங்காபாத்தில் பத்திரிகையாளர்களுக்கு அண்ணல் அம்பேத்கர் அளித்த பேட்டியில், 'காஷ்மீர் மக்களின் பாதுகாப்புக்காக இந்தியர்கள் கோடிக்கணக்கில் பணம் செலவிட்டி ருப்பதால், காஷ்மீர் மக்கள் இந்தியாவுடன் இணையப் போகிறார்களா இல்லையா என்று கேட்பதற்கு இந்தியர்களுக்கு முழு உரிமை இருக்கிறது'1 என்று கூறினார். ஆனாலும் நேருவுடைய பிடிவாதத்தா லேயே 370வது பிரிவு கொண்டுவரப்பட்டது.

*370வது பிரிவு சொல்வதென்ன?*

1. இந்திய அரசியல் சாசனத்தில் 370வது பிரிவு ஜம்முகாஷ்மீர் மாநிலத்திற்கு தற்காலிகமாக சிறப்பு அந்தஸ்து அளிக்கிறது. இந்த சிறப்பு அந்தஸ்தின்படி, இந்திய மாநிலங்களில் ஜம்முகாஷ்மீர் மாநிலம் மட்டுமே பெருமளவில் மாநில சுயாட்சியைக் கொண்டுள்ளது.

இதன்படி, இந்திய நாடாளுமன்றத்தில் ராணுவம், தகவல் தொடர்பு, வெளியுறவு விவகாரம் ஆகிய துறைகளைத் தவிர்த்து மற்ற துறைகளில் இயற்றப்படும் எந்தச் சட்டமும் ஜம்மு காஷ்மீர் சட்டசபையின் ஒப்புதல் இன்றி அம்மாநிலத்தில் செல்லாது.

மேலும் இந்திய மாநிலங்களில் ஜம்மு காஷ்மீர் மாநிலத்தில் மட்டுமே தனிக்கொடியும் தனி அரசியல் சாசனமும் உண்டு.

வேறு மாநிலத்தைச் சேர்ந்தவர்கள் ஜம்மு காஷ்மீரில் அசையா சொத்து வாங்குவதற்கு தடை உள்ளது. பெண்கள் வேறுமாநில ஆண்களை திருமணம் செய்தால் அப்பெண்கள் நிலம் வாங்கும் உரிமையை இழந்துவிடுவர். ஆண்கள் மற்ற மாநில பெண்களை மணந்தாலும் அவர்கள் நிலம் வாங்க முடியும்.

காஷ்மீர் மக்கள் இந்தியக் குடிமக்களாவார். ஆனால் இந்திய மக்கள் காஷ்மீர் குடிமக்களாக ஆக முடியாது.

சட்டமன்றப் பதவிகாலம் ஆறு ஆண்டுகள். ஆனால் மற்ற மாநிலங்களில் ஐந்து ஆண்டுகள் மட்டுமே.

அரசியல் சாசனத்தின் 370வது பிரிவின்படி மாநிலத்தின் எல்லையை இந்திய நாடாளுமன்றம் கூட்டவோ குறைக்கவோ முடியாது.

மத்திய அரசின் சொத்துவரி, நன்கொடை வரி இங்கு செல்லுபடியாகாது. எடை அளவுச் சட்டம், சினிமா தணிக்கைச் சட்டம் செல்லாது.

இங்குள்ள புராதனக் கலைச் செல்வங்களைப் பாதுகாக்கவோ மாற்றவோ மத்திய அரசுக்கு அதிகாரம் கிடையாது.

மற்ற மாநிலங்களில் இல்லாத இதுபோன்ற எண்ணற்ற தனிச்சலுகை அங்கு வாழும் மக்களின் கோரிக்கை வைக்காமலேயே காஷ்மீரத்துக்குக் கொடுக்கப்பட்டது. பெரும்பான்மையாக மற்ற மாநில மக்களின் வரிப்பணத்தாலேயே இந்த மாநிலம் நடைபெற்று வருகிறது. இது மற்ற மாநில மக்களை வஞ்சிப்பதற்கு சமம். அவர்களுடைய உழைப்பை உறிஞ்சி ஒரு மாநிலத்துக்கு மட்டும் ஏராளமானத் தனிச்சலுகை அளிக்கப்படுகிறது. இந்தத் தனிச்சலுகை காஷ்மீரை அன்னியமாக்குகிறது. மற்ற மாநிலத்தவரும் இதைப் பார்த்து கேட்கத் துவங்கினால், போராடத் துவங்கினால் இந்தியா ஒருமைப்பாட்டுடன் செயல்பட முடியாது என்ற காரணத்தால்தான் ஆர்.எஸ்.எஸ். எதிர்க்கிறது. அண்ணல் அம்பேத்கரும் எதிர்த்தார்.

---

### ஆதாரக் குறிப்புகள்

1. டாக்டர் அம்பேத்கர் வாழ்க்கை வரலாறு, தனஞ்செய்கீர், பக்.668

# மலைவாழ் பழங்குடிமக்கள்

**ச**மூக முன்னேற்றத்தில் தற்போதும் மிகவும் பின்தங்கி யிருக்கும் ஒரு சமூகம் மலைவாழ் பழங்குடி மக்கள்தான். வெளி உலகத்தின் தொடர்பு இல்லாமல், வாழ்க்கை முன்னேற்றம் இல்லாமல் இன்னும் பழங்கால முறையில் வாழ்க்கையை அமைத்துக்கொண்டு பல இன்னல்களுக்கு ஆட்பட்டிருக்கும் இந்த சமூகம் பற்றி சிந்தித்தவர்கள் அண்ணல் அம்பேத்கரும் ஆர்.எஸ்.எஸ். அமைப்பும்தான்.

மலைவாழ் மக்களின் துன்ப துயரத்தை தீர்ப்பதற்கு இந்துக்கள் எவ்வித முயற்சியும் எடுக்கவில்லை என்று 1936லேயே தொடர்ந்து வலியுறுத்தி வந்தவர் அண்ணல் அம்பேத்கர்.

ஜாதி ஒழிப்பு நூலில் இதுபற்றி மிகத் தெளிவாகவே விமர்சித்துள்ளார் அண்ணல் அம்பேத்கர். அவர் எழுதுகிறார்: 'விலக்கப்பட்ட பிரதேசங்கள் எவை, ஓரளவு இணைக்கப்பட்ட பிரதேசங்கள் எவை என்பது பற்றி அண்மையில் நடந்த விவாதம் இந்தியாவிலுள்ள மலைவாழ் பழங்குடி மக்களின் நிலையைப் பற்றிக் கவனம் செலுத்தத் தூண்டியுள்ளது. இவர்களின் எண்ணிக்கை குறைந்தது ஒருகோடியே முப்பது லட்சமாவது இருக்கலாம். புதிய அரசியலமைப்பில் அவர்களைச் சேர்க்காமல் விலக்கி வைத்திருப்பது முறையா இல்லையா என்ற கேள்வி ஒருபுறம் இருந்தாலும் இந்த நாட்டின் நாகரிகம் ஆயிரக்கணக்கான ஆண்டுகள் தொன்மையுடையது என்று பெருமையடித்துக்

கொள்ளும் அதே நேரத்தில் இங்குள்ள பழங்குடி மக்கள் தம் தொடக்கக் காலத்திலிருந்தது போன்ற நாகரிகமற்ற நிலையில் மூழ்கிக்கிடக் கிறார்கள் என்பதுதான் உண்மைநிலை.

அவர்கள் நாகரிகமற்றவர்களாக இருப்பது மட்டுமல்லாது அவர்களில் பலர் மேற்கொண்டுள்ள தொழில்காரணமாகக் குற்றப் பரம்பரையினர் என்றும் வகைப்படுத்தப்பட்டுள்ளனர். இவ்வளவு நாரிக வளர்ச்சிக்கு இடையில் 1,30 இலட்சம் மக்கள் நாகரிகமற்றவர்களாகவும் குற்றப்பரம் பரையினராகவும் வாழ்க்கை நடத்த வேண்டிய அவலம் உள்ளது என்பதற்காக இந்துக்கள் எவரும் எப்போதும் வெட்கித் தலை குனிந்ததில்லை. என்னுடைய கருத்தில் இது வேறு எங்கும் காண முடியாத விநோத நிகழ்ச்சி என்பேன். இந்த வெட்கக்கேடான நிலைக்குக் காரணமென்ன? இந்தப் பழங்குடி மக்களை நாகரிக முள்ளவர்களாக ஆக்கவும் கண்ணியமான வாழ்க்கையை மேற்கொள்ளவும் அவர்களை வழிநடத்திச் செல்வதற்கு எந்த ஒரு முயற்சியும் மேற்கொள்ளப்படாதது ஏன்? பழங்குடியினர் பிறவியி லேயே மூடர்களாக அமைந்துவிட்டதுதான் அவர்களின் நாகரிகமற்ற நிலைக்குக் காரணம் என்று கூற இந்துக்கள் முற்படலாம். இந்தப் பழங்குடி மக்களை நாகரிகமுள்ளவர்களாக ஆக்கவும், மருத்துவ உதவிகள் செய்யவும், சீர்திருத்தவும் நல்ல குடிமக்களாக ஆக்கவும் இந்துக்கள் எவ்வித முயற்சியும் மேற்கொள்ளாததுதான் அவர்கள் நாகரிகமற்றவர்களாக நீடிக்கக்காரணம் என்பேன். இதை ஏற்றுக் கொள்ள இந்துக்கள் மறுக்கலாம்.'[1]

இப்படிக் கடுமையான குற்றச்சாட்டை வைத்த அண்ணல் அம்பேத்கர் அவர்கள் மலைவாழ் மக்களின் முன்னேற்றத்துக்கு இட ஒதுக்கீடு முதலான பல பணிகளைச் செய்துள்ளார்.

அண்ணல் அம்பேத்கரின் கடுமையான இந்தக் குற்றச்சாட்டு மலைவாழ் மக்களின்மேல் இருந்த அன்பினால் எழுப்பப்பட்டது. அவர்கள் முன்னேற வேண்டும் என்கிற ஆதங்கத்தால் எழுந்த குற்றச்சாட்டு. இந்தக் குற்றச்சாட்டை புறக்கணிக்காமல் ஆர்.எஸ்.எஸ். அமைப்பு அதற்கான முக்கியமான காரணத்தையும் குறிப்பிட்டிருக்கிறது.

'வனவாசி மக்கள் நமது நாட்டின் தேசிய வாழ்க்கையிலிருந்து பிரிக்கப் பட்டுத் தனியாக இருப்பதற்கு பிரிட்டிஷ்காரர்களுடைய விஷமமே முக்கியக் காரணம். வனவாசி மக்கள் வாழும் பகுதிகளை பாதுகாக்கப் பட்ட பகுதிகளாக அறிவித்து அவற்றில் அன்னிய கிறிஸ்தவ பாதிரி களைத் தவிர வேறு யாரும் நுழையக்கூடாது என்று தடுத்திருந்தார்கள். அதுவும் தவிர, மலைகள், காடுகள் என்று அவர்கள் தொலைதூரத்தில் வசித்து வந்ததால் மற்ற பகுதி இந்துக்களுடன் நெருக்கமான தொடர்பு

கொள்வது குறைந்து போயிற்று. மேலும் வனவாசிகள் *182* விதமான பிரிவுகளாகப் பிரிந்து வாழ்கிறார்கள். அவர்கள் பேசுகிற மொழி வெவ்வேறு. அவர்கள் வசிக்கிற பிரதேசங்களும் பல்வேறு விதமானவை. அவர்களுக்குள்ள பிரச்னைகளும் வெவ்வேறானவை. இதனால் அவர்களுக்குள்ளேயே தொடர்பு சொற்பமாகவே உள்ளது.

ஆனால் நாடு சுதந்திரம் அடைந்த பிறகும் சுதந்திர பாரத அரசும் பிரிட்டிஷ் அரசைப் போல அதே மனப்பான்மையுடன் செயல்பட்டு வருகிறது. வனவாசி மக்கள் மரங்களை, பாம்புகளை, மிருகங்களை வழிபடுவதால் அவர்கள் இயற்கை வழிபாட்டுக்காரர்கள்தான், இந்துக் களல்ல என்ற கட்டுக்கதையை நயவஞ்சகமான முறையில் அன்னிய கிறிஸ்தவப் பாதிரிகள் கிளப்பிவிட்டிருந்தார்கள். அதை பாரத அரசும் அப்படியே நம்பி ஏற்றுக்கொண்டு இவ்வாறு அவர்களைப் பிரித்து வைத்துள்ளது.

இப்படி இயற்கை வழிபாட்டுக்காரர்கள் (Animists) என்றெல்லாம் பாகுபாடு செய்கிற வேலை நமக்குப் பழக்கமில்லாதது; இதை நாம் ஆங்கிலேய ஆட்சியாளர்களிடமிருந்துதான் கற்றுக்கொண்டோம். இந்த வனவாசி பிரிவினர்கள் அனைவரும் தொன்றுதொட்டு இந்து சமுதாயத்துடன் ஒன்றிக் கலந்துவிட்டவர்கள். அவர்கள் இந்த மண்ணிலேயே தோன்றிய மருந்து போன்றவர்கள். அவர்கள் இங்கேயே ஆழமாக வேரூன்றிவிட்டார்கள் என்று காந்திஜி சொல்லி யிருக்கிறார். இந்துயிசம் இதுதான்; அனிமிஸம் இதுதான் என்றெல்லாம் கோடுபோட்டுக் காட்ட முடியாது என்றும் வனவாசி மதங்கள் என்று தனியாகப் பிரித்துக் காட்டுவதைக் கைவிடவேண்டும் என்றும் அவர்களை இந்துக்களாகவே சேர்த்துக் கணக்கிட வேண்டு மென்றும் ஹெர்பெர்ட் ரிஸ்லே *(1901)* போன்ற ஜனத்தொகைக் கணக்கெடுப்பு கமிஷனர்களும், பீஹாரைச் சேர்ந்த பி.சி.டாலன்ட்ஸ், பம்பாயைச் சேர்ந்த செட்ஜ்விக் *(1921)* போன்ற ஜனத்தொகைக் கணக்கெடுப்பு அதிகாரிகளும் கூறியுள்ளார்கள்.

வனவாசிகள் தனியானவர்கள் என்ற தீய பிரசாரத்தை திட்டவட்டமாக முறியடிக்கும் வகையில் ஸ்ரீகுருஜி கூறியதாவது 'இயற்கை வழிபாடு என்பதாக ஒன்று இந்து சமயத்தில் தனியாக இருப்பதாக யாராவது சொன்னால் அது அறிவீனம். அவருக்கு இந்து சமயத்தின் அரிச்சுவடிக் கூடத் தெரியாது என்றுதான் அர்த்தம். எல்லா உயிர்களிலும் உறையும் ஆன்மா ஒன்றுதான். எந்த வடிவத்திலானாலும் சரி, அதில் குடிகொண்டுள்ள ஆன்மாவை வணங்குவதுதான் இதன் பொருள். துளசிச்செடி, வில்வமரம், அரசமரம் போன்று இந்துக்கள் பல தாவரங் களை வணங்கத்தானே செய்கிறார்கள்? மற்ற பொருள்களைவிட இன்னின்ன பொருள்களில் நான் மிகவும் தெளிவான முறையில்

காட்சியளிக்கிறேன் என்று பகவத்கீதையில் ஸ்ரீகிருஷ்ணன் சில விஷயங்களைச் சொல்லியுள்ளார். அவற்றில் மரங்களில் நான் அரசமரமாக இருக்கின்றேன் என்று குறிப்பிட்டுள்ளார். மலை, நதி, மிருகங்கள், பறவைகள், பாம்புகள் என்று பல்வேறு வடிவங்களில் தாம் காட்சியளிப்பதாக கூறியிருக்கின்றார். கீர்த்தியும் ஒளியும் கூடியதாக சக்தியோடு விளங்குகின்ற எதுவுமே என்னுடைய தெய்வீகப் பேரொளியின் பிரதிபலிப்புதான் என்று உணர்ந்துகொள்ள வேண்டும் - இவ்வாறு ஸ்ரீகிருஷ்ணன் முத்தாய்ப்பு வைக்கிறார்.

நமது நாடு முழுவதிலும் நாகபூஜை செய்வது மிகவும் பரவலாக நடைபெறுகிற விஷயம். கர்நாடக பகுதியில் நாகங்களுக்கு பிரம்மாண்டமான ஆலயங்கள் உள்ளன. அந்த ஆலயங்களில் வழிபடுகிற அத்தனை இந்துக்களையும் நீங்கள் இயற்கை வழிபாட்டுக் காரர்கள், எனவே இந்துக்கள் அல்ல என்று பட்டம் கட்டிவிட முடியுமா என்று ஆணித்தரமாகக் கேட்டார் ஸ்ரீகுருஜி.[2]

ஸ்ரீகுருஜியும் வனவாசி மக்களை இந்துக்களாகவே பார்த்தார். வனவாசி மக்கள் அனுபவித்து வருகின்ற துன்பங்கள் பற்றி ஆர்.எஸ்.எஸ். அமைப்பும் அறிந்திருந்தது. அதற்கான முயற்சிகளிலும் வெகுசீக்கிரத்திலேயே ஆரம்பித்தது. ஆர்.எஸ்.எஸ். அமைப்பின் சமூக சேவையில் வனவாசிகளுக்கே முதல் கவனம் செலுத்தப்படுகிறது. வனவாசிகளுக்கு ஏற்பட்டுள்ள பிரச்னைகளும், சவால்களும் மிகவும் சிக்கலானவை. எனவே பல கோணங்களில் அவற்றை அணுகித் தீர்வு காண வேண்டும். இந்த மக்கள் பணியில் சேவையாற்றி முன்னோடியாக விளங்கியவர் ஆர்.எஸ்.எஸ். பணியில் சமர்ப்பணமான பாலாசாகப் தேஷ்பாண்டே என்ற ஊழியர்தான். இவர் அரசின் பழங்குடியினர் நலத்துறையில் பணிபுரிந்து வந்தார்.

வனவாசிகள் மத்தியில் தீவிரமாகப் பணிபுரிய வேண்டும் என்பதற்காகவே அந்த வேலையை ராஜினாமா செய்துவிட்டு 1952ல் மத்திய பிரதேசத்திலுள்ள ஜஸ்பூரைத் தலைமையகமாகக்கொண்டு 'வனவாசி கல்யாண் ஆஸ்ரம்' ஒன்றை நிறுவினார். இதற்கு ஜஸ்பூர் மகாராஜாவின் முழு ஆதரவும் கிடைத்தது.

மலைவாழ் மக்களுக்காக ஜஸ்பூரில் மாணவர் விடுதி, துவக்கப்பள்ளி இவற்றோடு பணி துவங்கியது. வனவாசி கல்யாண் ஆஸ்ரமத்தின் கட்டடத் திறப்பு விழா நடைபெற்றபோது அதில் ஸ்ரீகுருஜி மற்றும் ஜஸ்பூர் மன்னர் ஆகியோர் கலந்துகொண்டனர். இதையடுத்து மத்தியப் பிரதேசத்தின் பிற பகுதிகளுக்கும் மற்ற மாநிலங்களுக்கும் வனவாசி கல்யாண் ஆஸ்ரமத்தின் பணி பரவியுள்ளது. நூற்றுக்கணக்கான பணித்திட்டங்களையும், நிகழ்ச்சிகளையும் வனவாசி கல்யாண் ஆஸ்ரமம் நடத்தி வருகிறது.

வனவாசிப் பகுதிகளில் வனவாசி கல்யாண் ஆஸ்ரமம் நடத்தும் குருகுலமுறைப் பள்ளிகளும் மாணவர் விடுதிகளும் வெறும் ஏட்டுப் படிப்புடன் நின்றுவிடுவதில்லை. இளம் உள்ளங்களில் இந்துக் கருத்துகளைப் பதியச் செய்யும் உன்னதப் பணியையும் அவை செய்து வருகின்றன. பெண்களுக்கும் குழந்தைகளுக்குமாக பல்வேறு இடங்களில் ஆங்காங்கே பண்பாட்டு மையங்கள் செயல்பட்டு வருகின்றன. இந்த முயற்சிகளின் பலனாக, சூதாடுவது, மது அருந்துவது போன்ற தீய பழக்கங்கள் வெகுவாகக் குறைந்துள்ளன. ரக்ஷாபந்தன் சமயத்தில் வனவாசிகளின் பல்வேறு பிரிவினர் ஒன்றுபட்டு சகோதர உணர்வு வளர்த்துக் கொள்கிறார்கள். அதுபோலவே நகர்ப்புற மக்களுடனும் வனவாசி மக்கள் பழக இது ஒரு வாய்ப்பாக அமைகிறது. பள்ளிகள், கோயில்கள், மாணவர் விடுதிகள், படிப்பகங்கள், விளையாட்டுப் போட்டிகள் என பணித்திட்டங்கள் வளர்ந்துகொண்டே போகின்றன. மருத்துவ உதவி கிடைப்பது அரிதாகியுள்ள பகுதிகளில் இலவச மருந்தகங்களும் மருத்துவமனைகளும் திறக்கப்பட்டு வருகின்றன.

கிராமத் தொழில்கள், குடிசைத்தொழில்கள், அம்பர் சர்க்கா பயிற்சிக் கேந்திரங்கள், தையல் பயிற்சி கேந்திரங்கள், தேனீ வளர்ப்பு மையங்கள் ஆகியவை துவக்கப்பட்டிருக்கின்றன. இவற்றின் மூலம் வனவாசி களுக்கு லாபகரமான தொழில் செய்து வருவாய் ஏற்பட வழி செய்யப்பட்டிருக்கிறது.

வனவாசிகள் மனதில் சமுதாய சமத்துவம், கௌரவ உணர்வு ஆகியவை ஏற்பட வேண்டுமென்பதற்காக வெளியிலிருந்து புகழ்பெற்ற பிரமுகர்கள் கலந்துகொள்ளும் சமபந்தி நிகழ்ச்சிகள் நடை பெறுகின்றன. 1968ம் ஆண்டு ராஜ்மாதா விஜயராஜே சிந்தியா ஜஸ்பூர் நிகழ்ச்சியில் கலந்துகொண்டது கல்யாண் ஆஸ்ரமப் பணிக்கு பெரிதும் வலிமை சேர்த்துள்ளது. 1985ல் பிலாயில் கல்யாண் ஆஸ்ரமம் வனவாசி மகளிர் மாநாட்டை நடத்தியது.

பாரதப் பிரதமர் மொரார்ஜி தேசாய் 1978ம் ஆண்டு ஜஸ்பூர் வனவாசி கல்யாண் ஆஸ்ரமத்துக்கு விஜயம் செய்தார். வனவாசிகள் மத்தியில் ஆஸ்ரமத்தின் உதவியால் எத்தனையோ விதங்களில் மாற்றம் ஏற்பட்டிருப்பதைக் கண்டு அவர் மிகவும் மகிழ்ச்சி அடைந்தார்.

ராஜஸ்தானத்தில் ‘வனவாசி கல்யாண் பரிஷத்’ என்ற அமைப்பு வனவாசிகளுக்குத் தொண்டுகள் புரிந்து வருகிறது. இந்த அமைப்பு உதய்பூர், பன்ஸ்வாரா, பியார்வாட, ஜாலாவாத் ஆகிய ஊர்களில் தானிய வங்கி, ரத்த வங்கி, மருந்து வங்கி ஆகியவற்றின் முன்னோடி யாக விளங்கிவருகிறது.

மகாராஷ்ட்ரத்தில் தாணே மாவட்டத்திலுள்ள தலாசரி என்ற வனவாசி பகுதியில் மூத்த ஸ்வயம்சேவகர் ஒருவர் 1967 முதலே இந்தப் பணிக்காகத் தம்மை அர்ப்பணித்துக் கொண்டுள்ளார். வனவாசி மாணவ மாணவியருக்கு அங்கு நடத்தப்படுகிற விடுதிகளில் தொழிற் பயிற்சி அளிக்கப்படுகிறது. மேலும் விவசாயத்திலும் தோட்டக் கலையிலும் விசேஷப் பயிற்சி அளிக்கப்படுகிறது. இப்படி பயிற்சி பெற்ற பல மாணவர்கள் இன்று அரசுத் துறைகளில் பணிபுரிந்து வருகிறார்கள்.

வனவாசி இளைஞர்கள், யுவதிகளின் அபாரமான ஆற்றல்களை வெளிக் கொண்டுவருவதற்காக வனவாசி கல்யாண் ஆஸ்ரமம் ஏகலைவன் பெயரால் விளையாட்டுப் போட்டிகளை நடத்திக்கொண்டு வருகிறது. இது அபாரமான வரவேற்பைப் பெற்றுள்ளது. இந்தத் திட்டத்தின் கீழ் 1987ஆம் ஆண்டு முழுவதிலும் மாவட்ட மையங்களில் நடைபெற்ற விளையாட்டுப் போட்டிகளில் மொத்தம் 9500 இளைஞர்களும், யுவதிகளும் கலந்துகொண்டனர். இவர்களிலிருந்து 412 வீரர்களும், வீராங்கனைகளும் தேர்ந்தெடுக்கப்பட்டு, 1988 ஜனவரியில், பம்பாயில் இறுதிச் சுற்றுப் போட்டிகளுக்காக வந்திருந் தார்கள். இந்த வனவாசி விளையாட்டு விழாவின் துவக்க விழாவிலும், நிறைவு விழாவிலும் மகாராஷ்ட்ர சட்டப்பேரவையின் சபாநாயகர், பம்பாய் மாநகர மேயர், மாநில அமைச்சர் போன்ற பிரமுகர்கள் கலந்துகொண்டார்கள். பாரத நாட்டின் புகழ்பெற்ற ஓட்டப்பந்தய வீரர் மில்கா சிங் இந்த விழாவில் கலந்துகொண்டு பேசினார்.

வனவாசி கல்யாண் ஆஸ்ரமம் முழுநேர ஊழியர்கள் 350 பேரில் 50 பேர் பெண்கள். 120 பேர் வனவாசி குடும்பங்களைச் சேர்ந்தவர்கள். இவர்கள் பல்வேறு மாநிலங்களில் பல்வேறு பொறுப்புகளை வகித்து வருகிறார்கள். நாட்டில் மொத்தம் உள்ள 175 வனவாசி மாவட்டங் களில் 91 மாவட்டங்களில் வனவாசி கல்யாண் ஆஸ்ரமப் பணி நடந்து வருகிறது. மொத்தம் உள்ளவை 50,000 வனவாசி கிராமங்கள். இவற்றில் 6500ல் கல்யாண் ஆஸ்ரமத்தின் கிளைகள் உள்ளன. கல்யாண் ஆஸ்ரமத்தின் 200 மையங்களில் மொத்தம் 101 மாணவர் விடுதிகள். 118 இலவச மருத்துவ உதவி மையங்கள் (அவற்றில் சில முழுஅளவிலான மருத்துவமனைகள்) 102 பள்ளிகள் (பல நிலைகளில் உள்ளவை) 37 தொழிற்பயிற்சி மையங்கள் ஆகியவை நடைபெற்று வருகின்றன.

இந்தப் புள்ளிவிபரங்கள் மூலம் கல்யாண் ஆஸ்ரமப் பணியின் அளவைக் கணக்கிடக்கூடாது. இந்தப் பணிகள் எல்லாம் எதற்காக நடைபெற்று வருகின்றன என்ற உணர்வுதான் பணியின் வெற்றிக்கு அளவுகோல். நாட்டின் வடகிழக்குப் பகுதியைச் சேர்ந்த வனவாசித் தலைவர் ஹிப்சன் ராய் 1982ம் ஆண்டு மத்தியப் பிரதேசத்தில் உள்ள

கல்யாண் ஆஸ்ரமத்துக்கு வந்து பார்வையிட்ட பின்னர் உணர்ச்சி மயமாகி குறிப்பிட்டார் : 'நமது உள்ளத்துக்கும் சரி, நம்முடைய அறிவுக்கும் சரி, ஒரு நிறைவு கிடைப்பது இங்கேதான் என நாம் உணர முடிகிறது'[3]

வனவாசிகளுக்காக ஆர்.எஸ்.எஸ். அமைப்பு ஆற்றியிருக்கிற பணிகளை, தொண்டுகளை குறிப்பிட வேண்டுமென்றால் அதற்காக தனி புத்தகத்தையே எழுதலாம். அந்த அளவுக்குப் பணி செய்திருக்கிறது. இதுமட்டுமல்லாமல் வனவாசிகளின் பண்பாடு, ஆன்மிகம், சடங்குகள் போன்றவற்றை மீட்டெடுக்க ஆர்.எஸ்.எஸ். அமைப்பு பல அமைப்புகளை ஏற்படுத்தி செயல்படுத்தி வருகிறது.

இந்துக்கள் வனவாசிகளைப் புறக்கணித்தார்கள் என்ற அண்ணல் அம்பேத்கரின் மனதில் இருந்த வேதனையை நீக்கிய அமைப்பு ஆர்.எஸ்.எஸ். மட்டுமே.

---

## ஆதாரக் குறிப்புகள்

1. டாக்டர் பாபா சாஹேப் அம்பேத்கர் : பேச்சும் எழுத்தும், தொகுதி - 1, பக்.76

2. ஆர்.எஸ்.எஸ். ஆற்றும் அரும்பணிகள், ஹொ.வே. சேஷாத்ரி, பக். 86-88

3. ஆர்.எஸ்.எஸ். ஆற்றும் அரும்பணிகள், ஹொ.வே. சேஷாத்ரி, பக். 250-256

# பாகிஸ்தான் பிரிவினை

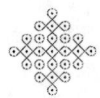

பாரத தேசத்தை இரண்டாகப் பிரிக்கக்கூடாது என்பது ஆர்.எஸ்.எஸ். அமைப்பின் திடமான, ஆணித்தரமான கருத்து; அதுவே இந்து மகாசபை கருத்தும்கூட. இதற்காக கடுமையாக காங்கிரஸுடன் எதிர்வினையாற்றியது ஆர்.எஸ்.எஸ், இந்துமகா சபை மட்டுமே. முதலில் அண்ணல் அம்பேத்கரின் கருத்தும் பாகிஸ்தான் பிரியக்கூடாது என்பதாகத்தான் இருந்தது.

1939 ஜூலையில் நாசிக்கில் உள்ள ஹன்ஸ்ராஜ் பி.தாக்கர்சே கல்லூரியில் பேசும்போது, இந்தியாவைப் பிரிப்பது பற்றி சர் சிகந்தர் ஹையத் கானின் மண்டல முறையை அம்பேத்கர் ஆதரிக்கிறாரா என்று அவரிடம் கேட்கப்பட்டது. 'ஏழு மண்டலங்களாக இந்தியாவைப் பிரிப்பது தமக்கு சம்மதமில்லை' என்றும், 'அது பாகிஸ்தான் தோன்றுவதற்கு வழிவகுக்கும்' என்றும் அம்பேத்கர் சொன்னார்.[1]

இப்படிச் சொன்னாலும் அண்ணல் அம்பேத்கர் பின்னர் பாகிஸ்தான் உருவாவதையே விரும்பினார். அதற்கான காரணமும் 'இந்து நலனே - இந்திய நலனே' என்பதை பிற்பாடு அம்பேத்கர் விளக்கியுள்ளார்.

1940ஆம் ஆண்டின் இறுதியில் அம்பேத்கரின் சிறந்த நூலான 'பாகிஸ்தான் பற்றிய எண்ணங்கள்' (Thoughts on Pakistan) என்ற நூல் வெளிவந்தது. அந்நூலில் பெரும்பாலும் இந்துக்களை நோக்கியே அவருடைய

கருத்துகளைக் கூறியிருந்தார். இந்துக்களின் முன்னேற்றம், அமைதி, விடுதலை ஆகியவற்றைக் கருதி இந்தியாவை இந்துஸ்தான் - பாகிஸ்தான் என்று இரண்டாகப் பிரித்திட வேண்டும் என்பதே இந்நூலின் திரண்ட மையக்கருத்தாகும்.

இந்துக்களும் முஸ்லீம்களும் தனித்தனியான வேறுபட்ட தேசிய இனத்தவர் என்பதை ஏற்றுக்கொள்ள வேண்டும் என்பதை அந்நூலில் வலியுறுத்தியுள்ளார்.

பாகிஸ்தான் பிரிந்துவிட்டால் இந்தியாவுக்குப் பாதுகாப்பான எல்லைகள் இல்லாமல் போய்விடும் என்று இந்துக்கள் அஞ்ச வேண்டியதில்லை. ஏனென்றால் இன்றைய நவீன உலகில் தொழில் நுட்பம் வளர்ந்துவரும் காலக் கட்டத்தில் நாட்டின் எல்லைகள் போரில் தீர்மானிக்கக்கூடிய சக்திகளாக விளங்கவில்லை.

பாகிஸ்தானைவிட இந்துஸ்தானில் இயற்கை வளங்கள் மிக அதிக அளவில் செழித்துக் கிடக்கின்றன. ஆகவே பாகிஸ்தான் பிரிந்து செல்வதன்மூலம் இந்துஸ்தானின் வளமை குன்றாது.

முகம்மதியர்களின் இந்திய நாட்டுப்பற்று எப்போதும் ஐயத்துக் குரியதாகவே இருந்திருக்கிறது. இருந்தும் வருகிறது. ஆகவே இத்தகைய முஸ்லீம்களை இந்தியாவிலேயே வைத்துக்கொண்டு எதிரிகளாக ஆக்கிக் கொள்வதைவிட, இந்தியாவுக்கு வெளியே வைத்துக்கொண்டு எதிரிகளாக ஆக்கிக் கொள்வது இந்துக்களுக்கு மேலானது. பாதுகாப்பான எல்லையைக் கொண்டிருப்பதைவிட முஸ்லீம்களைப் பெரும் எண்ணிக்கையில் கொண்டிராத ஓர் ராணுவத்தைப் பெற்றிருப்பது சிறந்ததல்லவா என்று இந்நூலில் அம்பேத்கர் விளக்கியுள்ளார்.

பாகிஸ்தான் பிரிவினையால் ஏற்படக்கூடிய தீயவிளைவுகளுக்கு மாற்றுவழிகளையும் இந்நூலில் அம்பேத்கர் எழுதியுள்ளார். நீடித்த அமைதியை ஏற்படுத்தவும், ஒரு நாட்டில் உள்ள மக்கள் ஒரே மதத்தினராக இருந்திடவும், பாகிஸ்தான் பகுதிகளில் உள்ள இந்துகள் அனைவரும் இந்தியாவுக்கு இடப்பெயர்ச்சி செய்துவிடவேண்டும். இந்துஸ்தானில் உள்ள இஸ்லாமியர் முற்றாக பாகிஸ்தானுக்கு இடப்பெயர்வு செய்துவிடவேண்டும். இதுபோல் மக்களைப் பரிமாறிக்கொண்டு துருக்கியும் கிரீசும் பல்கேரியாவும் தமக்குள் உட்பகை காரணமாக நடைபெற்ற போர்களை ஒரு முடிவுக்குக் கொண்டுவந்தன என்று அம்பேத்கர் விளக்கியுள்ளார்.

அம்பேத்கர் எழுதியுள்ள இந்நூலில் முஸ்லீம்களின் பழமைவாதம் பற்றியும் அலசி ஆராய்ந்திருக்கிறார். இஸ்லாமிய மதத்தை உலக மதமாக முகம்மதியர்கள் கருதுகின்றனர். எல்லா மக்களுக்கும் எல்லாக்

காலங்களுக்கும் எல்லாச் சூழ்நிலைகளுக்கும் ஏற்ற மதம் இஸ்லாமே என்றும் எண்ணுகின்றனர். இஸ்லாம் கூறுகின்ற சகோதரத்துவம் என்பது உலக மானுட சகோதரத்துவம் அன்று. அது முஸ்லீம்கள், முஸ்லீம்களிடம் மட்டுமே காட்டும் சகோதரத்துவமே ஆகும். முகம்மதியர் அல்லாதவர்களிடம் அவர்கள் வெறுப்பையும் பகையையும் மட்டுமே கொண்டிருக்கின்றனர்.

ஒருநாடு முஸ்லீமால் ஆளப்படும்போது மட்டுமே முஸ்லீம்கள் அந்நாட்டுக்கு விசுவாசமாக இருக்கிறார்கள். முகமதியர்கள் அல்லாத வரால் ஆளப்படும் நாட்டை எதிரி நாடாகவே எண்ணுகின்றனர். ஆகவே இஸ்லாமிய மதம் ஒரு விசுவாசமான முஸ்லீம் இந்தியாவை அவருடைய தாய்நாடாகக் கொள்ளவோ, இந்துக்களை அவருடைய உறவினர்களாகக் கருதவோ என்றுமே இடந்தராது. மற்றவர்கள் பேரில் ஆதிக்கம் செலுத்தவேண்டும் என்கிற குணம் முஸ்லீம்களிடம் இயல்பாக அமைந்ததுபோல் இருக்கிறது. ஆகவே, இந்துக்களின் பலவீனத்தைத் தமக்குச் சாதகமானதாகப் பயன்படுத்திக் கொள்கின்றனர் என்று இந்நூலில் அம்பேத்கர் கூறியுள்ளார்.

மேலும் கூறும்போது 'வலிமையான மைய அரசு அமைய வேண்டு மாயின், இந்தியாவை இரண்டாகப் பிரித்திடவேண்டும். இவ்வாறு பிரிக்காவிட்டால் அதன் விளைவுகள் மிகவும் கொடுமை யாக இருக்கும். வலிந்து திணிக்கப்படும் ஒற்றுமை முன்னேற்றத்துக்கு முட்டுக் கட்டையாக இருக்கும். சுதந்திர வேட்கையின் நம்பிக்கைகள் சிதறுண்டு போகும். இந்தியா ஒன்றுபட்ட நாடாக இருக்கவேண்டும் என்று வற்புறுத்தினால் இந்திய நாட்டின் எதிர்காலக் கனவுகள் அனைத்துமே சீரழிந்து சிதைந்துபோகும். கட்டாயத்தால் ஒரே நாடாக வைக்கப்படும் இந்தியா உயிரோட்டமானதாகத் திகழாது' என்று அண்ணல் கூறுகிறார்.

இப்படி தெள்ளத்தெளிவாக இந்தியா, பாகிஸ்தான் என இருதேசமாக பிரிக்கப்பட வேண்டும் என்று வலியுறுத்தினார். இங்கே மற்றொன்றையும் நாம் கவனத்தில் கொள்ள வேண்டும். சைமன் குழுவிடம் அண்ணல் அம்பேத்கர் அறிக்கையளிக்கையில் அதில் முஸ்லீம்களுக்கு தனி வாக்காளர் தொகுதியை மிகக் கடுமையாகத் தாக்கி அம்பலப்படுத்தி எள்ளி நகையாடியிருந்தார். ஆனால் அவரே இப்போது அந்த முஸ்லீம் மக்களின் தனிநாடு கோரிக்கையை நியாயப் படுத்தி ஆதரித்தார். காரணம் இந்த நாடு தனிநாடாக ஆகும்போதுதான் - இஸ்லாமியர்கள் இல்லாத நாடாக அமையும்போதுதான் சுபிட்சம் அடையும் என்பது அவரின் புரிதலாக இருந்தது.

1942 பிப்ரவரி மத்தியில் பம்பாய் வாக்லே ஹாலில் வசந்தகாலப் பேருரைகள் நடந்தன. பாகிஸ்தான் பற்றிய சிந்தனைகள் பற்றிய

விவாதங்களுக்கு மூன்றுநாட்கள் ஒதுக்கப்பட்டிருந்தன. அந்த விவாதங்களின்போது டாக்டர் அம்பேத்கர் அங்கு இருந்தார். ஆச்சார்ய எம்.வி.டோண்டே கூட்டத்துக்குத் தலைமை தாங்கினார். அக்கூட்டத்தில் அம்பேத்கர் உரையாற்றியபோது,

"பாகிஸ்தான் என்பது ஒரு விவாதத்துக்குரிய விஷயமே அல்ல என்று கூறுபவர்களின் பால் என்னுடைய வார்த்தைகளை நான் வீணாக்க விரும்பவில்லை. அந்தக் கோரிக்கை நியாயமற்றது என்று கருதப் பட்டால், பாகிஸ்தான் உருவாவது அவர்களுக்கு ஒரு பயங்கரமான விஷயமாகிவிடும். வரலாற்றை மறந்துவிடுங்கள் என்று மக்களிடம் சொல்வது தவறு. வரலாற்றை மறந்துவிடுகிறவர்களால் வரலாற்றைப் படைக்க முடியாது.

இந்திய ராணுவத்தில் முஸ்லீம்களின் செல்வாக்கைக் குறைத்து, விரோத சக்திகளை வெளியேற்றிவிடவேண்டும். நமது பூமியை நாம் காப்பாற்றுவோம். இந்தியாவில் முஸ்லீம் சாம்ராஜ்ஜியத்தை பாகிஸ்தான் விரிவுபடுத்திவிடும் என்று தவறான கருத்துக் கொண்டிருக்கவேண்டாம். இந்துக்கள் அதை மண்ணைக் கவ்வச் செய்வார்கள்.

ஜாதி இந்துக்களிடம் சில பிரச்னைகளில் நான் சண்டையிடுகிறேன் என்பது உண்மைதான். ஆனால் நமது பூமியைக் காப்பாற்றுவதற்காக நான் எனது உயிரையும் கொடுப்பேன் என்று உங்கள் முன் சத்தியம் செய்கிறேன்"[2] என்று கூறினார். தேசிய உணர்வின் வெளிப்பாடே இஸ்லாமியர்களை படையில் இருந்து குறைத்து விரோத சக்திகளை வெளியேற்றிட வேண்டும் என்பது.

அம்பேத்கரின் இந்த கருத்து ஒரு தீர்க்கதரிசியின் கருத்து. எந்த காரணத்துக்காக முஸ்லீம்களை படையில் இருந்து குறைக்க வேண்டும் என்று அம்பேத்கர் சொன்னாரோ அந்தக் காரணம் 1947-8ல் காஷ்மீர் மீது பாகிஸ்தான் படையெடுத்தபோது சரியென புலப்பட்டது.

இந்திய நலனுக்காகவே பாகிஸ்தான் இந்தியாவிலிருந்து பிரிக்கப்பட வேண்டும் என்பதுதான் அண்ணல் அம்பேத்கரின் கருத்து.

"இந்தியாவும் பாகிஸ்தானும் பிரிந்ததை வரவேற்றேன். அதற்காக மகிழ்ச்சியும் அடைகிறேன். பிரிவினையை ஆதரித்தேன். பிரிவினையின் மூலம்தான் இந்துக்கள் சுதந்திரமானவர்களாகவும், சுயேச்சையானவர்களாகவும் இருக்க முடியும் என்று நான் நம்பியதே இதற்குக் காரணம். இந்தியாவும் பாகிஸ்தானும் ஒரே நாடாக இருந்திருந்தால், இந்துக்கள் சுதந்திரமுடையவர்களாக இருந்தாலும் முஸ்லீம்களின் தயவைப் பெரிதும் எதிர்பார்க்கும் நிலையில்தான் இருந்திருப்பார்கள். அரசியல் ரீதியில் சுதந்திரம் பெற்ற இந்தியா

இந்துக்களின் கண்ணோட்டத்தில் ஒரு சுதந்திர இந்தியாவாக இருந்திருக்காது. அப்போதைய அரசாங்கம் இரண்டு தேசங்கள் கொண்ட ஒரு நாட்டின் அரசாங்கமாகத் தான் இருந்திருக்கும். இந்து மகாசபை, ஜனசங்கம் போன்றவை இருந்தாலும் முஸ்லீம்கள் எத்தகைய தடங்கலும் இன்றி ஆளும் வர்க்கத்தினராக இருந்திருப்பார்கள். நாடு பிரிவினை செய்யப்பட்டபோது, ஆண்டவன் தமது சாபத்தை விலக்கிக் கொண்டு இந்தியா சுபிட்சமும் வளமும் அமைதியும் கோலோச்சும் ஒன்றுபட்ட ஒரு மாபெரும் நாடாகத் திகழத் திருவுளங்கொண்டுள்ளார் என்றே எனக்குத் தோன்றிற்று''[3]

ஆகவே அண்ணல் அம்பேத்கர் பாகிஸ்தானைப் பிரித்து கொடுத்துவிட வேண்டும் என்று கேட்டது இந்துக்களின் நலனுக்காகவே என்பதை புரிந்துகொள்ள வேண்டும். ஆனாலும் அம்பேத்கருக்கு என்றாவது ஒருநாள் இந்த இரண்டு நாடுகளும் ஒன்றாக வேண்டும்; ஒன்றாக இணையும் என்ற நம்பிக்கையோடு இருந்தார்.

*1946, டிசம்பர் 17ல் அரசியல் நிர்ணய சபை விவாதங்களில் பங்கு கொண்ட அம்பேத்கர் கூறுகிறார் :*

''காலமும் சூழ்நிலையும் நன்கு அமையுமாயின் இந்த நாடு ஒரே நாடாகப் பரிணமிப்பதை உலகில் எந்த சக்தியாலும் தடுக்க முடியாது என்பதில் முற்றிலும் உறுதியாக இருக்கிறேன். நம்மிடையே எத்தனை எத்தனையோ ஜாதிகளும் சமயக் கோட்பாடுகளும் இருப்பினும் நாம் ஐக்கியப்பட்ட மக்களாக ஆவோம் என்பதில் எனக்கு எள்ளளவும் ஐயமில்லை. இந்தியாவைப் பிரிக்க வேண்டுமென்ற முஸ்லீம் லீகின் கிளர்ச்சி இருந்தபோதிலும், ஒருநாள் முஸ்லீம்களிடையிலேயே, போதுமான தெளிவு ஏற்பட்டு, ஐக்கியப்பட்ட இந்தியாவே தங்களுக்கும் நல்லது என்று அவர்கள் சிந்திக்கத் துவங்குவர் என்று கூறுவதில் எனக்கு எந்தத் தயக்கமும் மயக்கமும் இல்லை''.[4]

இந்த இருநாடுகள் என்றாவது ஒருநாள் இணையும் என்றுதான் ஆர்.எஸ்.எஸ். அமைப்பும் சொல்லிவருகிறது. அகண்ட இந்துஸ்தானம் என்று ஆர்.எஸ்.எஸ். அமைப்பு இன்றும் பிரசாரம் செய்து வருவதை நாம் அறிவோம். அகண்ட இந்துஸ்தானத்தின் ஒருபகுதியாக பாகிஸ்தான் இந்தியாவுடன் ஒருநாள் இணையும் என்று அண்ணல் அம்பேத்கரும் கருத்து தெரிவித்திருப்பது ஆர்.எஸ்.எஸ். அமைப்பினுடைய கருத்தை ஒட்டியிருப்பதை நாம் அவதானிக்கலாம்.

இதுமட்டுமல்ல, இந்தியா மறுபடியும் அடிமையாகக் கூடாது என்பதில் ஆர்.எஸ்.எஸ். அமைப்பும் அண்ணல் அம்பேத்கரும் உறுதியாக இருந்தனர்.

1950ஆம் ஆண்டு ஜனவரி 11ஆம் தேதி பரேல் நரேல் பார்க்கில் நடந்த ஷெட்யூல்டு ஜாதிகள் சம்மேளனத்தின் கூட்டத்தில் அண்ணல் அம்பேத்கர் பேசுகிறபோது, ‘தாழ்த்தப்பட்டோர் தம்மைப் பற்றி மட்டும் எண்ணாமல் நாட்டின் மொத்த நலனையும் கருத்தில் கொள்ள வேண்டும் என்றார். முஸ்லீம்களும் பிரிட்டிஷ்காரர்களும் இந்தியாவை அடிமைப்படுத்தினர். இன்று நாம் சுதந்திரமானவர்கள். வரலாறு மீண்டும் திரும்பி, நாம் அடிமைப்படக்கூடாது என்பதை நாம் உறுதி செய்ய வேண்டும்’[5] என்றார்.

துரோக வரலாற்றால் இந்தியா ஒருமுறை அடிமைப்பட்டது. இனி அப்படிப்பட்ட எந்த நிகழ்வும் நடக்ககூடாது. நடக்கவும் விடக்கூடாது. எவ்விலை கொடுத்தும் இந்திய சுதந்திரத்தைக் காப்பாற்ற வேண்டும் என்று ஒருதடவை நாடாளுமன்றத்தில் அண்ணல் அம்பேத்கர் பேசியதை இங்கு குறிப்பிடுவது பொருத்தமே ஆகும்.

---

ஆதாரக் குறிப்புகள்

1. டாக்டர் பாபா சாஹேப் அம்பேத்கர் : பேச்சும் எழுத்தும், தொகுதி - 37, பக்.271

2. டாக்டர் பாபா சாஹேப் அம்பேத்கர் : பேச்சும் எழுத்தும், தொகுதி - 37, பக்.294

3. டாக்டர் பாபா சாஹேப் அம்பேத்கர் : பேச்சும் எழுத்தும், தொகுதி - 1, பக்.213-214

4. டாக்டர் பாபா சாஹேப் அம்பேத்கர் : பேச்சும் எழுத்தும், தொகுதி - 26, பக்.13

5. டாக்டர் பாபா சாஹேப் அம்பேத்கர் பேச்சும் எழுத்தும், தொகுதி37, பக்.502

# பயன்பட்ட நூல்கள்


1. அம்பேத்கரின் வழித்தடத்தில் வரலாற்று நினைவுகள், பகவான் தாஸ், தமிழில் : இந்திராகாந்தி அலங்காரம், வெளியீடு : புலம்
2. டாக்டர் பி.ஆர்.அம்பேத்கர் வாழ்க்கை வரலாறு, தனஞ்செய்கீர், தமிழில் : க.முகிலன், வெளியீடு : மார்க்சியப் பெரியாரிய பொதுவுடைமைக் கட்சி
3. ஒரு தலித்திடமிருந்து, வசந்த் மூன், தமிழில் : வெ.கோவிந்தசாமி, வெளியீடு :நியூ செஞ்சூரி புக் ஹவுஸ் பி லிட்
4. கோட்ஸேயின் வாக்குமூலம், தமிழில் : இரா.சுப்பராயலு, மருதம் பதிப்பகம்
5. அம்பேத்கர் ஒரு புதிய இந்தியாவுக்காக... கெயில் ஓமவெத், தமிழில் : உமர், வெளியீடு : வ.உ.சி நூலகம்
6. My Memories and Experience of Babasaheb Dr.B.R.Ambedkar, Shankaranand Shastri, Publisher SMT.Sumithra Shastri
7. அம்பேத்கர் வாழ்வில் அறிந்து கொள்ளப்பட வேண்டிய சில அம்சங்கள், அ.மார்க்ஸ், வெளியீடு : புலம்
8. பாபா சாஹேப் டாக்டர் அம்பேத்கர் நூல் தொகுப்புகள், (தமிழ்மொழிபெயர்ப்புகள்) டாக்டர் அம்பேத்கர் பவுண்டேஷன், புதுடெல்லி, கிடைக்குமிடம் : நியூ செஞ்சூரி புக் ஹவுஸ் பி லிட்
9. ஆர்.எஸ்.எஸ்.ஆற்றும் அரும்பணிகள், தொகுப்பாசிரியர்: ஹொ.வே.சேஷாத்ரி, வெளியீடு : கேசவர் பதிப்பகம்
10. மனுவாதமும், ஆர்.எஸ்.எஸ்.ஸும் - எனது அனுபவம், ரமேஷ்பதங்கே, வெளியீடு : சக்தி புத்தக நிலையம்
11. ஆர்.எஸ்.எஸ். கடந்துவந்த பாதையும், செய்ய வேண்டிய மாற்றங்களும், சஞ்சீவ் கேல்கர், தமிழில்- சாருகேசி, வெளியீடு : கிழக்கு பதிப்பகம்
12. ஸ்ரீகுருஜி சிந்தனைக் களஞ்சியம் - 1-12, வெளியீடு : சக்தி புத்தக நிலையம்
13. டாக்டர் பாபா சாஹேப் அம்பேத்கர், வசந்த் மூன், வெளியீடு : நேஷனல் புக் டிரஸ்ட்